INSIGHT PUBLICA ®

INSIGHT PUBLICA®
Nadakkavu, Kozhikode, Kerala
Tel:0495–4020666
www.insightpublica.com
e-mail: insightpublica@gmail.com
Bramasancharangal
(Travelogue Malayalam)
Muraleedharan Puthenpurayil
First Edition: December 2020

ISBN 978-93-90535-48-4
Printed and Published by
Insightinpublica Printers & Publishers Pvt. Ltd.

ഭ്രമസഞ്ചാരങ്ങൾ

മുരളീധരൻ പുത്തൻപുരയിൽ

INSIGHT PUBLICA®

സമർപ്പണം

ഉപാധികളില്ലാത്ത സ്നേഹം നൽകിയ
എന്റെ അമ്മുക്കുട്ടി അമ്മയ്ക്ക്...

കോഴിക്കോട് ജില്ലയിൽ ഇരിങ്ങണ്ണൂരിൽ ജനനം. അച്ഛൻ നടുക്കണ്ടിയിൽ ഗോപാല കുറുപ്പ്. അമ്മ കിഴപ്പള്ളി അമ്മുക്കുട്ടിഅമ്മ. ജന്തുശാസ്ത്രത്തിൽ എം.എസ്.സി., എം.ഫിൽ. ബിരുദങ്ങൾ. 33 വർഷം നായർ സർവീസ് സൊസൈറ്റിയുടെ വിവിധ കോളേജുകളിൽ അധ്യാപകനായും വകുപ്പ് മേധാവിയായും പ്രവൃത്തിച്ചു. മട്ടന്നൂർ പഴശ്ശി രാജാ എൻ.എസ്.എസ്. കോളേജിൽനിന്നും 2013 ൽ പ്രിൻസിപ്പലായി വിരമിച്ചു. ഇപ്പോൾ പയ്യോളിക്കടുത്ത് കിഴൂരിൽ താമസം.
ഭാര്യ ഉഷ സി.കെ., മകൾ ഇന്ദുലക്ഷ്മി.
ഫോൺ 9072043720
ഇ മെയിൽ pmdharan56@yahoo.co.in

മുരളീധരൻ പുത്തൻപുരയിൽ

ഒരു നിമിഷം

ജീവിതം അപ്രതിരോധ്യമായ ഒരു ഒഴുക്കാണ്. പുറപ്പെട്ടിടത്ത്നിന്നും പല വഴി നാം എവിടെയൊക്കെയോ എത്തിപ്പെടുന്നു. ഈ ഒഴുക്കിൽ സ്വയം നഷ്ടപ്പെട്ടുപോകുന്നവരുമുണ്ടാകാം . ആഗ്രഹിച്ചാലും ഇല്ലെങ്കിലും നാം ഒഴുകിയെ പറ്റൂ. നേടിയതും നഷ്ടപ്പെട്ടതുമൊക്കെ ഈ യാത്രയുടെ ഫലശ്രുതിയായി വേണം കാണാൻ. അവയുടെ മൂല്യവിചാരം നടത്തുന്നതിൽ വലിയ കാര്യമൊന്നുമില്ല. എങ്കിലും ലക്ഷ്യവും പരിശ്രമവും സ്ഥിരോത്സാഹവും ജീവിതത്തിൽ അനുപേക്ഷണീയമാണ്. ആഗ്രഹങ്ങൾ സാക്ഷാത്കരിക്കാൻ അവ കൂടിയേതീരൂ. ഫലം എന്തുതന്നെയായാലും നിറഞ്ഞ മനസ്സോടെ സ്വീകരിക്കുകയും വേണം.

ജീവിതയാത്രയുടെ ഭാഗമായി ആഗ്രഹിച്ചും ആസ്വദിച്ചും ധാരാളം യാത്ര ചെയ്യാനുള്ള ഭാഗ്യമുണ്ടായി. സ്വദേശത്തും വിദേശത്തും. അവയൊക്കെ അറിവിന്റെയും അനുഭവങ്ങളുടെയും പുതിയ വാതായനങ്ങൾ തുറന്നു തന്നു. സ്വദേശ യാത്രകൾ നമ്മുടെ സാംസ്കാരിക വൈവിധ്യങ്ങൾ അറിയാൻ ഏറെ സഹായിച്ചു. വിദേശയാത്രകളാവട്ടെ അവരുടെ ജീവിതവും ആചാരങ്ങളും ഭക്ഷണരീതിയുമൊക്കെ പരിചയിക്കാനും അവിടങ്ങളിലെ വികാസപരിണാമങ്ങൾ അടുത്തറിയാനും സഹായിച്ചു. വിദേശയാത്രകൾ വിശദമായ ആസൂത്രണവും തയ്യാറെടുപ്പും ആവശ്യപ്പെടുന്നവയാണ്. നല്ല ഗൃഹപാഠം വേണ്ടിവരും. ഓരോ യാത്രയും മറ്റ് രാജ്യങ്ങളെക്കുറിച്ചുള്ള നമ്മുടെ ധാരണകൾ പലതും തെറ്റാണെന്ന വെളിപ്പെടുത്തലുകളായിരുന്നുവോ? ഒരു പരിധിവരെ അങ്ങിനെയാണ്. സ്വന്തം നാടിന്റെ ശക്തിയും ദൗർബല്യവും തിരിച്ചറിയാൻ ഈ യാത്രകൾ സഹായിച്ചു എന്നത് എടുത്ത് പറയേണ്ടതുണ്ട്.

'പ്രയാണം' എന്ന യാത്രാ ബ്ലോഗിലെ ഇന്ത്യൻ യാത്രകൾ 'ദേശാടനത്തിന്റെ ആത്മഹർഷങ്ങൾ' എന്ന പേരിൽ പുസ്തകമായി പ്രസിദ്ധീകൃതമായി. വിദേശ യാത്രാനുഭവങ്ങളാണ് ഈ പുസ്തകത്തിൽ

ഉൾപ്പെടുത്തിയിരിക്കുന്നത്. എല്ലാ യാത്രകളും ഇതിൽ ഉൾപ്പെട്ടിട്ടില്ല. ബ്ലോഗിലുമില്ല. അലസസഞ്ചാരങ്ങളായിരുന്നില്ല അവയൊന്നും. ഒരു രീതിയിൽ അല്ലെങ്കിൽ മറ്റൊരു രീതിയിൽ മനസ്സിനെ ത്രസിപ്പിച്ചവ തന്നെയാണ് എല്ലാ യാത്രകളും. എന്തുകൊണ്ടെന്നറിയില്ല ചിലത് എഴുതിയില്ല. ഏറ്റവും ഇഷ്ടപ്പെട്ട ബ്രൂണെ, ഭൂട്ടാൻ, മലേഷ്യ യാത്രകൾ പോലും അക്ഷരങ്ങളിൽ പുനർജനിച്ചില്ല. ചില കാര്യങ്ങൾ അങ്ങിനെയാണ്. എഴുതാനുള്ള പരിശ്രമങ്ങൾ ഏതൊക്കെയോ ഒഴുക്കിൽ പെട്ടുപോയി. ഒന്നും പൂർണ്ണമല്ലല്ലോ, ജീവിതം പോലെ.

'സന്തോഷം യാത്രയുടെ ലക്ഷ്യമല്ല, വഴി തന്നെയാണ്'. യാത്രകൾ ഈ വിധം മാറ്റിയെടുക്കാൻ കഴിയുമ്പോഴാണ് അവയുടെ ആസ്വാദ്യത കൂടുന്നത്. പണവും സൗകര്യവും സംവിധാനങ്ങളുമൊന്നുമില്ലാത്ത പഴയ കാലത്ത് സാഹസികമായി യാത്രചെയ്ത എസ് കെ പൊറ്റക്കാടിന്റെ യാത്രകൾ നമ്മെ മോഹിപ്പിച്ചതാണല്ലോ . അതിനും എത്രയോ മുൻപ്, മടങ്ങിവരാൻ കഴിയുമോ എന്ന് പോലും നിശ്ചയമില്ലാതെ അതിസാഹസികമായി യാത്ര ചെയ്ത പര്യവേക്ഷകരുടെ അനുഭവങ്ങൾ നമുക്ക് അവിശ്വസനീയമായി തോന്നുന്നതും സ്വാഭാവികം. ഇന്ന് സാഹചര്യങ്ങളൊക്കെ മാറി. വിഭവ ലഭ്യതയും, സാധ്യതകളുടെ ധാരാളിത്തവും, വിവര സാങ്കേതിക രംഗത്തെ പുതിയ മുന്നേറ്റങ്ങളും ഇന്ന് യാത്രകൾ ഏറെ സൗകര്യപ്രദവും ആയാസരഹിതവുമാക്കിയിരിക്കുന്നു.

യാത്രചെയ്യാനുള്ള താൽപ്പര്യം വേണം. യാത്രയോടുള്ള നമ്മുടെ സമീപനവും പ്രധാനമാണ് . തടസ്സങ്ങൾ ഉണ്ടാകാം. അപ്രതീക്ഷിത സാഹചര്യങ്ങളൊക്ക വന്നുചേരാം. അതും യാത്രയുടെ ഭാഗമായി കാണാൻ കഴിയണമെന്ന് സാരം.

ഓരോ വിദേശ യാത്രയും 'നനഞ്ഞ തുണിപോലെ പിഴിഞ്ഞെടുക്കണമെന്നാണ്' സക്കറിയ പറഞ്ഞിട്ടുള്ളത്. അത് അദ്ദേഹത്തെപ്പോലുള്ള അഭിജ്ഞരും ഭാവനസമ്പന്നരുമായ എഴുത്തുകാരുടെ പാടവം. നനഞ്ഞ തുണിയിൽനിന്നും താനേ വീഴുന്ന ജലകണങ്ങൾ ശേഖരിക്കാനേ സാധിച്ചുള്ളൂ എന്നാണ് സ്വയം വിലയിരുത്തുന്നത്. എങ്കിലും അത്രയും ആയല്ലോ. അത് തന്നെ ഭാഗ്യം.

കോവിഡ് വ്യാപനത്തിൽ ലോകം നിശ്ചലമാകുന്നതുവരെ യാത്ര ചെയ്തു. ഇനി എങ്ങനെയാവും കാര്യങ്ങളെന്ന് പറയാനാവില്ല. ഈ അരക്ഷിത കാലവും കടന്ന് പോകുമായിരിക്കും. കാലം തെളിയുമ്പോൾ സാഹചര്യങ്ങൾ അനുകൂലമാവുമ്പോൾ യാത്ര ചെയ്യാൻ കൊതിക്കുന്നവർക്ക് പ്രേരണയുടെ ഒരു ചെറുകണമാവാൻ ഈ പുസ്തകം സഹായിക്കുമെങ്കിൽ സന്തോഷം. കണ്ട കാഴ്ചകളും സമാർജ്ജിച്ച അനുഭവങ്ങളും പങ്കുവെയ്ക്കുന്നതും മനസ്സ് കൊണ്ടുള്ള സുഖദമായ ഒരു

പിൻവഴി യാത്രയാണ്. ഓർമയിൽ തെളിയുന്ന മുഖങ്ങളും ഉടലെടുത്ത സൗഹൃദങ്ങളും ഏറെയാണ്. എല്ലാവരെയും സ്നേഹപൂർവ്വം ഓർക്കുന്നു. ആദ്യമായും അവസാനമായും കാണുന്ന മുഖങ്ങളേറെയാണ് യാത്രയിൽ. അവരുമായി ബന്ധപ്പെട്ടുള്ള നല്ല ഓർമ്മകളും മനസ്സിൽ സുഭദ്രം. ജീവിതമെന്ന മഹാപ്രയാണത്തിൽ ഒഴുകി ഒഴുകി പോകുമ്പോൾ എല്ലാം ചേർത്തുപിടിക്കുന്നു.

വായന എന്നത് ജൈവികമായ ഒരു പ്രക്രിയയാണ്. അത് സാധ്യമാകണമെങ്കിൽ ഭൗതികമായും ഘടനാപരമായും പുസ്തകം അണിയിച്ചൊരുക്കേണ്ടതുണ്ട്. പ്രസാധനവുമായി ബന്ധപ്പെട്ട് ഇൻസൈറ്റ് പബ്ലിക്കയും, ശ്രീ. സുമേഷും നൽകിയ സഹകരണവും പിന്തുണയും ആവേശകരമായിരുന്നു. അവരോടുള്ള കടപ്പാട് രേഖപ്പെടുത്തുന്നു. ബ്ലോഗിനെ നിയതമായ സുനിശ്ചിത പരിധി ഭേദിച്ച് പുസ്തകമാക്കാൻ പ്രേരിപ്പിച്ച ശ്രീ. എം.പി.ബാലറാം ഉൾപ്പടെയുള്ള സുഹൃത്തുക്കൾക്കും നന്ദി.

മുരളീധരൻ

ഉള്ളടക്കം

സംസ്കൃതി വൈവിധ്യത്തിന്റെ സംഗമ ഭൂമി

നെടുമ്പാശ്ശേരി അന്താരാഷ്ട്ര വിമാനത്താവളത്തിൽ ശ്രീലങ്കയിലേക്കുള്ള യാത്രയുടെ ഭാഗമായി വിമാനം കാത്തിരിക്കുമ്പോൾ പണ്ട് ധനുഷ്കോടിയിൽ പഠനയാത്ര പോയപ്പോൾ, ദിവംഗതനായ ഇട്ടിയവിര സാർ ചൂണ്ടികാണിച്ചു പറഞ്ഞതോർമ്മവന്നു.

'അതാ അങ്ങുദൂരെ കാണുന്നതാണ് സിലോൺ. നല്ല തെളിവുള്ള രാത്രിയിൽ ഈ മുനമ്പിൽ നിന്നാൽ ശ്രീലങ്കൻ തീരത്തെ വൈദ്യുത ദീപങ്ങൾ കാണാം'.

കണ്ണീർക്കണം പോലെ ഒരു രാജ്യം. ചെറുതെങ്കിലും ജൈവ വൈവിധ്യസമ്പുഷ്ടമായ പ്രദേശം. സിലോണിൽ പോയി സമ്പന്നരായവരുടെ വീരകഥകൾ ഏറെ കേട്ടിരിക്കുന്ന ചെറുപ്പത്തിൽ.

അന്ന് ആഗ്രഹിച്ചതാണ് ശ്രീലങ്കയൊന്നു കാണണം.

പക്ഷേ അത് സാധ്യമായത് 38 വർഷങ്ങൾക്ക് ശേഷം. അങ്ങനെയാണല്ലോ... ചില ആഗ്രഹങ്ങൾ യാഥാർഥ്യമാവാൻ ഏറെ വൈകും. ആഗ്രഹിച്ചത് കൊണ്ട് മാത്രം കാര്യമില്ല. ഭാഗ്യവും പരിശ്രമവും ഒക്കെ ഒത്തുചേരുകയും വേണം. ചിലത് ആഗ്രഹങ്ങൾ മാത്രമായി അവശേഷിക്കും. ഒരിക്കലും അവ യാഥാർഥ്യമായില്ലെന്നും വരാം. നേടിയതും നഷ്ടപ്പെട്ടതും, അറിഞ്ഞതും അറിയാതെ പോയതും, ആഗ്രഹിച്ച് നടന്നതും, ആഗ്രഹിച്ച് നടക്കാത്തതും എല്ലാം ചേർന്നതാണല്ലോ ജീവിതം.

ഈ യാത്രയിൽ കോളേജിൽ മുതിർന്ന സഹപ്രവർത്തകനായിരുന്ന കുഞ്ഞികൃഷ്ണൻ മാഷും അദ്ദേഹത്തിന്റെ ബന്ധുവായ നാരായണൻ ഡോക്ടറും അവരുടെ സഹധർമ്മിണിമാരും കൂടെ ചേർന്നു. യാത്രി ടൂർസിലെ അഭിലാഷും സുഹൃത്ത് ഡൊമിനിക്കും ചേർന്നപ്പോൾ സംഘത്തിൽ ആകെ എട്ടുപേർ.

» പരമ്പരാഗത വേഷത്തിൽ സന്ദർശകരെ വരവേൽക്കുന്ന ശ്രീലങ്കൻ തരുണികൾ.

കൊച്ചിയിൽനിന്നും ഒരുമണിക്കൂർ കൊണ്ട് ഭണ്ഡാരനായകെ അന്താരാഷ്ട്ര വിമാനത്താവളത്തിൽ ഞങ്ങളെത്തി. പാരമ്പര്യവേഷമണിഞ്ഞ് സുസ്മേര വദനരായി നിൽക്കുന്ന ശ്രീലങ്കൻ സുന്ദരിമാർ കളങ്കമില്ലാത്ത ആതിഥ്യമര്യാദയുടെ ആദ്യസൂചനയായി.

കൊളമ്പോയിൽനിന്നും ഏകദേശം 35 കി.മീ. മാറിയാണ് ഈ വിമാനത്താവളം. ഗൈഡും വാഹനവും കാത്തുനിൽപ്പുണ്ടായിരുന്നു.

പതിനൊന്നുമണിക്ക് തന്നെ രാവണന്റെ ലങ്കയിലൂടെ ഈ കൊച്ചു യാത്രാസംഘം കാഴ്ചകൾ തേടി ഇറങ്ങി.

കേരളത്തിന്റെ ഒരു നേർകാഴ്ച പോലെ ശ്രീലങ്ക. കാലാവസ്ഥയും ഭൂപ്രകൃതിയുമൊക്കെ ഏറെക്കുറെ സമാനം. ഏതോ മഹാ വിസ്ഫോടനത്തിൽ നമ്മുടെ കേരളത്തിൽനിന്നും വിട്ടുപോയതാണോ ഈ പ്രദേശം?

മധ്യ ശ്രീലങ്കയിലെ കാൻഡി നഗരത്തിലേക്കാണ് ആദ്യത്തെ യാത്ര. കുറേദൂരം പോകാനുണ്ടെന്ന് അഭിലാഷ് മുന്നറിയിപ്പ് തന്നു.

പോകുന്നവഴിയിൽ കെഗാല ടൗണിനടുത്തായി പിന്നാവാല എലിഫന്റ് ഓർഫനേജ്. 24 ഏക്കർ വിസ്തൃതിയിലുള്ള ഈ ആന സംരക്ഷണ കേന്ദ്രം 1975 ൽ പ്രവർത്തനം തുടങ്ങി. ഉപേക്ഷിക്കപ്പെട്ടതും, ഒറ്റപ്പെട്ടു പോയതുമായ ഏഷ്യൻ കാട്ടാനകളുടെ ഈ അഭയകേന്ദ്രം, ആനകളുടെ ഒരു നഴ്സറിയും, പ്രജനന കേന്ദ്രവും കൂടിയാണ്. കൂട്ടംതെറ്റിപ്പോയ കുട്ടിയാനകളെ പോറ്റാനും, കുറുമ്പ് കാട്ടുന്നവയെ നല്ലശീലങ്ങൾ പഠിപ്പിക്കാനുമൊക്കെ ശിക്ഷണം ലഭിച്ച ആളുകളും സൗകര്യവും വേണ്ടുംവണ്ണമുണ്ടിവിടെ.

ഒരുപരിധിവരെ സ്വാതന്ത്ര്യത്തോടെ ആനകൾക്കിവിടെ വിഹരിക്കാൻ സാധിക്കുന്നു. എങ്കിലും ചങ്ങലയാൽ ബന്ധിക്കപ്പെട്ട ചില ആനകളെയും, തോട്ടിയുമായി പാപ്പാന്മാരെയും കാണുമ്പോൾ മറ്റു പലയിടങ്ങളിലും പിന്തുടരുന്ന ആശാസ്യമല്ലാത്ത രീതി ഇവിടെയും ഉണ്ടല്ലോ എന്ന് തോന്നി.

അടുത്തുള്ള ഓയാ നദിയിൽ ആനകൾക്ക് നീരാടാനുള്ള വിപുലമായ സജ്ജീകരണങ്ങളുമുണ്ട്. നദിക്കരയിലെ റെസ്റ്റോറന്റിലെ തുറസ്സായ ഭക്ഷണശാലയിലിരുന്ന് സന്ദർശകർക്ക് ആനകളുടെ കൂട്ട നീരാട്ട് കാണാൻ സൗകര്യവുമൊരുക്കിയിരിക്കുന്നു. കുട്ടിയാനകളുടെ കുസൃതിയും അവയെ നിയന്ത്രിക്കുന്ന മുതിർന്ന ആനകളുടെ ചേഷ്ടകളും കാണാൻ കൗതുകം തന്നെ.

എലിഫന്റ് ഓർഫനേജിൽനിന്നും, ഇരുവശത്തും കൗതുകവസ്തുക്കൾ നിരന്ന സ്റ്റാളുകൾക്കിടയിലൂടെയുള്ള റോഡിലൂടെ ആനകളെ കൂട്ടമായി ഓയാനദിയിലേക്ക് കൊണ്ടുപോകുന്ന കാഴ്ച രസകരമാണ്.. അടിവെച്ചുനീങ്ങുന്ന ഭീമാകാരജീവികൾക്ക് പിന്നാലെ ആനപിണ്ടങ്ങൾ ശ്രദ്ധയോടെ മറികടന്ന് ഞങ്ങളും കൂടി.

ആനകളുടെ ഒരു സംരക്ഷണ പ്രജനന കേന്ദ്രം എന്നതിനപ്പുറം, ഏഷ്യൻ ആനകളെക്കുറിച്ചു കാര്യമായ ഗവേഷണമൊന്നും ഇവിടെ നടക്കുന്നതായി തോന്നിയില്ല. അതിനുള്ള സാദ്ധ്യതകൾ ഇവിടെ എമ്പാടുമുണ്ടുതാനും. റെസ്റ്റോറന്റിൽനിന്ന് സമൃദ്ധമായ ഉച്ചഭക്ഷണവും കഴിച്ചു ഞങ്ങൾ യാത്ര തുടർന്നു. വൈകുന്നേരത്തോടെ കാൻഡിയിലെത്തി.

» ഒയോ നദിയിൽ നീരാടുന്ന എലിഫന്റ് ഓർഫനേജിലെ ആനകൾ

കാൻഡി

ചെറിയ ചെറിയ കുന്നുകളും, മനുഷ്യനിർമിതമായ തടാകങ്ങളും കൊണ്ട് സമൃദ്ധമായ നഗരം. കൊളോണിയൽ ശൈലിയിലുള്ള കെട്ടിടങ്ങളാണെവിടെയും. ബ്രിട്ടീഷ് ആധിപത്യകാലത്ത് സിംഹള രാജാക്കന്മാരുടെ അവസാനത്തെ തലസ്ഥാനം കാൻഡിയായിരുന്നു.

റെഡ് ക്രോസ്സ് ഹാളിൽ നടക്കുന്ന കാൻഡിയൻ ഡാൻസ് കാണാനാണ് ആദ്യം ഞങ്ങൾ പോയത്.

ആചാരത്തിന്റെ ഭാഗമായി അഞ്ച് വാദ്യോപകരണങ്ങൾ തീർത്ത സ്വാഗതമേളം - പഞ്ച തുര്യ ആകർഷകം തന്നെയായിരുന്നു.

തുടർന്ന് പൂജാ ഡാൻസ്, പന്തേറു നാട്യം, കോബ്ര ഡാൻസ്, മാസ്ക് ഡാൻസ്, മയൂരനൃത്തം, റബെൻ ഡാൻസ്, ഫയർ ഡാൻസ്, ഫയർ വാക് എല്ലാംകൂടിച്ചേർന്നപ്പോൾ അത് ഹൃദ്യമായൊരു കലാസദ്യ തന്നെയായി.

റെഡ് ക്രോസ്സ് ഹാളിൽ നിന്നുമിറങ്ങി നേരെപോയത് ദലാദാ മാലിഗാവ ക്ഷേത്രത്തിലേക്ക്. വളഞ്ഞു പുളഞ്ഞു കയറിപ്പോകുന്ന റോഡിനോട് ചേർന്ന് വലിയ കൊക്കകൾ. തേയിലത്തോട്ടങ്ങളും, പൈൻ മരങ്ങളും വശങ്ങളിൽ പച്ചപ്പിന്റെ നിമ്നോന്നതങ്ങൾ തീർക്കുന്നു. 1600 അടി ഉയരെയുള്ള കാൻഡി മലനിരകളിൽ സ്ഥിതിചെയ്യുന്ന ഈ ക്ഷേത്രത്തിലാണ് ബുദ്ധഭഗവാന്റെ പല്ല് സൂക്ഷിച്ചിരിക്കുന്നത്.

നിരവധി എടുപ്പുകളും പല ആകൃതിയിലുള്ള മുഖപ്പുകളുമുള്ള ക്ഷേത്രം. വലിയൊരു പൂന്തോട്ടമാണ് മുന്നിൽ. ജലധാരാ സജ്ജീകരണങ്ങളും വേണ്ടത്രയുണ്ട്. എങ്ങും കർശനമായ സുരക്ഷാപരിശോധന. രണ്ടു തവണ ഈ ക്ഷേത്രം ആക്രമിക്കപ്പെട്ടിട്ടുണ്ട്.

ശ്രീബുദ്ധന്റെ മൃതദേഹം സംസ്കരിക്കുന്നതിനുമുമ്പ് ഒരു പല്ല് ഒരു ബുദ്ധസന്യാസിക്ക് ലഭിച്ചിരുന്നു. അത് അദ്ദേഹം ബ്രഹ്മദത്ത രാജാവിന് നൽകി. കുറേകാലം ഒറീസ്സയിലെ പുരിയിൽ സൂക്ഷിച്ചശേഷം നാലാം നൂറ്റാണ്ടിൽ രാജാവും പത്നി ഹേമമാലയും ചേർന്നു പല്ല് ശ്രീലങ്കയിലെത്തിച്ചുവെന്ന് വിശ്വസിക്കപ്പെടുന്നു. പല രാജാക്കന്മാരാലും പരിചരിക്കപ്പെട്ടശേഷം പല്ല് കാൻഡിയിലെ ക്ഷേത്രത്തിലെത്തി. ആദ്യം ചെന്നെത്തുന്ന ഹാളിൽ പല്ലിന്റെ ചരിത്രം ചിത്രസഹിതം വിശദീകരിച്ചിരിക്കുന്നു. പടികൾ കയറി മുറികളിലൂടെ വിശാലമായ ഒരു ഹാളിൽ നമ്മളെത്തുന്നു.. അതിനു മദ്ധ്യഭാഗത്തായി അലങ്കരിച്ചൊരു മുറി കാണാം. അതിനുള്ളിൽ തിളങ്ങുന്ന ബുദ്ധപ്രതിമ. അതിനു പിന്നിലായി ഒരു വാതിൽ. വാതിലിനു പിന്നിലായുള്ള അറയ്ക്കുള്ളിലാണ് പല്ല് സൂക്ഷിച്ചിരിക്കുന്നത്. വർഷത്തിൽ ഒരുതവണ മാത്രമേ പല്ല് പുറത്ത് പ്രദർശിപ്പിക്കാറുള്ളൂ.

ഹാളിൽ നിശബ്ദ പ്രാർത്ഥനയോടെ നിരവധി ആളുകൾ. ധ്യാനനിമഗ്നരായി ഇരിക്കുന്ന ആളുകളുടെ മുഖങ്ങളിൽ നിർവചനാതീതമായ ശാന്തത തെളിഞ്ഞു കാണാം. ജീവിതത്തിന്റെ സർവ്വ കെട്ടുപാടുകളിൽനിന്നും ഒരുനിമിഷം മുക്തി. ഈ ഭൂമിയിലെ സുഖദുഃഖസമ്മിശ്രാനുഭവങ്ങൾക്കും, സൗഭാഗ്യങ്ങൾക്കും സർവാംഗ പ്രണാമം.

ക്ഷേത്രത്തിൽനിന്നും പുറത്തേക്ക് വരുമ്പോൾ കാണുന്നത് വൈദ്യുത ദീപങ്ങളിൽ കുളിച്ചുനിൽക്കുന്ന കാൻഡി പട്ടണമാണ്. താഴെ ദീപപ്രഭയേറ്റുവാങ്ങി വലിയൊരു വെള്ളിത്താലം പോലെ കാൻഡി തടാകം. തടാകക്കരയിൽ തലയുയർത്തി നിൽക്കുന്നതാണ് പ്രസിദ്ധമായ ക്വീൻസ് ഹോട്ടൽ.

ആദ്യദിവസത്തെ കാഴ്ചകൾ അവസാനിക്കുന്നു. അന്നത്തെ താമസം ഒരുക്കിയിരിക്കുന്നത് ഹോട്ടൽ സ്വിസ് റെസിഡെൻസിയിലാണ്. ഹോട്ടൽ സ്ഥിതിചെയ്യുന്നത് തന്നെ നല്ല ഉയരത്തിലാണ്. ഹെയർപിൻ വളവുകളുള്ള റോഡ് കയറിക്കയറി പോകുന്നു. ചുറ്റും മരങ്ങൾ. അവയിൽ കുടിയിരിക്കുന്ന കൂരിരുട്ട്. തണുപ്പുള്ള കാറ്റ്. സുഖകരമായ ഒരു നിശ്ശബ്ദത. എല്ലാംകൂടിയപ്പോൾ യാത്രയുടെ ക്ഷീണം പമ്പകടന്നു.

വാഹനത്തിൽ നിന്നുമിറങ്ങിയപ്പോൾ ലോബിയിലെത്താൻ പിന്നെയും നിരവധി പടവുകൾ. സഹായിക്കാൻ വിടർന്ന ചിരിയോടെ ഹോട്ടൽ ജോലിക്കാർ. മുറിയിലെത്തി കുളികഴിഞ്ഞ് ഭക്ഷണവും കഴിഞ്ഞപ്പോൾ ഉറക്കം വിളിക്കാതെ വന്നു.

പിറ്റേന്നത്തെ പ്രഭാതം ഉന്മേഷഭരിതമായിരുന്നു. ബാൽക്കണിയിൽ നിൽക്കുമ്പോൾ ഹിമകണങ്ങളണിഞ്ഞ പച്ചിലച്ചാർത്തിന്റെ സൗന്ദര്യവും, മറഞ്ഞിരിക്കുന്ന കിളിയൊച്ചകളുടെ സംഗീതവുമറിഞ്ഞു.

ഹോട്ടലിൽനിന്നുമുള്ള മറ്റൊരു ദൂരകാഴ്ച മനസ്സിൽ തറഞ്ഞുനിൽക്കുന്നു. ധ്യാനലീനനായി കിഴക്കോട്ടു അഭിമുഖമായി നിൽക്കുന്ന ബുദ്ധദേവന്റെ ഭീമാകാരശില്പം. തേജസ്സാർന്ന മുഖം ദൂരെനിന്നുപോലും വ്യക്തമായികാണാം.

ശാന്തത കളിയാടുന്ന മുഖം സാകൂതം നോക്കി നിന്നു. പ്രഭാതഭക്ഷണം കഴിഞ്ഞ് ഇറങ്ങാൻ തുടങ്ങുമ്പോൾ കൺമുന്നിൽ വന്നുപെട്ടത് ആഭരണങ്ങളും അലങ്കാര വസ്ത്രങ്ങളുമണിഞ്ഞൊരു മാലാഖ. സൂക്ഷിച്ചു നോക്കിയപ്പോൾ സർവാഭരണവിഭൂഷിതയായൊരു നവവധു. കൂടെ ബന്ധുക്കളും. അല്പം മാറി അതാ നിൽക്കുന്നു കടും മെറൂൺവർണത്തിലുള്ള ഓവർക്കോട്ടും, തലപ്പാവുമണിഞ്ഞ് പുതുമണവാളൻ. അപ്പോഴാണ് കാര്യം പിടികിട്ടിയത്. അന്നവിടെ നടക്കുന്ന വിവാഹച്ചടങ്ങിലെ മുഖ്യകഥാപാത്രങ്ങളാണവർ. ഏതായാലും നല്ലൊരു കാഴ്ച. ക്ഷണിച്ചില്ലെങ്കിലും

» കാൻഡിയൻ നൃത്തവിരുന്ന്

കല്യാണം കൂടാമായിരുന്നു. ദൈവത്തിന്റെ സ്വന്തം നാട്ടിൽ നിന്ന് വന്നവരെ ഈ മംഗള മുഹൂർത്തത്തിൽ അവർ അതിഥികളായി കരുതു മെന്നറിയാം. പക്ഷേ സമയമില്ലല്ലോ. കൈവീശി യാത്ര പറഞ്ഞിറങ്ങി.

പാരാഡനിയ

പിന്തിരിഞ്ഞുനോക്കികൊണ്ട് സ്വിസ്സ് റെസിഡെൻസിയോട് യാത്ര പറഞ്ഞു.

ഇനി യാത്ര പാരാഡെനിയയിലെ റോയൽ ബൊട്ടാണിക്കൽ ഗാർഡനിലേക്കാണ്. ശ്രീലങ്കയിലെ ഏറ്റവും നീളംകൂടിയ മഹാവേലി നദിക്കരികെയാണ് ഈ സസ്യ ഉദ്യാനം.

147 ഏക്കറിൽ വ്യാപിച്ചികിടക്കുന്ന ഈ ജൈവവൈവിധ്യ സങ്കേതം ഓർക്കിഡുകൾ, സ്പൈസസ്, ഔഷധച്ചെടികൾ, വൻമുളങ്കാട്ടുകൾ, പാം മരങ്ങൾ എന്നിവകൊണ്ട് സമൃദ്ധമത്രെ. നാലായിരത്തിലേറെ സസ്യജാതികൾ ഇവിടെ പരിപാലിക്കപ്പെടുന്നു.

മുഖ്യപ്രവേശന കവാടത്തിലൂടെ 100 മീറ്റർ നടക്കുമ്പോൾ കാണുന്ന ഡബിൾ കോക്കനട്ട് പാം മരങ്ങൾ റോഡിനിരുവശവും തീർക്കുന്ന തണലും തണുപ്പും , കാഴ്ചാസൗന്ദര്യവും വശ്യമനോഹരം തന്നെയാണ്. ഉള്ളിലേക്ക് കടക്കുമ്പോൾ നമ്മുടെ മുന്നിൽ അനാവൃതമാകുന്നത് പൂക്കളുടെയും മരങ്ങളുടെയും ഒരപൂർവലോകം തന്നെയാണ്. നടന്നു തീർക്കാൻ ഏറെയുണ്ട് ദൂരം. കണ്ടുതീർക്കാൻ അതിലേറെയുണ്ട് വർണ്ണ വൈവിധ്യലോകം.

യാത്ര ഇനി ശ്രീലങ്കയിലെ ഏറ്റവും ഉയരംകൂടിയ സുഖവാസകേന്ദ്ര ത്തിലേക്കാണ് നുവാരഏലിയാ. വഴിയിൽ ഞങ്ങൾ ഒരു ജം ഫാക്ടറി യിൽ കയറി.

രത്ന കല്ലുകൾക്ക് പ്രസിദ്ധമാണ് ശ്രീലങ്ക. ഇവിടുത്തെ മലകൾ, താഴ്വാരങ്ങൾ പുഴയോരങ്ങൾ എന്നിവയൊക്കെ അമൂല്യമായ

രത്നക്കല്ലുകളുടെ അക്ഷയഖനിയാണ്. ഇന്ദ്രനീലം, പവിഴം, ചന്ദ്രകാന്തം, സ്പൈനൽ തുടങ്ങിയവ വിശ്വപ്രസിദ്ധമാണ്.

ജം ഫാക്ടറിയിലെ സ്വീകരണം അതീവ ഹൃദ്യമായിരുന്നു. കച്ചവട തന്ത്രം എവിടെയും അങ്ങനെയാണല്ലോ. ജം കുഴിച്ചെടുക്കുന്നത് മുതൽ അവയെ ചെത്തി മിനുക്കി പോളിഷ് ചെയ്ത് സുന്ദരമായ രത്നങ്ങളാക്കുന്നതുവരെയുള്ള പ്രവർത്തനങ്ങൾ അവർ ഒരു വീഡിയോ ഷോയിൽ കാണിച്ചുതന്നു.

അവരുടെ ഷോറൂം നമ്മെ അദ്ഭുതപെടുത്തും. യാത്രാസംഘത്തിൽ സ്ത്രീകൾ ന്യൂനപക്ഷമായത് ഭാഗ്യം. 10 ഡോളർ മുതൽ 100000 ഡോളർവരെ വിലയുള്ള കല്ലുകൾ കണ്ട് കണ്ണ് തള്ളിപ്പോകും. അവ ആഭരണങ്ങളുടെ ഭാഗമാകുമ്പോഴത്തെ അവസ്ഥ ഊഹിച്ചാൽ മതി. ചെറിയ തോതിലൊരു ഷോപ്പിങ്ങിൽ കാര്യങ്ങളൊതുക്കി.

ടൂറിസവും, രത്ന കല്ല് വ്യാപാരവും ശ്രീലങ്കയുടെ സമ്പദ്വ്യവസ്ഥയുടെ പ്രധാന അടിത്തറയാണെന്ന് എളുപ്പം തിരിച്ചറിയാം.

നുവാര ഏലിയക്കുള്ള യാത്രയിലെ അടുത്ത സങ്കേതമായിരുന്നു റാംബോഡാ വെള്ളച്ചാട്ടം. റോഡിനോടുചേർന്ന് സർവസൗകര്യങ്ങളുമുള്ള സ്റ്റേ പോയിന്റ് ഹോട്ടലും, അതിന്റെ ഓരോനിലയിൽനിന്നും പുറത്തേക്ക് തള്ളി, വെള്ളച്ചാട്ടം കാണാനുള്ള വിപുലമായ സൗകര്യങ്ങളും ഒരുക്കിയിരിക്കുന്നു. വിശാലമായ ഭക്ഷണശാലയുമുണ്ട്.

കാൻഡിയിൽനിന്നും 27 കി.മീ. മാറിയാണ് സന്ദർശകരുടെ ഇഷ്ടകേന്ദ്രമായി ഈ വെള്ളച്ചാട്ടവും റെസ്റ്റോറന്റും. ഭൂമിയുടെ കിടപ്പിനനുസരിച്ച് അഞ്ചുനിലയിൽ പണിത ഹോട്ടലിന്റെ പ്ലാനും രൂപകൽപ്പനയും അഭിനന്ദനീയം തന്നെയാണ്. അനാവശ്യമായി ഒരിഞ്ചു സ്ഥലം പോലും

» ടൂത്ത് റെലിക് ടെംപിൾ

» പാരാഡെനിയാ റോയൽ ബൊട്ടാണിക്കൽ ഗാർഡൻ

കൂടുതലായി ഉപയോഗിച്ചിട്ടില്ല. തികച്ചും പ്രകൃതിയോടിണങ്ങിയുള്ള നിർമിതിയും പ്രവർത്തനങ്ങളും.

തുടർന്നുള്ള യാത്രയിലാണ് ഞങ്ങൾ സീതഎലിയ ഗ്രാമത്തിലെ സീതാഅമ്മൻകോവിലിലെത്തിയത്. സീതയുടെയും ഹനുമാന്റെയും രണ്ടു ക്ഷേത്രങ്ങളടങ്ങിയ, വികസിച്ചുവരുന്ന ഒരു ടൂറിസം പദ്ധതിയാണിത്. രാവണൻ സീതയെ തട്ടിക്കൊണ്ടുവന്ന് ബന്ധനസ്ഥയാക്കിയത് അശോകവനത്തിലെ ഈ സ്ഥലത്താണെന്ന് വിശ്വസിക്കപ്പെടുന്നു. താഴെ പാറക്കൂട്ടങ്ങളും, തെളിനീരൊഴുകുന്ന അരുവിയും കാണാം. പാറമേൽ ഹനുമാന്റെ പാദങ്ങൾ പതിഞ്ഞു കുഴിഞ്ഞുപോയതെന്ന് വിശ്വാസികൾ കരുതുന്ന വലിയ കുഴികളും ദൃശ്യമാണ്.

മതവിശ്വാസങ്ങളുമായി ചേർന്നുകിടക്കുന്നതാകയാൽ വലിയ ടൂറിസം സാദ്ധ്യതകൾ മുന്നിൽ കണ്ടുകൊണ്ട് ശ്രീലങ്കൻ ടൂറിസം മന്ത്രാലയം ഇവിടം വലിയൊരു തീർത്ഥാടന കേന്ദ്രമായി വികസിപ്പിക്കാനുള്ള പരിശ്രമത്തിലാണ്. എതിർപ്പുകളും വിവാദങ്ങളും ഉയർന്നു വന്നതായും കേൾക്കുന്നു.

രാവണപുത്രനായ മേഘനാദന്റെ പേരിലും ഒരു ക്ഷേത്രമുണ്ട് സീത അമ്മൻ കോവിലിനടുത്തായി. അവിടെയും ദർശനം നടത്തി വൈകുന്നേരത്തോട് കൂടി ഞങ്ങൾ ശ്രീലങ്കയിലെ 'കൊച്ചു ഇംഗ്ലണ്ട്' എന്ന് വിശേഷിപ്പിക്കപ്പെടുന്ന സാക്ഷാൽ നുവാര എലീയയിലെത്തി. കൊളോണിയൽ ഭരണത്തിന്റെ ഭൂതകാല ശേഷിപ്പുകൾ നിറഞ്ഞു നിൽക്കുന്ന ഉത്തുംഗസ്ഥായിയായ ഒരു സുഖവാസകേന്ദ്രമാണിത്. കാലാവസ്ഥയും ഭൂപ്രകൃതിയും രമണീയമായി കൈ കോർത്തുനിൽക്കുന്ന നുവാര സന്ദർശകരുടെ പ്രിയഭൂമിയായതിൽ അതിശയമേയില്ല എന്ന് തുടർന്നുള്ള കാഴ്ചകൾ ബോധ്യപ്പെടുത്തി.

2015 മാർച്ച്

ചേതോഹരമായ സിംഹളദേശം

നവാര ഏലിയാ

വെയിൽ മാറി തണുപ്പിന്റെ പിടിയിലമരാൻ വെമ്പുന്ന നവാര ഏലിയയിൽ വൈകുന്നേരം എത്തുമ്പോഴും നീണ്ടൊരു യാത്രയുടെ ആലസ്യമൊന്നും ആർക്കുമില്ലായിരുന്നു. അതങ്ങനെയാണല്ലോ. നല്ല സൗഹൃദത്തിന്റെ തണലിൽ കാഴ്ചകൾക്ക് മധുരം കൂടുമല്ലോ.

ശ്രീലങ്കയിലെ ഏറ്റവും ഉയരംകൂടിയ കൊടുമുടിയായ പിദുരുതലഗലയുടെ തണലിലാണ് 'ശ്രീലങ്കയുടെ മൂന്നാർ' സ്ഥിതിചെയ്യുന്നത്. ഇതൊരു ചെറുനഗരമാണെങ്കിലും പ്രതാപത്തിന്റെ കാര്യത്തിൽ കേമത്തമേറെയാണ്.

പൈൻ മരങ്ങൾ തലയാട്ടിനിൽക്കുന്ന വീഥികൾ, കോളോണിയൽ ശൈലിയിലുള്ള കെട്ടിടങ്ങൾ, ബേക്കർ വെള്ളച്ചാട്ടം, ഗോൾഫ് കോഴ്സ്, ഹോർട്ടൻ നാഷണൽ പാർക്ക്, റേസ് കോഴ്സ്, ചായത്തോട്ടങ്ങൾ, പഴംപച്ചക്കറിത്തോട്ടങ്ങൾ, പുൽമേടുകൾ, പച്ചയും പഴപ്പും ഇടകലർന്ന ഇലച്ചാർത്തുകൾ എല്ലാംചേർന്ന ശ്രീലങ്കയിലെ പ്രസിദ്ധമായ സുഖവാസകേന്ദ്രമാണിത്. 10 ഡിഗ്രിയിൽ താഴെയാണ് ശരാശരി താപനില.

ആകാശത്തിന്റെ അഗാധ നീലിമ പ്രതിഫലിപ്പിക്കുന്ന ഗ്രിഗറി തടാകം. ഈ തടാകത്തിന് ചുറ്റും സ്പന്ദിക്കുന്ന 'കൊച്ചു ഇംഗ്ലണ്ടിലെ' ജനജീവിതം. ഒപ്പം നഗര സന്ദർശകരായെത്തുന്ന ആയിരങ്ങളുടെ അനുഭൂതിവിശേഷങ്ങളും.

കൊളോണിയൽ പ്രതാപത്തിന്റെ ചമയങ്ങളെല്ലാമണിഞ്ഞുനിൽക്കുന്ന ജെറ്റ് വിങ് സെന്റ് ആൻഡ്രൂസ് ഹോട്ടലിലായിരുന്നു താമസം. ഹോട്ടലിന്റെ മുഖ്യകവാടവും ലോബിയും അതീവ ആകർഷകം. പിന്നിലെ

» കൊളംബോ ബീച്ചിൽ

സ്വീകരണമുറിയിൽ തണുപ്പകറ്റാൻ തീച്ചൂള എരിയുന്നു. എതിർഭാഗത്തായി ബില്യാർഡ്സ് റൂമും. സ്നേഹ ഭവ്യരായി ജീവനക്കാരും.

മുറികളൊക്കെ കൃത്യതയോടെ സംവിധാനംചെയ്യപ്പെട്ടതാണ്. ഫർണിച്ചർ, കർട്ടൻ, മേശവിരികൾ, ഷീറ്റുകൾ എല്ലാറ്റിനും തൂവെള്ള നിറം. വെളുപ്പിന്റെ സമഗ്ര സൗന്ദര്യം ഇപ്പോഴാണ് മനസ്സിലായത്.

ജനലുകളിലൂടെ കാണുന്നത് വിശാലമായ പൂന്തോട്ടവും, പുൽത്തകിടിയും ലോണിൽ തീർത്ത പക്ഷിമൃഗാദികളുടെ സുന്ദരശില്പങ്ങളും. ചെലവ് അല്പം കൂടിയാലും, സംഗതി കൊള്ളാം.ഒരു രാത്രി രാജകീയമായി കഴിയാം. ഭക്ഷണം കഴിച്ച് ലോബിയിലൊക്കെ ഉലാത്തി വളരെ വൈകിയാണുറങ്ങിയത്.

പിറ്റേന്നത്തെ പ്രഭാതം കിളിയൊച്ചകൾകൊണ്ടും, മുടൽമഞ്ഞിന്റെ കുളിർമകൊണ്ടും അതീവ സുന്ദരമായിരുന്നു. പുറത്തിറങ്ങിയപ്പോൾ കുളിരും തണുപ്പും പച്ചപ്പുമൊക്കചേർന്നൊരു വിസ്മയാനുഭൂതിയുടെ സുഖമറിഞ്ഞു. പ്രഭാതഭക്ഷണം നേരത്തേ കഴിച്ചു. വൈകാതെ പുറപ്പെട്ടു. വൈകുന്നേരം കൊളോമ്പോയിലെത്തണം. വഴിയിൽ പലയിടത്തും ഇറങ്ങാനുമുണ്ട്.

ചിന്മയാമിഷൻ നിർമിച്ച് പരിപാലിക്കുന്ന ഹനുമാൻ ക്ഷേത്രത്തിലാണ് ആദ്യം ഇറങ്ങിയത്. 10 ഏക്കർ വിസ്തൃതിയുള്ള വലിയൊരു കുന്നിൻ മുകളിലാണ് ക്ഷേത്രം. ക്ഷേത്രം ചെറുതാണെങ്കിലും, ഹനുമാന്റെ ഗ്രാനൈറ്റ് ശിൽപം 16 അടി നീളത്തിൽ നിറഞ്ഞു നിൽക്കുന്നു. ഈ റാംബോഡ കുന്നുകളിലും സമീപ പ്രദേശങ്ങളിലുമാണ് ഹനുമാൻ സീതയെത്തേടി അലഞ്ഞത് എന്ന് വിശ്വസിക്കപ്പെടുന്നു. കുന്നിന് താഴെയായി

» കൊളംബോ നഗര വീഥികൾ

ഒരു ആശ്രമവും അതിഥി മന്ദിരവും ഉണ്ട്. രാമായണകഥാപാത്രങ്ങളുടെ പേരിലാണ് മുറികളോരോന്നും.

കുന്നിന് മുകളിൽനിന്നും ചുറ്റും നോക്കുമ്പോൾ കാണുന്ന കോട്ടമാലെ റിസെർവോയറും കോട്ടമാലെ താഴ്വരയും ഒരപൂർവ സുന്ദര ദൃശ്യം തന്നെയാണ്.

അടുത്തത് റാൻവേലിയിലെ സ്പൈസസ് ഗാർഡൻ. ശ്രീലങ്കയിലെ ഔഷധച്ചെടികളുടെയും, സുഗന്ധദ്രവ്യങ്ങളുടെയും വിപുലമായ ശേഖരം. വില കേട്ടാൽ ഞെട്ടും. പക്ഷേ നാരായണൻ ഡോക്ടർ പിന്മാറിയില്ല. കൊണ്ടുപോയി പരീക്ഷിച്ചിട്ടുതന്നെ കാര്യം. വിലയേറിയാലും ഗുണമേന്മയിൽ മെച്ചമാണെന്ന് ബോധ്യപ്പെട്ടപ്പോൾ പിന്നെയൊന്നും നോക്കിയില്ല. ചിലതൊക്കെ പൊതിഞ്ഞു വാങ്ങി. ഞങ്ങൾ സാക്ഷികളായി നിന്നു.

കുറേദൂരം വീണ്ടുമോടിയപ്പോൾ റോഡരികെത്തന്നെ വലിയ ഒരു ടീ ഫാക്ടറി. രാവിലെ തുടങ്ങിയ യാത്രയാണ്. ഒരുകപ്പ് ചായ കുടിക്കാൻ കൊതി തോന്നിയിട്ട് സമയം ഏറെയായിരുന്നു. എല്ലാവരും ചാടിയിറങ്ങി. സുന്ദരിമാർ നിറചിരിയോടെ ഞങ്ങളെ സ്വീകരിച്ചു. ലോബിയിൽ ഇരുത്തി. രസികൻ കപ്പ് നിറയെ കിട്ടി നിറവും മണവും രുചിയുമൊത്ത കട്ടൻ ചായ. മധുരമുള്ള പാൽചായ കുടിച്ച് ശീലിച്ച ഞങ്ങളുടെ രുചിമുകുളങ്ങൾക്ക് വേറിട്ടൊരനുഭവം. എല്ലാവരും ഉന്മേഷഭരിതരായി. ആവേശം തേയില പാക്കറ്റുകൾ വാങ്ങാനുള്ള നീക്കത്തിലവസാനിച്ചു എന്ന് പറഞ്ഞാൽ മതിയല്ലോ. നല്ല സൽക്കാരത്തിന്റെ സ്വാധീനം ഒന്ന് വേറെതന്നെയാണല്ലോ. ശ്രീലങ്കക്കാരെ അതാരും പഠിപ്പിച്ചുകൊടുക്കേണ്ടതില്ല.

തുടർന്നുള്ള യാത്രയിൽ കാൻഡി റോഡിൽ കഡുഗന്നാവാ പാസ്സിലെത്തിയപ്പോൾ അഭിലാഷിന്റെ ശബ്ദമുയർന്നു. ഇടതുഭാഗത്തു അങ്ങ് ദൂരെ അതാ ദീർഘചതുരാകൃതിയിൽ തുറന്നുവെച്ച ഒരു പുസ്തകംപോലെ ഒരു വലിയ പാറ ഉയർന്നുനിൽക്കുന്നു. സിംഹള ഭാഷയിൽ ബത്തലിഗാല അഥവാ 'ബൈബിൾ റോക്ക്'. കാലങ്ങളായി കവികളെയും ചിത്രകാരന്മാരെയും പ്രചോദിപ്പിച്ചുകൊണ്ടിരിക്കുന്ന പ്രകൃതിയുടെതന്നെ ഒരപൂർവ്വനിർമിതി.

അവിടെ കയറി എത്തുക ശ്രമകരമായ കാര്യമാണ്.

പ്രധാന പാതയിൽനിന്നും വഴി മാറി സഞ്ചരിച്ച്, പിന്നെ കുത്തനെയുള്ള കയറ്റമൊക്കെ നടന്നു കയറി ഒടുവിൽ പടികളേറെ ചവുട്ടിക്കയറി വേണം പാറമുകളിൽ എത്താൻ.

നമുക്ക് ഈ 'ദൈവിക പാറ'യുടെ രൂപഭംഗി അകലെ നിന്ന് ആസ്വദിക്കാം. മേലെനിന്നുള്ള സുന്ദരമായ കാഴ്ച പക്ഷേ നമുക്ക് വിധിച്ചിട്ടില്ല.

പതിനാറാം നൂറ്റാണ്ടിന്റെ അവസാന പാദത്തിൽ കാൻഡി പോർച്ചുഗീസ് അധീനതയിലായിരുന്നല്ലോ. അക്കാലത്ത് സിംഹളർ കെഗെല്ലെ താഴ്വരയും കഡുഗന്നാവാ പാസ്സുമൊക്കെ നിരീക്ഷിക്കാൻ ഗോപുരങ്ങൾ പണിതത് ഈ പാറക്കൂട്ടങ്ങളിലായിരുന്നു.

കൊളോമ്പോയിലെത്തുമ്പോൾ വൈകുന്നേരമായി. ഹർബാറിനടുത്തുള്ള ഗ്രാൻഡ് ഓറിയന്റ് ഹോട്ടലിലാണ് താമസമൊരുക്കിയിരിക്കുന്നതു. 1837 ൽ സ്ഥാപിക്കപ്പെട്ട പഴയ ഹോട്ടൽ. ലോബിയും റിസെപ്ഷനും പഴയൊരു ബ്രിട്ടീഷ് ബംഗ്ലാവിന്റെ സ്വീകരണമുറിപോലെ ഗംഭീരം. മുറികൾക്കിടയിലെ വിസ്താരമേറിയ കോറിഡോർ അന്നത്തെ രൂപകല്പനയുടെ ചാരുതയായി തോന്നി.

» ബെൻടോട്ടോ നദിയിലെ കണ്ടലുകൾക്കരികെ മുതലകുഞ്ഞുങ്ങളുമായി ഒരു സല്ലാപം.

» ഇൻഡിപെൻഡൻസ് മെമ്മോറിയൽ ഹാൾ

പിറ്റേന്ന് കാലത്തു ഒരു വെറും ചായ കഴിക്കാൻ ഹോട്ടലിന്റെ മൂന്നാം നിലയിലെ ഡൈനിങ്ങ് ഹാളിൽ വന്നപ്പോൾ താഴെ കാണുന്ന ശ്രീലങ്കൻ ഹാർബർ ഹൃദ്യമായ മറ്റൊരു ദൃശ്യാനുഭവമായി മാറി. വലിയ കപ്പലുകൾ നിരനിരയായി നിൽക്കുന്നു. അവയിൽനിന്നും ക്രയിനുകൾ വഴി സാധനങ്ങൾ ഇറക്കി അട്ടക്കി വെയ്ക്കുന്നു. യന്ത്രസാമഗ്രികളുടെ സഹായത്തിലാണ് പണികൾ ഏറെയും.

കാലത്തെ യാത്ര ബെൻടോട്ടയിലേക്കാണ്. കൊളോമ്പോയിൽ നിന്നും ഏകദേശം 65 കി.മീ. മാറിയുള്ള ഒരു കടലോരനഗരമാണ് ബെൻടോട്ട. പ്രാദേശികമായി ഒരു വിമാനനിലയവും, ലോകോത്തര റിസോർട്ടുകളും, ജലവിനോദങ്ങൾക്കുള്ള സൗകര്യവുമൊക്കെ ഈ നഗരത്തെ തിരക്കുള്ളൊരു വിനോദസഞ്ചാര കേന്ദ്രമാക്കുന്നു.

ഇവിടെയാണ് വംശനാശഭീഷണി നേരിടുന്ന കടലാമകളെ സംരക്ഷിക്കാനും അവയുടെ പ്രജനനം പ്രോത്സാഹിപ്പിക്കാനും വേണ്ടിയുള്ള ടർട്ടിൽ ഹാച്ചറി & ബ്രീഡിങ് സ്റ്റേഷൻ. ശ്രീലങ്കൻ വന്യജീവി മന്ത്രാലയം പ്രാദേശിക തീരദേശ സംഘങ്ങളുമായി ചേർന്നാണ് പദ്ധതി നടപ്പാക്കുന്നത്.

അഞ്ച് ജാതി കടലാമകളെ, മുട്ടയിൽ നിന്നും വിരിഞ്ഞു വരുന്നത് മുതൽ പൂർണ വളർച്ചയെത്തുന്നതുവരെ പരിപാലിച്ച് കടലിലേക്ക് തന്നെ തിരിച്ചുവിടുന്നു. സ്വകാര്യ സംരംഭകരും ഈ ദൗത്യത്തിൽ സക്രിയമായ പങ്ക് വഹിക്കുന്നു.

തുടർന്ന് ഞങ്ങൾ പോയത് ബെൻടോട്ടാ നദിയോട് ചേർന്നുള്ള ബോട്ടിംഗ് പോയിന്റിലേക്കാണ്. കണ്ടൽ കാടുകളുടെ ആവാസ വ്യവസ്ഥയിലൂടെയുള്ള ബോട്ട് യാത്ര നല്ലൊരനുഭവമായിരുന്നു.

» ബെയ്റ തടാകത്തിലെ ബുദ്ധ ക്ഷേത്രം- സീമ മലക.

തീരത്തെ സംരക്ഷിച്ചുകൊണ്ട്, ജൈവവൈവിധ്യത്തെ നിലനിർത്തി കണ്ടൽകാടുകൾ വലിയൊരു ജൈവനിയോഗം പൂർത്തിയാക്കുന്ന സസ്യജാതികളത്രെ.

ഈ യാത്രയിൽ ബോട്ട് ഒരു കടവിലടുത്തപ്പോൾ ഒരാൾ മുതല കുഞ്ഞുങ്ങളുമായിട്ടാണ് ഞങ്ങളെ സ്വാഗതം ചെയ്തത്. ചെറിയൊരു 'ടിപ്' കൊടുത്താൽ മുതലകുഞ്ഞുങ്ങളെ തൊട്ടുതലോടി ഓമനിക്കാനും ചേർത്തുപിടിക്കാനും നമുക്കവസരം തരും. അതയാൾ കണ്ടെത്തിയ ഒരു ജീവനോപാധി. നിരവധി ജന്തുക്കളെ കൈകാര്യംചെയ്ത എനിക്ക് നല്ലൊരവസരം. ഞാനത് മുതലാക്കി.

ഉച്ചഭക്ഷണവും കഴിഞ്ഞ് ഞങ്ങൾ കൊളോമ്പോയിലേക്ക് തന്നെ മടങ്ങി. വെയിൽ ചാഞ്ഞപ്പോൾ ബീച്ചിലെത്തി. കടലിൽനിന്നും നല്ലോണം ഉയർത്തിക്കെട്ടിയ പ്ലാറ്റ്ഫോമുകൾ. കോൺക്രീറ്റിൽ ഗ്രാനൈറ്റ് പാകിയ ഇരിപ്പിടങ്ങൾ. ഏറ്റവും പിറകിലായി വരിവരിയായി വൃത്തിയും ഭംഗിയുമുള്ള കൊച്ചു കൊച്ചു കടകൾ. തൊട്ടു പിറകിൽ വാഹനസമൃദ്ധമായ റോഡും. പ്ലാറ്റ്ഫോമിൽനിന്നും പൂഴിപ്പരപ്പിലേക്കും തിരമാലച്ചാർത്തിലേക്കും ഇറങ്ങാൻ പ്രത്യേകം പടികൾ. ചിലയിടങ്ങളിൽ പ്ലാറ്റ്ഫോമിന്റെ തുടർച്ചകൾ കുറെ ദൂരം കടലിലേക്കുതന്നെ നീണ്ടുപോകുന്നു. അതുവഴി പോയാൽ കടലിനെ കൈഎത്തിപ്പിടിക്കാം. കടൽകാറ്റിന്റെ വന്യമായ താളം ചെവിയിൽ ഒരു മുഴക്കമായി അനുഭവപ്പെടും.

സൂര്യൻ അസ്തമിക്കുന്നതുവരെ ഞങ്ങൾ ബീച്ചിൽ ഇരുന്നു.

വൈദ്യുത ദീപപ്രഭയിൽ കുളിച്ച് നിൽക്കുന്ന ബീച്ചിൽ ഇരുട്ട് പരക്കുന്നത് അറിയുന്നതേയില്ല. ഇനി കൊളംബോ നഗര സന്ദർശനം.

കൊളംബോ നല്ലൊരു നഗരംതന്നെയാണ്. കൊളോണിയൽ ഭരണകാലത്തെ ശില്പഭംഗി തികഞ്ഞ കെട്ടിടങ്ങളെല്ലാം നന്നായി

നിലനിർത്തിയിരിക്കുന്നു. വീതികൂടിയ റോഡുകൾ. വൃത്തിയുള്ള നടപ്പാതകൾ. പാതയോരത്തൊക്കെ വലിയ മരങ്ങളും സമൃദ്ധമായ പച്ചപ്പും. ഡിവൈഡറുകളിലെല്ലാം കടും വർണങ്ങളിൽ നിറയെ പൂക്കൾ. കവലകളിലെ ദിശാ പീഠങ്ങൾക്ക് ചുറ്റും കൺകുളിർക്കെ ജലധാരകൾ.

ഇൻഡിപെൻഡൻസ് മെമ്മോറിയൽ, ടൌൺ ഹാൾ, ഗംഗ രാമയ്യ ടെമ്പിൾ, പ്രധാനമന്ത്രിയുടെ ബംഗ്ലാവ്, പ്രസിഡന്റിന്റെ കൊട്ടാരം, അമേരിക്കൻ എംബസി, നേവി ആസ്ഥാനം. ഇവയൊക്കെ വാഹനത്തിലിരുന്നുകൊണ്ട് കാണാനേ പറ്റിയുള്ളൂ. കർശനസുരക്ഷയുള്ള സ്ഥലങ്ങളായതിനാൽ അടുത്ത് പോകാൻ ഒക്കില്ല. കലയും സാങ്കേതിക മേന്മയും ഒരുമിക്കുന്ന കെട്ടിട സമുച്ചയങ്ങൾ കൺനിറയെ കണ്ടു.

റൂമിൽ തിരിച്ചെത്തി വിശ്രമിക്കാനൊന്നും നിന്നില്ല, നേരെ ഷോപ്പിംഗിന് പോയി. ശ്രീലങ്കൻ ഹാൻഡിക്രാഫ്റ്റ്സ് എംപോറിയം കൊള്ളാമെങ്കിലും വിലയൊക്കെ വളരെ കൂടുതലാണ്. വിലപേശി കുറച്ചൊക്കെ വാങ്ങി. മുറിയിലെത്തുമ്പോൾ വൈകി. നല്ലൊരു യാത്രയുടെ അനുഭവം ഊർജ്ജമായി നിൽക്കുന്നതിനാൽ ഒരു ക്ഷീണവും തോന്നിയില്ല.

പിറ്റേന്ന് കാലത്തുണർന്ന് ഉഷയും ഞാനും ഒരു പ്രഭാത സവാരി നടത്തി. തലേന്ന് രാത്രി പോയ വഴികളിലൂടെ അല്പദൂരം. പ്രസിഡന്റിന്റെ കൊട്ടാരവീഥിയിലൂടെ കടൽതീരം വരെ. ഇന്നലെ കണ്ട ദൃശ്യങ്ങളൊക്കെ പ്രഭാതസൂര്യന്റെ കുളിർവെളിച്ചത്തിൽ കണ്ടപ്പോൾ ഒരു വ്യത്യസ്തത തോന്നാതിരുന്നില്ല. കാലവും സന്ദർഭവും കാഴ്ചകളുടെ രൂപവും ഭാവവും, ആഴവും പരപ്പും മാറ്റുമെന്ന് എവിടേയോ വായിച്ചതോർമ്മവന്നു. കണ്ണ് കൊണ്ടാണ് കാണുന്നതെങ്കിലും എല്ലാം നമ്മുടെ മനസ്സിലാണല്ലോ പതിയുന്നത്. മനസ്സാണല്ലോ എല്ലാം രചിക്കുന്നതും സംശ്ലേഷണം

» കൊളോണിയൽ വാസ്തുശൈലിയുടെ നേർക്കാഴ്ചകൾ

» പഴയ പാർലിമെന്റ് മന്ദിരം

ചെയ്യുന്നതും അനുഭവവേദ്യമാക്കുന്നതും. കാലവും സമയവും അവയെ സ്വാധീനിക്കുമല്ലോ. റൂമിൽ തിരിച്ചെത്തി വേഗം പാക്ക് ചെയ്തു. പ്രഭാതഭക്ഷണവും കഴിഞ്ഞ് നേരെ വിമാനത്താവളത്തിലേക്ക് യാത്ര.

ചരിത്രവും, ഇതിഹാസവും, ആചാരവും, വിശ്വാസവും എല്ലാം രസനീയമായി ഇഴചേർന്ന ശ്രീലങ്കയിലൂടെ അഞ്ചുനാൾ ഞങ്ങൾ സഞ്ചരിക്കുകയായിരുന്നു. അല്ല, പോരാട്ടങ്ങളുടെയും ശാന്തതയുടെയും ബാക്കിപത്രമായ നാടിന്റെ സൗന്ദര്യവും സൗഭാഗ്യവും കോരിയെടുത്താസ്വദിക്കുകയായിരുന്നു. അപൂർണമായിരുന്നു കാഴ്ചകൾ എന്നതും എത്തിപ്പെടാത്ത പ്രദേശങ്ങൾ വേറെയുണ്ടെന്നതും സത്യം. എങ്കിലും കാടും കടലും കടലോരവും, കുന്നും മലയും താഴ്വാരങ്ങളും, നാടും നഗരവും നേരുള്ള മനുഷ്യരും ചേർന്ന ഈ സവിശേഷ ഭൂപ്രദേശത്തിന്റെ പ്രതിരൂപദർശനം സാധ്യമായത് ഒരപൂർവ ഭാഗ്യമായി കരുതാനാണ് എനിക്കിഷ്ടം. കാഴ്ചകളും അനുഭവങ്ങളും സാമാന്യവൽക്കരിച്ചാൽ ദേശാടകർക്കും സൗന്ദര്യാസ്വാദകർക്കും ഓർമയിൽ മായാതെ പതിയുന്ന മധുരസ്മരണകളുടെ നാടാണ് ശ്രീലങ്ക.

നെടുമ്പാശ്ശേരിക്കുള്ള വിമാനം പറന്നുയരുമ്പോൾ, ശ്രീലങ്ക ഒരു വിദൂരദൃശ്യമായി മാറുമ്പോൾ മനസ്സുപറഞ്ഞു... കാണാൻ ബാക്കിയേറെയുണ്ടെങ്കിലും കണ്ടറിഞ്ഞവയുടെ നക്ഷത്രശോഭ എത്ര മനോഹരം...

2015 മാർച്ച്

അതിഥികൾ ദൈവങ്ങളാകുന്ന നാട്ടിൽ

ഒരു ചായ കുടിക്കാൻ 1800 റുപിയ. ഒരു ടീഷർട്ട് വാങ്ങണമെങ്കിൽ 54000 റുപിയ.ഒരു പകൽ സഞ്ചരിക്കാൻ ടാക്സി കൂലി നാല് ലക്ഷം റുപിയ. കണ്ണ് തള്ളിപ്പോകുന്ന ചെലവാണിതെന്നതിൽ ഒരു സംശയവുമില്ല. സഞ്ചാരികളുടെ സ്വർഗ്ഗമെന്ന് വിശേഷിക്കപ്പെടുന്ന നാട്ടിൽ പോയ്‌വരുമ്പോഴേക്ക് കീശ കാലിയാകുമെന്ന് തോന്നുക സ്വാഭാവികം.

പക്ഷേ നമ്മുടെ ആയിരം രൂപ കൊടുത്ത് കറൻസി മാറ്റിയെടുത്താൽ ഒരു വലിയ ചാക്കിൽ നിറക്കാൻമാത്രം നോട്ടുകൾ കിട്ടും.

ഇത് ബാലിയാണ്. സുമാർ 4000 മൈലുകൾക്കപ്പുറത്ത് കേരളത്തിന്റെ കണ്ണാടിക്കാഴ്ച്ചപോലെ ഒരു ദേശം. ഇന്ത്യൻ മഹാസമുദ്രവും ഉത്തര ശാന്തസമുദ്രവും ചേരുന്ന കടലിടുക്കിൽ പൊങ്ങിക്കിടക്കുന്ന 17000 ദ്വീപുകളുടെ സമൂഹമായ ഇന്തോനീഷ്യയുടെ പ്രസിദ്ധമായ പവിഴദ്വീപ്. ഇന്തോനേഷ്യയിലെ നാണയപ്പെരുപ്പം അവരുടെ നോട്ടുകളെയും നാണയങ്ങളെയും വിലയില്ലാതാക്കിയെങ്കിലും അതിഥികളെ എങ്ങനെ സൽക്കരിക്കാമെന്നും, വിനോദസഞ്ചാരംകൊണ്ട് ഒരു നാട് എങ്ങനെ പുലരാമെന്നും ഭംഗിയായി കാണിച്ചുതരുന്ന പ്രകൃതിസുന്ദരമായ ഈ പ്രദേശം. നമ്മുടെ ഒരു രൂപ ഇവരുടെ 180 റുപിയക്ക് തുല്യം. തീർച്ചയായും ഒരു ചായക്ക് നമ്മുടെ 10 രൂപ. അപ്പോൾ നാട്ടിലെ ചെലവിൽ ഇവിടെ പൊറുക്കാം. പുതിയ കാഴ്ചകളും കാണാം.

ലോകത്ത് ഏറ്റവും കൂടുതൽ മുസ്ലിം ജനസംഖ്യയുള്ള ഇൻഡൊനീഷ്യയിലെ ഏക ഹിന്ദുഭൂരിപക്ഷ പ്രദേശമാണ് ബാലി. വിസ്തൃതിയിൽ കേരളത്തിന്റെ ആറിലൊന്നേ ഉള്ളൂ. എന്നാൽ ജനസംഖ്യയിൽ നമ്മെ മറികടക്കും.

» തീർത്ഥ എംപുൾ വിഷ്ണു ക്ഷേത്രം

2014 ലെ കണക്കനുസരിച്ച് 4.25 കോടി. മറ്റൊരു വിശേഷം കൂടിയുണ്ട്. ജ്വാലാമുഖികളുടെ നാടാണ് ബാലി. ഇപ്പോഴും പുകഞ്ഞുകൊണ്ടിരിക്കുന്ന അഗ്നിപർവ്വതങ്ങൾ ഇവിടെ കാണാം.

കൊച്ചിയിൽനിന്നും കോലാലംപൂർ വഴി ഡെൻപസാർ വിമാനത്താവളത്തിന് മുകളിലെത്തുമ്പോൾ ഒരു മരതക ചേലപോലെ ബാലി. വിമാനം താഴുമ്പോൾ ആഴിയുടെ നീലപ്പരപ്പിൽ പച്ച തുരുത്തുകൾപോലെ 'തങ്കമേനിക്കാരായ മങ്കമാരുടെ നാട്'. കടൽക്കരയിലാണ് വിമാനത്താവളം. കടലിലേക്ക് ഇറങ്ങിനിൽക്കുന്ന റൺവേ. കടലിലേക്ക് ഊളിയിടുന്ന വലിയൊരു പക്ഷിയേപ്പോലെ വിമാനം ലാൻഡ് ചെയ്യുന്നു. ടൂറിസത്തെ പ്രോത്സാഹിപ്പിക്കുന്നതിന്റെ ഭാഗമായി ബാലിയിൽ 'വിസ ഓൺ അറൈവൽ' സംവിധാനമാണ്. അൽപ്പസമയം ഇമിഗ്രേഷൻ കൗണ്ടറിൽ ചെലവഴിക്കണമെന്ന് മാത്രം. ഡെൻപസാർ വിമാനത്താവളത്തിൽനിന്നും ബീച്ച് ടൂറിസത്തിന് പേര് കേട്ട കുട്ടയിലേക്കാണ് ആദ്യം പോയത്. അവിടെ ഹോട്ടൽ സീസ്റ്റയിലായിരുന്നു താമസം ഏർപ്പാടാക്കിയിരുന്നത്. വാച്ചിലെ സമയം ക്രമീകരിച്ചു. നമ്മുടെ സമയത്തേക്കാൾ രണ്ടര മണിക്കൂർ മുന്നിലാണ് സമയക്രമം.

പഞ്ചനക്ഷത്ര ഹോട്ടലുകൾ മുതൽ പ്രാദേശിക ഹോം സ്റ്റേകൾവരെയുള്ള വൈവിധ്യപൂർണമായ താമസ സൗകര്യങ്ങൾ ഇവിടെ ലഭ്യമാണ്. ഞങ്ങൾ ചേക്കേറിയ ഹോട്ടൽ സീസ്റ്റ ആധുനിക സൗകര്യങ്ങളെല്ലാമുള്ള ഹോട്ടലാണ്. ലക്ഷണമൊത്ത ബാലിനീസ്സ് ഭക്ഷണവും സുഖചികിത്സാ സൗകര്യങ്ങളുമൊക്കെയായി സന്ദർശകരെ ചേർത്തുനിർത്തുന്ന സീസ്റ്റാ.

എസ്. കെ. പൊറ്റക്കാട് കണ്ട ബാലിയല്ല ഇന്ന് നാം കാണുന്ന ബാലി. സുദീർഘമായ 67 വർഷങ്ങൾ കടന്നുപോയിരിക്കുന്നു. ബാലി വല്ലാതെ മാറിയിരിക്കുന്നു. സാംസ്കാരികത്തനിമ നിലനിർത്തുമ്പോഴും നാടിന്റെ സാമൂഹ്യ സാഹചര്യങ്ങളും സമ്പദ്വ്യവസ്ഥയും ടൂറിസം മേഖലയും വലിയ മാറ്റങ്ങൾക്ക് വിധേയമായിരിക്കുന്നു. പഴമയുടെ സ്പർശമുള്ളതെങ്കിലും, വൃത്തിയും വെടിപ്പുമുള്ള കെട്ടിടങ്ങൾ, അസ്സൽ റോഡുകൾ, തടസ്സമില്ലാതെ നീങ്ങുന്ന വാഹനങ്ങളുടെ നിര, സ്കൂട്ടി

പോലുള്ള ഇരുചക്രവാഹനങ്ങളിൽ സഞ്ചരിക്കുന്ന മധ്യവർഗം. ഡോക്കർ എന്ന് വിളിപ്പേരുള്ള കുതിരവണ്ടികളും ധാരാളം കാണാം. വർണശബളവും ആത്മീയതയും നിറഞ്ഞ ദൃശ്യഭംഗികൾ. എവിടെ നോക്കിയാലും ക്ഷേത്രങ്ങൾ. എങ്ങോട്ട് തിരിഞ്ഞാലും ഹോട്ടലുകൾ, റിസോർട്ടുകൾ, ഹോം സ്റ്റേകൾ. ശുദ്ധ സംസ്കൃതത്തിൽ നമസ്തേയും ശുഭം അസ്തുവും മൊഴിയുന്ന ചന്ദനക്കുറിയിട്ട ബാലി സുന്ദരികൾ.

റെസ്റ്റോറന്റുകൾ, രുചി വൈവിധ്യങ്ങൾ. തദ്ദേശീയ നൃത്ത സംഗീത വിരുന്നുകളാൽ സാന്ദ്രമാവുന്ന രാവുകൾ. സൗമ്യതയും പ്രസന്നതയും കൊണ്ട് സന്ദർശകരുടെ മനം നിറക്കുന്നവർ. അതെ, ബാലിക്കാർ സ്വന്തം രാജ്യംതന്നെ ഒരു കാഴ്ചവസ്തുവായി മാറ്റിയിരിക്കുന്നു. ഏത് തരക്കാർക്കും അനുയോജ്യമാകുന്ന സൗകര്യങ്ങൾ ഒരുക്കി ബാലി കാത്തിരിക്കുന്നു. പ്രതിവർഷം 15 ദശലക്ഷത്തിലേറെ സന്ദർശകർ വന്നെത്തുന്ന ലോകത്തെ ഏറ്റവും വലിയ വിനോദ സഞ്ചാര കേന്ദ്രമായി മാറിയിരിക്കുന്നു ഇന്ന് ബാലി. തൊള്ളായിരത്തി എഴുപതുകൾ വരെ കാർഷികമേഖലയായിരുന്നു നാടിന്റെ നട്ടെല്ല്. പക്ഷേ ഇന്ന് രാജ്യത്തിന്റെ സമ്പദ്ഘടനയുടെ 80 ശതമാനവും ടൂറിസവും അതുമായി ബന്ധപ്പെട്ട പ്രവർത്തനങ്ങളിൽ നിന്നുമുള്ള വരുമാനമാണ്.

അഴകും ആർഭാടവും പണവും പകിട്ടും തികഞ്ഞ ടൂറിസം ബാലിയുടെ മുഖമുദ്രയായി മാറിയിരിക്കുന്നു. എന്തും ചടുലം. ഉത്സാഹഭരിതം. ആരിലും നിറഞ്ഞചിരി. കൊച്ചുകൊച്ചു ധാരാളിത്തങ്ങളും.

ടൂറിസത്തോടനുബന്ധിച്ച് മസ്സാജ്പാർലറുകളും സ്പാകളും തഴച്ചുവളർന്നിരിക്കുന്നു. ഉഴിച്ചിലും നസ്യവും ധാരയും പോലെയുള്ള സുഖചികിത്സാ പദ്ധതികളും സർവത്ര നടക്കുന്നു. ഇതൊക്കെയാണെങ്കിലും പട്ടായയോ മക്കാവോ പോലെയോ അല്ല ബാലി. ഉടൽ വ്യാപാരത്തിന്റെ വശീകരണം ഇവിടെ ഇല്ലതന്നെ. സഞ്ചാരിയുടെ മനസ്സും ശരീരവും സ്വസ്ഥമാക്കുന്ന ഒരു ദിവ്യ ഔഷധം പോലെ ടൂറിസം. ഒരിക്കൽ വന്നവരെ

» ബാലിയിലെ വീടുകൾ

» പിറ്റാന നദീതീരത്തെ ഗോവാ ഗാജ

വീണ്ടും വരാൻ പ്രേരിപ്പിക്കുന്ന അതിഥി സൽക്കാരം, ആതിഥേയ സംസ്കാരം.

ടൂറിസത്തിനു വേണ്ടി അണിഞ്ഞൊരുങ്ങിയ ബാലി ഇങ്ങനെയൊക്കെയാണെങ്കിലും പാരമ്പര്യത്തെ മുറുകെ പിടിക്കുന്ന ഭൂമികയാണ് ഈ മണ്ണ്. കൃഷിയിടങ്ങളിലും, ക്ഷേത്രസമുച്ചയങ്ങളിലും, വീടുകളിലും പാരമ്പര്യശൈലി ഇന്നും തുടരുന്നു. സ്വന്തം പൈതൃകത്തെ ഒരിക്കലും തള്ളിപ്പറയാത്ത ജനത. ഉത്സവങ്ങളും പൂജകളുമില്ലാത്ത ദിനങ്ങൾ ഇല്ലെന്നതാണ് വാസ്തവം. ഗൃഹനിർമ്മാണവും ക്ഷേത്രോദ്ഘാടനയും ചടങ്ങുകളും താളവാദ്യങ്ങളും കർമ്മികളുടെ വേഷഭൂഷാദികളുമെല്ലാം വേറിട്ട തനത് ശൈലിയിൽ. ചെറിയ ഒറ്റമുറികൾ പ്രത്യേകം പണിത് ചേർത്തുവെച്ച വീടുകൾ. കാവും കുളവും കറുകപ്പുല്ലും കമുകും ഒന്നിക്കുന്ന തൊടികൾ. വീടുകളിലും വഴിവക്കിലും ക്ഷേത്രമതിൽക്കെട്ടിനകത്തും വിവിധ വർണ്ണത്തിലുള്ള ചെമ്പകപ്പൂമരങ്ങൾ. ചെമ്പകം അഥവാ ജപൂൺ ബാലിയുടെ ദേശീയ പുഷ്പം കൂടിയാണ്. വിശാലമായ നെൽവയലുകൾ, വാഴയുടെയും പപ്പായയുടെയും തോട്ടങ്ങൾ, വേലികളിൽ നമ്മുടെ ശീമക്കൊന്നപോലെയുള്ള മരങ്ങൾ, തണൽമരങ്ങൾ നിറഞ്ഞ പൊതുവഴികൾ. ഹരിത സുന്ദരമായ ഉൾനാടൻ ഗ്രാമങ്ങൾ കേരളത്തെ തീർത്തും ഓർമ്മിപ്പിക്കുന്നു.

കടൽത്തീരങ്ങൾ

കടലുമായി ബന്ധപ്പെട്ട് എല്ലാമുണ്ട് ബാലിയിൽ. വെള്ളത്തിനടിയിലെ ഓഷ്യൻ വാക്ക് മുതൽ ഡോൾഫിനുകളുമൊത്തുള്ള അത്താഴം വരെ. റാഫ്റ്റിങ്, പാരാസെയ്‌ലിംഗ്, വാട്ടർ സ്കയിങ്, അണ്ടർ വാട്ടർ സ്ക്കൂട്ടർ, ക്രൂയിസ് യാത്രകൾ അങ്ങനെ അങ്ങനെ അഭിരമിപ്പിക്കുന്ന ജലകേളികളുടെ ആഘോഷാരവങ്ങൾ. കടൽ തീരങ്ങളിലിരുന്ന് കടൽ ഭക്ഷണം കഴിക്കാം. അനന്തമായ നീലജല വിശാലതയെനോക്കി അടങ്ങിയിരിക്കാം. ലോകം കടലിലും കടൽക്കരയിലും ആർത്തുല്ലസിക്കുന്നത് ഉൾത്തുടിപ്പോടെ കണ്ടിരിക്കാം.

ജിമ്പാരൻ ബീച്ചിലെ സായാഹ്നം അവിസ്മരണീയമായിരുന്നു. ശരിക്കും കടലൊരു ലഹരിയായി മാറുന്ന അവസ്ഥ. അതിവിശാലമായ ബീച്ചിൽ നിറയെ സന്ദർശകരാണ്. ഇളം മഞ്ഞനിറമുള്ള മണൽത്തരികൾ. വൃത്തിയായി പരിപാലിച്ചിരിക്കുന്ന കടലോരം.

വെയിലൊട്ടുങ്ങി സൂര്യവെളിച്ചം മങ്ങുമ്പോഴേക്കും കമഴ്ത്തിവെച്ച കൊച്ചുകൊച്ചു ചില്ല് താഴികകുടങ്ങൾക്കുള്ളിൽ നൂറ് കണക്കിന് മെഴുകുതിരിനാളങ്ങൾ തെളിഞ്ഞു. മധുവിധു ആഘോഷിക്കാനെത്തിയവർ മങ്ങിയ വെളിച്ചത്തിൽ തിളങ്ങുന്ന വേഷവുമണിഞ്ഞ് പ്രത്യേകം വേർതിരിച്ച ഇടങ്ങളിൽ മുത്തുക്കുടകൾക്ക് കീഴെ ക്ഷണിതാക്കളായി എത്തി. ക്യാമറകളുടെ ഫ്ലാഷ് ലൈറ്റുകൾ പ്രഭ ചൊരിഞ്ഞുകൊണ്ടേയിരുന്നു. കാറ്റിന്റെ താളവും തിരകളുടെ ആരവവും അകമ്പടിയായി നിന്നു. സ്നേഹ സംഗീത ധ്വനിയുയർന്നു. കാൽപ്പനികമായ അന്തരീക്ഷത്തിൽ യുവദമ്പതിമാർക്ക് വ്യത്യസ്തമായ ഒരു മെഴുതിരിയത്താഴം.

കടൽ തീരത്ത് അൽപ്പം മാറി സജ്ജീകരിച്ചിരിക്കുന്ന പ്രത്യേക ഇരിപ്പിടങ്ങളിൽ മുൻകൂട്ടി ബുക്ക് ചെയ്തവർക്കെല്ലാം കടൽവിഭവങ്ങൾ ചേർന്ന സമൃദ്ധമായ അത്താഴം. പുതിയ രുചിഭേദങ്ങൾ. രുചിക്കൂട്ടുകൾ.

» ഉലും ദാനു ക്ഷേത്രതടാകത്തിൽ അർച്ചന ചെയ്യുന്ന ബാലി വനിതകൾ.

താളവാദ്യങ്ങളുടെ അകമ്പടിയോടെ ബാലിയുടെ പരമ്പരാഗത നൃത്തരൂപങ്ങൾ. മനസ്സൊരു മയിൽപ്പീലിയായി കടൽക്കാറ്റിൽ അങ്ങനെ പറന്നുനടന്ന നിമിഷങ്ങൾ. ഓർമ്മയിൽ സൂക്ഷിക്കാൻ സാന്ദ്രമായൊരു കടലോര സായാഹ്നം.

തുറമുഖ നഗരമായ സിംഗരാജക്കടുത്തുള്ള ലോവിനോയിലെ താമസവും ആഹ്ലാദകരമായ കടലോരക്കാഴ്ചകൾക്ക് മറ്റൊരവസരമായി. കൊളോണിയൽ ഡച്ച് കാലത്തിന്റെ ബാക്കിപത്രങ്ങളായ കെട്ടിടങ്ങൾ കൗതുകമായി തോന്നി. കടൽത്തീരത്തെ ആദിത്യ ബീച്ച് റിസോർട്ടിലായിരുന്നു ഞങ്ങൾ തങ്ങിയത്. ചുറ്റും കടലും കാറ്റും. കാറ്റിലിളകുന്ന ഇലകളുടെ മർമ്മരമല്ലാതെ മറ്റ് ശബ്ദങ്ങളൊന്നുമില്ല. കോട്ടജുകൾക്കിടയിലെ മരങ്ങളും പുൽത്തകിടിയും ശില്പങ്ങളും ജലധാരകളും സുഖദമായ ഒരു വിശ്രാന്തി പ്രദാനം ചെയ്യുന്ന അനുഭവമായി മാറി.

പിറ്റേന്നത്തെ ഡോൾഫിൻ ടൂർ ആവേശകരമായിരുന്നു. നേരം പുലരുന്നതിന് മുമ്പ് തന്നെ ഞങ്ങൾ ബോട്ടിൽ ഉൾക്കടലിലെത്തി. ക്ഷമയോടെ കാത്തിരുന്നു. ഡോൾഫിനുകൾ അവയുടെ സ്വാഭാവികമായ ആവാസ വ്യവസ്ഥയിൽ മദിച്ച് പുളയുന്ന കാഴ്ച. ജലവിതാനത്തിൽനിന്നും മുകളിലേക്ക് കുതിച്ചുയരുന്ന ഡോൾഫിൻ കൂട്ടങ്ങളെ മറക്കാനാവുന്നില്ല.

ക്ഷേത്രങ്ങൾ

ബാലി ദ്വീപ് സത്യത്തിൽ ഒരു ക്ഷേത്രനഗരിയാണ്. ക്ഷേത്രത്തിന് പുര എന്നാണ് ബാലിയിൽ പറയുന്നത്. പൗരാണിക വാസ്തു ശിൽപ്പ വൈഭവത്തിന്റെ കേദാരമായി ക്ഷേത്ര സമുച്ചയങ്ങൾ. മനോഹരമായ ചുമർചിത്രങ്ങളും ശില്പനിർമിതികളും കൊണ്ട് അലംകൃതമായ ചുമരുകൾ ക്ഷേത്രങ്ങളെ കൂടുതൽ പ്രിയതരമാക്കുന്നു. സാഗരക്ഷേത്രങ്ങൾ, പർവത ക്ഷേത്രങ്ങൾ, ഗൃഹാനുബന്ധ ക്ഷേത്രങ്ങൾ, വഴിയരികിലും പൊതു ഇടങ്ങളിലും ക്ഷേത്രങ്ങൾ. രാമനെയും കൃഷ്ണനെയും ശിവനെയും നാരായണനെയുമൊക്കെ ആരാധിക്കുന്ന ജനങ്ങൾ.

വൈക്കോൽ മേഞ്ഞ പഴമയുടെ പ്രതീകമായ അമ്പലക്കെട്ടുകളും കണ്ടു... ബാലി ക്ഷേത്രങ്ങളിൽ പൂജകൾ ശ്രീകോവിലിനുള്ളിൽ മാത്രമൊതുങ്ങുന്നില്ല. ക്ഷേത്രക്കെട്ടിനുള്ളിൽ എവിടേയും പൂജകൾ നടക്കുന്നു. ദിവസങ്ങളും ആഴ്ചകളും നീളുന്ന ഉത്സവങ്ങൾ നടക്കുന്നു. ദുഷ്ടാത്മാക്കളെ ദേശത്ത് നിന്നും തുരത്താൻ മന്ത്രവാദവും ആഭിചാര ക്രിയകളും നടക്കുന്നു. ഭൂതങ്ങളും ദുർമൂർത്തികളുമെല്ലാം ദൈവഗണത്തിൽപെടുന്നു. പിതൃക്കൾക്ക് വേണ്ടി ബലികർമ്മങ്ങൾ നടക്കുന്നു. വിശ്വാസം ബാലിക്കാരുടെ ശക്തിയാണ്. ഊർജ്ജവും.

» ഉലും ദാനു ക്ഷേത്രം. ബാലിയുടെ അടയാള ക്ഷേത്രം

ഗയൻഗയ പ്രവിശ്യയിലെ തീർത്ഥ എംപുൾ എന്ന വിഷ്ണുക്ഷേത്രം ബാലിയിലെ ഏറ്റവും പ്രസിദ്ധമായ ജലക്ഷേത്രമാണ്. ചൂടും തണുപ്പുമുള്ള 12 ജലധാരകൾ ഇവിടുത്തെ സവിശേഷതയാണ്. സ്വത്വ നവീകരണത്തിന് ഈ തീർത്ഥ ജലസ്നാനം ഉപകരിക്കുമെന്ന് ഇവർ വിശ്വസിക്കുന്നു. നാട്ടുകാർ ക്ഷേത്രദർശന സമയത്ത് പരമ്പരാഗതമായ വേഷങ്ങളണിയുന്നു. സന്ദർശകർക്ക് ആചാരപരമായി ഉടുക്കാൻ കടും വർണങ്ങളിലുള്ള ലുങ്കിയും അരയിൽ ചുറ്റാൻ പട്ട്കച്ചയും (യഥാക്രമം സരോങ്ങും സാഷും) ലഭിക്കും.

കുരുത്തോല കൂടുകളിൽ പുഷ്പങ്ങളേന്തി ബാലിയിലെ സുന്ദരികൾ ഇവിടെ വന്ന് നീരാടുന്നു. ജപപുര (ഫ്രണ്ട് യാർഡ്), ജെപ ടെൻഗാഹ് (സെൻട്രൽ യാർഡ്), ജെറോൺ (ഇന്നർ യാർഡ്) എന്നീ മൂന്ന് ഭാഗങ്ങളായാണ് ക്ഷേത്രം വിന്യസിക്കപ്പെട്ടിരിക്കുന്നത്. സെൻട്രൽ യാർഡിലാണ് തീർത്ഥജലം പ്രവഹിക്കുന്ന ജലധാരകൾ. ഇന്നർ യാർഡിൽ വർണശബളമായ പ്രാർത്ഥനാലയങ്ങൾ. പ്രവേശനവഴിയുടെ വശങ്ങളിൽ പഴവർഗ്ഗങ്ങളും പൂക്കളും കൊട്ടകളിൽ ഒരുക്കിവെച്ചിരിക്കുന്നത് കണ്ടു. പിറ്റേന്നത്തെ പൗർണമി ആഘോഷത്തിന്റെ ഭാഗമായുള്ള കാണിക്കയാണിവയെന്ന് ഗൈഡ് സൂചിപ്പിച്ചു. വിശ്രമിക്കാനും ഏകാഗ്രമായി ഇരുന്ന് ധ്യാനിക്കാനും പറ്റിയ ഇടങ്ങളുമുണ്ട് ഇന്നർ യാർഡിൽ.

ബേദുഗുൾ ഭാഗത്തുള്ള ഉലും ദാനു ക്ഷേത്രം ബാലിയിലെത്തുന്ന എല്ലാ സന്ദർശകരും എത്തിപ്പെടുന്ന ശിവക്ഷേത്രമാണ്. വിശാലമായ ബ്രാടാൻ തടാകക്കരയിൽ സ്ഥിതിചെയ്യുന്ന ക്ഷേത്ര സമുച്ചയവും പുൽത്തകിടികളും ത്രസിപ്പിക്കുന്ന കാഴ്ചാനുഭവമാണ്. അന്യദേശക്കാരുടെയെല്ലാം

മനസ്സിൽ പതിഞ്ഞിരിക്കുന്ന ബാലിയുടെ ചിത്രം ബ്രാടാൻ തടാകക്കരയിലെ ഉലൂം ദാനു ക്ഷേത്രത്തിന്റേതാണ്. ഹരിതഗിരിനിരകളുടെ താഴ്വാരത്ത് 12 കിലോമീറ്ററോളം വ്യാപിച്ചുകിടക്കുന്ന തടാകം ബാലിയിലെ കാർഷികവൃത്തിയുടെ അമൃതധാരയാണ്. അതുകൊണ്ട്തന്നെ ബ്രഹ്മ വിഷ്ണു ശൈവ ആരാധനയോടൊപ്പം ജലദേവതയെയും ഇവിടെ ആരാധിക്കുന്നു.

ജലവിതാനമുയരുമ്പോൾ ക്ഷേത്രം ജലോപരിതലത്തിൽ പൊങ്ങിനിൽക്കുന്നത്പോലെ തോന്നും ദൂരെനിന്ന് നോക്കുമ്പോൾ.ശിവ പർവ്വതിമാർക്ക് സമർപ്പിച്ചിരിക്കുന്ന മരംകൊണ്ടുണ്ടാക്കിയ ചതുര അറയും അതിന് മേലെ പണിത പുല്ലുകൊണ്ടുള്ള 11 നിലകളുള്ള പഗോഡയും ഈ ക്ഷേത്രത്തിന്റെ എടുത്തുപറയേണ്ട സവിശേഷതയത്രെ.

തടാകക്കരയിലെ അതിവിശാലമായ പുൽത്തകിടിയിൽ ഏറെ നേരമിരുന്നു. മലകളും മരങ്ങളും താഴ്വാരങ്ങളും അതിര് കാണാതെ പരന്ന് കിടക്കുന്ന തടാകഹൃദയത്തിലെ ക്ഷേത്രവിസ്മയവും കാൽപ്പനികമായ മറ്റേതോ ലോകത്തിലേക്ക് നമ്മെ അനുനയിച്ചപോലെ. സ്ഫടികസമാനമായ ജലത്തിൽനിന്നും മെല്ലെ മെല്ലെ അന്തരീക്ഷത്തിലേക്ക് പടരുന്ന കോടമഞ്ഞ് നോക്കിയിരിക്കുന്നത് അവാച്യമായ ഒരു അനുഭൂതിയാണ്. ബാലി സഞ്ചാരം മറക്കാനാവാത്ത സ്വാസ്ഥ്യ ദിനങ്ങളുടെ ഓർമച്ചെപ്പായി മാറുന്നത് എന്തുകൊണ്ടാണെന്ന് ബോധ്യമായി.

കൂട്ടക്കടുത്തായി ടബാനണിലെ താനഹ് ലോട്ട് ക്ഷേത്രം ബാലിയുടെ പ്രതീകങ്ങളിലൊന്നാണെന്നതിൽ സംശയമില്ല. താനഹ് ലോട്ട് എന്നാൽ കടലിലെ ഭൂമി എന്നാണർത്ഥം. കടൽക്കരയിലെ വരുണ ക്ഷേത്രം. ശിൽപ്പാലംകൃതമായ പ്രവേശന കവാടം കഴിഞ്ഞാൽ വഴികളില്ലെല്ലാം കരകൗശല വസ്തുക്കളുടെ കടകളാണ്. തുണിത്തരങ്ങളും കൊത്തുപണിയുള്ള ദാരുശിൽപ്പങ്ങളും ഭിത്തിയിൽ തൂക്കാവുന്ന ചിത്രങ്ങളും സഞ്ചാരികളെ കാത്തുനിൽക്കുന്നു. നന്നായി വിലപേശി വാങ്ങണമെന്ന്മാത്രം.

കടലിനകത്തായുള്ള വലിയൊരു പാറക്കുന്നിലാണ് ക്ഷേത്രം സ്ഥിതിചെയ്യുന്നത്. വേലിയിറക്കമാണെങ്കിൽ ക്ഷേത്രത്തിലേക്ക് നടന്ന് പോകാം. തിരമാലകളുടെ ശക്തമായ താഡനമേറ്റ് ശിൽപ്പങ്ങളായി മാറിയ ശിലാരൂപങ്ങൾ. മേലെയെത്തുമ്പോൾ കാറ്റും കടലിരമ്പവും. കടൽ ദൈവമായ വരുണനാണ് ആരാധ്യമൂർത്തി. പതിനാറാം നൂറ്റാണ്ടിലെ സഞ്ചാരിയും ഹിന്ദു പുരോഹിതനുമായ ദാങ്ങ് ഹ്യാങ്ങ് നിരർത്ഥ സ്ഥാപിച്ചതാണ് ഈ ക്ഷേത്രം. അമാനുഷ ശക്തിവിശേഷങ്ങളുടെ ഉടമയായ നിരർത്ഥ തന്റെ അരപ്പട്ടയിൽനിന്നും ഉഗ്ര വിഷമുള്ള കടൽപ്പാമ്പുകളെ സൃഷ്ടിച്ചുവെന്നും ക്ഷേത്രത്തിന് കാവലായി അവയെ

നിയോഗിച്ചുവെന്നും ആളുകൾ വിശ്വസിക്കുന്നു. പോകുന്ന വഴിയിലെ പാറകളിലെ ഗുഹകളിൽ കടൽ പാമ്പുകളെ പ്രദർശിപ്പിച്ചിരിക്കുന്നു. കാശ് കൊടുത്താൽ കാണാം. ആർത്തിരമ്പുന്ന കടലിന്റെ പശ്ചാത്തലത്തിൽ വിശ്വാസങ്ങളും ആചാരങ്ങളും കെട്ടുപിണഞ്ഞുകിടക്കുന്ന താനഹ് ലോട്ട്ക്ഷേത്രം ഒരപൂർവതയായി ഏതൊരു സഞ്ചാരിയെയും ചൂഴ്ന്നുനിൽക്കും.

കുട്ടയുടെ തെക്ക് ഭാഗത്തായി കടൽ തീരത്തോട് ചേർന്നുള്ള ഉലുവാട്ട് ക്ഷേത്രം അതിന്റെ സവിശേഷമായ സ്ഥാനം കൊണ്ടാണ് വ്യത്യസ്തമായിരിക്കുന്നത്. കടലിൽനിന്നും 70 മീറ്റർ ഉയരെ മലഞ്ചെരിവിൽ കടലിലേക്ക് തലനീട്ടി നിൽക്കുന്നത് പോലെയാണ് ക്ഷേത്രത്തിന്റെ കിടപ്പ്. അങ്ങ് താഴെ സുന്ദരമായ ഉലു വാട്ട് ബീച്ച്. തെക്ക് നിന്നും വടക്ക് നിന്നും കയറാവുന്ന പ്രവേശന കവാടങ്ങളുണ്ട്. കടലിനോട് ചേർന്ന നടപ്പാതയിലൂടെ മുക്കാൽ മണിക്കൂർ നടന്ന് പോയിവേണം ക്ഷേത്രത്തിലെത്താൻ. പോകുംവഴി മക്കാക്കോ കുരങ്ങന്മാരുമായി മുഖാമുഖം വേണ്ടിവരും. നമ്മുടെ പക്കലുള്ള സാധനങ്ങൾ തട്ടിപ്പറിക്കാതെ സൂക്ഷിച്ചു കൊള്ളണം. ഉലുവാട്ട്ക്ഷേത്രമതിൽക്കെട്ടിനകത്ത് നിന്നുള്ള കടൽ കാഴ്ചയും സൂര്യാസ്തമയ കാഴ്ചയും അവിസ്മരണീയമാണ്.

ക്ഷേത്രാങ്കണത്തിൽ രാത്രി അരങ്ങേറുന്ന ബാലിയുടെ കെസാക് അഗ്നി നൃത്തം ആസ്വദിക്കാൻ ആയിരങ്ങൾ എത്താറുണ്ട്. പുരുഷകലാകാരന്മാർ വാദ്യമേളങ്ങളില്ലാതെ, സ്വയംശബ്ദംപുറപ്പെടുവിച്ചുകൊണ്ട് രാമായണ കഥാസന്ദർഭങ്ങളെ അടിസ്ഥാനമാക്കി ആടുന്ന അഗ്നിനൃത്തം കാണികളെ ആവേശം കൊള്ളിക്കുന്ന അനുഭവമാണ്.

ക്ഷേത്രാചാരങ്ങളും അവിടങ്ങളിൽ നടക്കുന്ന ചടങ്ങുകളുമൊക്കെ നമ്മെ വിസ്മയിപ്പിക്കും. പൊടുന്നനെ ചിലപ്പോൾ വാദ്യമേളങ്ങൾ ഉയർന്നുവരും. വെൺകൊറ്റക്കുടകളേന്തി ആളുകൾ പ്രത്യക്ഷപ്പെടും. കുറിയിട്ട കന്യകമാർ കണ്ണഞ്ചിപ്പിക്കുന്ന വസ്ത്രങ്ങളിൽ അണിനിരക്കും. കിന്നരിത്തലപ്പാവണിഞ്ഞ ബാലന്മാർ അവരെ അനുഗമിക്കും. പ്രത്യേക വേഷമണിഞ്ഞ കർമ്മികളും ചേരും. ഘോഷയാത്രയുടെ അവസാനം ഒരു പല്ലക്കിൽ എന്തിനെയോ ചുമന്ന് പോകുന്നുണ്ട്. സൂക്ഷിച്ചുനോക്കിയപ്പോൾ അതൊരു ഇറച്ചിപ്പണ്ടം. വലിയൊരു പന്നിയെ പുഴുങ്ങി മസാലകളും പുരട്ടി സമർപ്പിക്കാൻ കൊണ്ടുപോവുകയാണ്. സംഗതി ഒരു മരണാനന്തര ചടങ്ങാണ്. പിതൃപൂജയും, ആത്മാവിന് ബലിയിടലും മരണ ഊട്ടുമൊക്കെ ബാലിയിൽ വിശദമായ ചടങ്ങുകളാണ്. മരണാനന്തരം നല്ല ദിവസം നോക്കി ക്ഷേത്രത്തിൽവെച്ചാണ് ഈ ചടങ്ങുകളെല്ലാം നടക്കുക. പൂജിച്ച ഇറച്ചി പ്രസാദമായും കിട്ടും.

ക്ഷേത്രങ്ങൾ അവയുടെ സ്ഥാനം കൊണ്ടും ഘടനകൊണ്ടും അലങ്കാരങ്ങളാലും ശില്പസമൃദ്ധിയാലും മാത്രമല്ല സവിശേഷമായ ആരാധനാക്രമങ്ങളാലും ചടങ്ങുകളാലും വേറിട്ടുനിൽക്കുന്നു എന്നത് വളരെ വേഗത്തിൽ നമുക്ക് മനസ്സിലാകും. വിശ്വാസം അതല്ലേ എല്ലാം.

കലയും സംസ്കാരവും

ഭാരതീയ പുരാണേതിഹാസങ്ങൾ തന്നെയാണ് ബാലിയിലെ ആചാരങ്ങൾക്കും വിശ്വാസങ്ങൾക്കും അടിസ്ഥാനം. പാരമ്പര്യത്തെ മുറുകെ പുണരുന്ന ജീവിത ശൈലി ബാലിയുടെ പ്രത്യേകതയാണ്. കലയിലും സംസ്കാരത്തിലും കെട്ടിടങ്ങളുടെ നിർമിതിയിൽ പോലും ഇത് സുവ്യക്തമാണ്.

ബാലിയിലെ വീടുകൾ വലിയൊരു മതിൽക്കെട്ടിനുള്ളിലുള്ള ചെറിയ ഒറ്റമുറി കെട്ടിടങ്ങളാണ്. മതിലും പടിപ്പുരയുമൊക്കെ തണുത്ത ലാവ വെട്ടിയെടുത്ത കട്ടകൾ കൊണ്ട് പണിയുന്നു. കറുത്ത ശിലകളെ പോലെ തോന്നിപ്പിക്കുന്ന ലാവാ സ്റ്റോണുകൾ കലാപരമായി യോജിപ്പിക്കുമ്പോൾ അതിനൊരു ഗാംഭീര്യമുണ്ട്. വീടിന്റെ ചുമരുകൾ ബ്രിക്ക് കൊണ്ടാണ് പണിയാറ്. നമ്മുടെ പഴയ ഓടിട്ട വീടുകളോട് സാമ്യമുള്ള വീടുകൾ. കൂട്ടത്തിൽ ഓല മേഞ്ഞ വീടുകളുമുണ്ട്. കോൺക്രീറ്റ് വീടുകൾ കുറവാണ്. ഒരു വളപ്പിൽത്തന്നെ പല വീടുകൾ കാണും. അതിഥികളെ സ്വീകരിക്കുന്ന മുറിയും, കിടപ്പ് മുറിയും സ്റ്റോറും ശൗചാലയവുമെല്ലാം വേറെ വേറെ കെട്ടിടങ്ങൾ. വാതിൽ പാളികളൊക്കെ കൊത്തുവേലകൊണ്ട് സമൃദ്ധമാണ്.അടുക്കള പുറത്ത് വേറൊരു ഒറ്റമുറി. മൂന്നോ നാലോ വീടുകൾക്ക് പൊതുവായി ഒരു ക്ഷേത്രം. ഇതാണ് ഘടന. കലാപരമായി നിർമിച്ച ധാന്യപ്പുരയും വീടിന്റെ ഭാഗമാണ്. മിക്ക വീട് സമുച്ചയങ്ങളിലും പ്രത്യേകമായി പണിത വരാന്തയുള്ള മറ്റൊരു കൊച്ചു മുറി കൂടിയുണ്ട്. വീട്ടിൽ ആരെങ്കിലും മരിച്ചാൽ കിടത്താനാണിത്. ഇവിടെ ഒന്ന് രണ്ട് ദിവസങ്ങൾ കിടത്തിയുള്ള കർമങ്ങൾക്ക് ശേഷമേ സംസ്കാരത്തിന് എടുക്കുകയുള്ളൂ. വൃത്തിയും ഭംഗിയും വീടുകളുടെ മുഖമുദ്രയാണെന്ന് എടുത്ത് പറയണം. മിക്ക വീടുകളും നൂറ്റാണ്ടുകൾ പഴക്കമുള്ളവയാണ്. പുതുതായി വീട് പണിയുമ്പോഴും ബാലിക്കാർ ഈ പരമ്പരാകൃത ശൈലി തന്നെയാണ് പിന്തുടരുന്നത്. ചുരുക്കം ചില ഹോട്ടലുകളും വ്യാപാര സ്ഥാപനങ്ങളുമൊഴിച്ചാൽ ബാലിയിൽ പൊതുവിൽ ബഹുനിലകെട്ടിടങ്ങൾ കുറവാണെന്ന് കാണാം.

രുചി വൈവിധ്യത്തിന്റെ നാടാണ് ബാലി. കൂടിയ മഴയും ഫലഭൂയിഷ്ഠമായ മണ്ണും സുഭിക്ഷമായി പച്ചക്കറി ലഭ്യമാക്കുന്നു. ഭക്ഷണചര്യയിൽ സസ്യവിഭവവൈജാത്യം പ്രകടമാണതാനും. ദഹനപ്രക്രിയയെ

» ബാലിയിലെ നൃത്ത വിരുന്ന്

ഉദ്ദീപിപ്പിക്കുന്ന ഗാഡോ ഗാഡോ പോലുള്ള സാലഡുകൾ ബാലി ഭക്ഷണത്തിന്റെ ഭാഗമാണ്. പൊതുവെ മാംസാഹാരപ്രിയരാണ് ബാലിക്കാർ. മുട്ടയും മത്സ്യവും ഇറച്ചിയുമൊക്കെ ചേർത്ത ഫ്രൈഡ് റൈസെന്ന നാസി ഗോരംഗ്, വേവിച്ചതും അല്ലാത്തതുമായ പച്ചക്കറികൾ കൂട്ടുള്ള നാസി ആയം എന്ന ഇറച്ചി ചോറ്, ഇറച്ചി മുളച്ചീറിൽ കോർത്ത് ഫ്രൈ ചെയ്തുണ്ടാക്കുന്ന സതായ്, മഞ്ഞളിൽ കുതിർത്ത് തീവ്രമസാലകൾ ചേർത്ത് ഫ്രൈ ചെയ്തെടുക്കുന്ന ബാബി ഗുലിങ്ങ്, ആവിയിൽ വേവിച്ച ചോറും പച്ചക്കറികളും, കുറുകിയ മത്സ്യ മാംസ ക്കറിയും ചേരുന്ന നാസി കെംപുർ, മസാലയിട്ട് പുകച്ച താറാവിറച്ചി അടക്കാപ്പോളയിൽ പൊതിഞ്ഞ് വേവിച്ചെടുക്കുന്ന ബെബെക്ക് ബെട്ടുട്ട ഇവയൊക്കെ രുചി മുകുളങ്ങളെ ഉദ്ദീപിപ്പിക്കുന്ന വിഭവങ്ങൾ തന്നെ.

ബാലിയുടെ സാംസ്കാരിക മഹിമ പ്രദർശിപ്പിക്കുന്ന ഗരുഢ വിഷ്ണു കെൻങ്കാനാ കൾച്ചറൽ പാർക്ക് ബാലീ യാത്രയിലെ മറക്കാനാവാത്ത കാഴ്ചയായിരുന്നു. സമുദ്രനിരപ്പിൽനിന്നും 260 മീറ്റർ ഉയരത്തിൽ ഉൻഗാസൻ കുന്നുകളിലാണ് 60 ഹെക്ടറിൽ വ്യാപിച്ചുകിടക്കുന്ന ഈ സാംസ്കാരിക സമുച്ചയം. ഭീമാകാരമായ വിഷ്ണു ശിൽപ്പവും, വിഷ്ണുവിന്റെ വാഹനമായ ഗരുഢന്റെ ശിൽപ്പവും നമ്മെ അത്ഭുതസ്തബ്ധരാക്കും.

ആംഫിതിയേറ്റർ, എക്സിബിഷൻ ഗാലറി, ഓപ്പൺ എയർ ആഡിറ്റോറിയം, ആർട് മാർക്കറ്റ്, സുവനീർ ഷോപ്പ്, താമരക്കുളം അങ്ങനെ പോകുന്നു വിശദമായ കാഴ്ചകൾ. ആംഫി തീയേറ്ററിൽ ഒരുമണിക്കൂർനേരം ആസ്വദിച്ച ബാലി നൃത്തവിരുന്ന് കണ്ണിനും കാതിനും മനസ്സിനും കുളിരേകി. നൂറ്റാണ്ടുകൾ പഴക്കം ചെന്ന കലാ സാംസ്കാരിക പാരമ്പര്യത്തിന്റെ കാഴ്ച ബംഗ്ലാവ് തന്നെ.

കിന്താമണിയിലേക്കുള്ള യാത്രയിലായിരുന്നു ഞങ്ങൾ എലിഫെന്റ് കേവ്സിലെത്തിയത്. എലിഫെന്റ് റിവർ എന്നറിയപ്പെടുന്ന പിറ്റാനു നദിയുടെ സാമീപ്യമാണ് പേരിന്നാധാരം. ബാലിയിൽ ഗോവാ ഗാജാ എന്നാണിത് അറിയപ്പെടുന്നത്. ഗുഹാക്ഷേത്രമെന്നതിനപ്പുറം സത്യത്തിൽ ഇതൊരു പുരാവസ്തു പഠന കേന്ദ്രവും സാങ്ക്ച്വറിയുമാണ്. കല്ലിൽ കൊത്തിയ വേതാളരൂപങ്ങൾ നിറഞ്ഞ ഗുഹാക്ഷേത്ര കവാടം ആരുടെയും ശ്രദ്ധ കവരും. വലിയൊരു വ്യാളീമുഖദ്വാരത്തിലൂടെയാണ് നമ്മൾ ഉള്ളിലേക്ക് പ്രവേശിക്കുന്നത്. ഗുഹാന്തരീക്ഷത്തിൽ നമ്മെ വരവേൽക്കുന്നത് സ്നാനഘട്ടങ്ങളും, സപ്തനദികളിൽനിന്നുള്ള പുണ്യജലം തളിക്കുന്ന ഏഴ് സ്ത്രീ രൂപങ്ങളും, ശിവ ലിംഗ യോനീ പ്രതിഷ്ഠകളും ഗണേശ വിഗ്രഹവും ഒക്കെയാണ്. പണ്ട് ഹൈന്ദവ സന്യാസിമാരുടെ ധ്യാന കേന്ദ്രമായിരുന്ന ഇവിടുത്തെ ഗുഹകൾ എന്ന് വിശ്വസിക്കപ്പെടുന്നു. ബുദ്ധമതത്തിന്റെ അടയാളങ്ങളായ സ്തൂപങ്ങളും ഛാത്രങ്ങളും അരികെയുള്ള ബുദ്ധക്ഷേത്രവും പൗരാണിക ബുദ്ധ പാരമ്പര്യത്തെ സൂചിപ്പിക്കുന്നു. യുനെസ്കോ ലോക പൈതൃക പദവിയുള്ള എലിഫെന്റ് കേവ്സും വിശാലമായ പരിസരവും അനുബന്ധ നെൽപ്പാടങ്ങളും, പൂന്തോട്ടവും, താഴ്വരകളിലേക്കിറങ്ങിപ്പോകുന്ന കൽപ്പടവുകളുമൊക്കെ ഒരു പകൽ മുഴുവൻ നടന്ന് കാണാൻ വകയുള്ളതാണ്. അത്രയും സമയം ഞങ്ങളുടെ പക്കൽ ഉണ്ടായിരുന്നില്ല.

അഗ്നിപർവ്വതങ്ങളുടെ നാടാണല്ലോ ബാലി. മൌണ്ട് അഗുംഗ്, മൌണ്ട് ബാത്തുർ എന്നീ സജീവമായ രണ്ട് അഗ്നിപർവ്വതങ്ങൾ ഇന്നുമുണ്ടിവിടെ. മൌണ്ട് ബാത്തുർ സന്ദർശിക്കാനാണ് കിന്താമണിയിലെത്തിയത്. താരതമ്യേന ചെറിയൊരു പട്ടണമാണ് കിന്താമണി. പക്ഷേ ഹോട്ടലുകളും റിസോർട്ടുകളുമൊക്കെ ധാരാളമുണ്ട്. തീമല സന്ദർശിക്കാൻ ഇവിടെ ആളുകൾ വന്നുകൊണ്ടേയിരുന്നു.

മികച്ച ക്ഷേത്രസമുച്ചയമായ ബെസാക്കി ക്ഷേത്രവും ഇവിടെയാണ്. മലയുടെ പശ്ചാത്തലത്തിൽ നൂറുകണക്കിന് ദാരുശിൽപ്പങ്ങളുടെ ദൃശ്യചാരുത നമ്മെ തീർത്തും വശീകരിക്കും.

അങ്ങകലെ കാണാം 5633 അടിയോളം ഉയരവുമുള്ള നീല മല. രണ്ട് മൂന്ന് വർഷങ്ങൾ കൂടുമ്പോൾ ബാത്തുർ മല പുകയാറുണ്ടെന്ന് ഗൈഡ് സൂചിപ്പിച്ചു. അഗ്നിപർവതം ഉറഞ്ഞുണ്ടായ വിശാലമായ ബാത്തുർ തടാകം മനോഹരമായ കാഴ്ചയാണ്. തടാകത്തിൽ ബോട്ടിങ്ങ് സൗകര്യങ്ങളൊരുക്കിയിരിക്കുന്നു. സാഹസികത കൈമുതലായുള്ളവർക്ക് അഗ്നിപർവതം കയറാനും കാണാനുള്ള പ്രത്യേക യാത്രാ പേക്കേജുകളുണ്ട്. നീലമലകളും തടാകവും അടുത്തുള്ള ഗ്രാമങ്ങളുമൊക്കെ സംയോജിപ്പിച്ചുകൊണ്ടുള്ള ടൂറിസം ഒരു വ്യവസായമായി മാറിയിരിക്കുന്നു.

പ്രതിസന്ധികളെ അല്ലെങ്കിൽ സാഹചര്യങ്ങളെ എങ്ങനെ അവസര ങ്ങളാക്കി മാറ്റാമെന്നതിന്റെ ഉത്തമ ഉദാഹരണമായി നമുക്കിതിനെ കാണാം. ടൂറിസത്തിന്റെ അനന്തസാധ്യതകളെക്കുറിച്ച് ഓർത്തുപോയി. കേവലം വരുമാനമാർഗമായിട്ടല്ലാതെ സഞ്ചാരികളെ അനുഭവ സമ്പ ന്നരും അന്വേഷണ കുതുകികളുമാക്കുന്ന മികവാർന്ന ടൂറിസം.

അതൊരു കലയാണ്. ഒരു സംസ്കാരമാണ്. അത് ബാലിയെ കണ്ട് പഠിക്കണം. ഉച്ചഭക്ഷണം കഴിക്കാൻ കയറിയ ഹോട്ടലിൽനിന്നും സമൃ ർത്തമായി ബാത്തുർ തീമല വീണ്ടും കണ്ട് ഞങ്ങൾ മടങ്ങി.

ബാലി ഒരു മധുവിധു ഭൂമിക കൂടിയാണല്ലോ. തീക്ഷ്ണ യൗവനത്തിന്റെ ആഹ്ലാദോന്മാദങ്ങളെ ഉദ്ദീപിക്കുന്ന സർവ്വതും തികഞ്ഞ ഭൂമി. ഇവിടെ യുവമിഥുനങ്ങൾ ഏറെ ആസ്വദിക്കുന്ന സ്ഥലം ലംബോംഗൻ ദ്വീപാണ്. ബെനാഓ ഹാർബറിൽനിന്നും ക്രൂയിസിൽ നമുക്ക് ലംബോംഗനിലെ ത്താം. അനന്തവിശാലമായ നീലക്കടലിലൂടെയുള്ള കപ്പൽയാത്ര ഹരം പകരുന്ന അനുഭവമാണെന്ന് പറയേണ്ടതില്ലല്ലോ. കോറൽ നിരകൾ അതിരിടുന്ന ദ്വീപ് കണ്ടൽ വനങ്ങളാലും സമൃദ്ധമാണ്. സീ വീഡുകളുടെ കൃഷി വ്യാപകമാണിവിടെ. നാരുകളടങ്ങിയതും കൊഴുപ്പ് കുറഞ്ഞതുമായ സീ വീഡുകൾ വൈറ്റമിനുകളുടെ ശേഖരം കൂടിയായ ഭക്ഷ്യ വസ്തുവാണ്.

ശുഭ്രവിശാലമായ കടൽത്തീരങ്ങളിൽ യൗവനം ആഘോഷത്തിമി ർപ്പിലാണെപ്പോഴും. ശക്തമായ തിരകളെ ഭേദിച്ച് നീന്താം. കയാക്കിങ്ങ്, സ്നോർക്കലിങ്ങ്, സ്ക്യൂബാ ഡൈവിങ്ങ്, പാരാസെയ്‌ലിങ്ങ്, ജെറ്റ് സ്കീയിങ്ങ് തുടങ്ങിയ ജല കേളികളിൽ മുഴുകാം. ബനാന ബോട്ടുക ളിലോ സെമി സബ് മറൈൻ ബോട്ടുകളിലോ ജലയാത്ര നടത്താം. ഇതൊന്നും വയ്യെങ്കിൽ നീലവിശാലമായ കടലിന്റെ അപാരതയിൽ കണ്ണും നട്ട് വെറുതെയിരിക്കാം. നല്ല റെസ്റ്റോറന്റുകളുണ്ട്. ബാലിയുടെ രുചിക്കൂട്ടുകളിൽ അഭിരമിക്കാം. സമയമുണ്ടെങ്കിൽ ദ്വീപിന്റെ ഗ്രാമാന്ത രങ്ങളിലേക്കൊരു യാത്രയാവാം.

ബാലിയാത്രയുടെ കൊട്ടിക്കലാശം ലംബോംഗൻ ദ്വീപിലായിരുന്നു. കുട്ടാ ബീച്ചിൽ തുടങ്ങി ക്ഷേത്ര സമുച്ചയങ്ങളും ഗ്രാമവീഥികളും കലാ സാംസ്കാരികയിടങ്ങളും പിന്നിട്ട് ലംബോംഗൻ ബീച്ചിൽ അവസാനി ച്ച ബാലി സഞ്ചാരത്തിനിടയിൽ ബാലിയെ ശരിക്കും അറിഞ്ഞുവോ? അറിയാൻ ശ്രമിച്ചു എന്നാണുത്തരം. പഴമയുടെ ഗന്ധവും തനിമയുടെ മണവും കാഴ്ചയുടെ ഗരിമയും സ്വസ്ഥതയുടെ രുചിയും ആധുനികതയുടെ ഉന്മത്തതയും ഒത്തുചേരുന്ന നാട്ടിൽ, വിരുന്നുകാരെ സ്നേഹാദരങ്ങ ളോടെ ചേർത്തുപിടിക്കുന്ന നാട്ടിൽ ചെലവഴിച്ച രാപ്പകലുകൾ യാത്രാ വഴിയിലെ ഓർമ്മക്കനികളായിരുന്നെന്ന് പറയാതെ വയ്യ.

2016 ഒക്ടോബർ

റഷ്യൻ സഞ്ചാരം

സംഭവബഹുലമായ ചരിത്രമുള്ളൊരു രാജ്യം. വായിച്ചറിഞ്ഞതോ പരിമിതമായ കാര്യങ്ങൾ. സന്ദർശനഭാഗ്യം സിദ്ധിച്ച ബന്ധുക്കളോ സുഹൃത്തുക്കളോ നൽകിയ അനുഭവചിത്രങ്ങളുമില്ല കാര്യമായി.

മുന്നൂറോളം വർഷങ്ങൾ നീണ്ടുനിന്ന രാജഭരണത്തിന് അറുതിവരുത്തിക്കൊണ്ട് 1917 ലെ പ്രസിദ്ധമായ ഒക്ടോബർ വിപ്ലവത്തിലൂടെ കമ്മ്യൂണിസ്റ്റ് ഭരണം നിലവിൽ വന്നതിവിടെ. കഠിനമായ പോരാട്ടങ്ങളാലും സമാനതകളില്ലാത്ത യാതനകളാലും ജീവത്യാഗത്താലും സ്ഥാപിതമായ സോഷ്യലിസ്റ്റ് വ്യവസ്ഥിതിയുടെ തിളക്കവും പ്രാഭവവും സ്വന്തമായ ദേശം. സാമ്പത്തിക, തൊഴിൽ, വ്യാവസായിക, ശാസ്ത്ര മേഖലകളിൽ മുന്നിട്ടുനിന്ന് ദീർഘകാലം ലോകഗതിതന്നെ നിയന്ത്രിച്ചിരുന്ന വൻശക്തിയായിരുന്ന സോവിയറ്റ് യൂണിയൻ. ഒടുവിൽ സ്വന്തം ഭാരം താങ്ങാനാവാതെ സ്വയം തകർന്ന് വേർതിരിഞ്ഞ ചരിത്രം. കേൾക്കുമ്പോൾ വലിയ ആവേശവും, ഉദ്വേഗവും അനുഭവപ്പെട്ടുമെങ്കിൽ ഒന്ന് നേരിൽ കാണാൻ സാധിക്കുന്നത് അസുലഭ സൗഭാഗ്യം തന്നെയാണല്ലോ.

അങ്ങനെയൊരു അവസരം ലഭിച്ച ഞങ്ങൾ രണ്ടുപേർക്കും 2017 മെയ് മാസത്തിൽ. ഒക്ടോബർ വിപ്ലവത്തിന്റെ നൂറാം വാർഷികത്തിന്റെ ഭാഗമായി മുഴപ്പിലങ്ങാട് 'സ്വപ്നതീരം' സംഘടിപ്പിച്ച റഷ്യൻ യാത്രയുടെ ഭാഗമായി ഞങ്ങളും. ഇതേവരെ നടത്തിയ യാത്രകളിൽനിന്നും ഏറെ വ്യത്യസ്തമായിരുന്നു റഷ്യൻ യാത്ര. സമൂഹത്തിന്റെ വിവിധ മേഖലകളിൽ നിന്നുള്ളവർ. നിരവധി വർഷങ്ങളിലെ അനുഭവസമ്പത്തുള്ളവർ. കൃത്യമായ പ്രത്യയശാസ്ത്രനിലപാടുകളുള്ളവർ. അവരോടൊപ്പമുള്ള യാത്ര വേറിട്ടൊരു അനുഭവം തന്നെയായിരുന്നു.

2017 മെയ് 23ന് ഇളം പ്രഭാതത്തിൽ നെടുമ്പാശ്ശേരിയിൽനിന്നും പുറപ്പെട്ട ഖത്തർ എയർവെയ്സിന്റെ വിമാനത്തിൽ ഞങ്ങൾ

» മോസ്കോ- മീര അവന്യൂവിൽ തലയെടുപ്പോടെ നിൽക്കുന്ന കോസ്മോസ് ഹോട്ടൽ

ദോഹയിലെത്തി. അവിടെനിന്ന് ഖത്തർ എയർ വെയ്സിൽ തന്നെയായിരുന്നു മോസ്കൊയിലേക്കുള്ള യാത്രയും. അഞ്ചു മണിക്കൂർ വേണം മോസ്കൊയിലേക്ക്. ഇന്ത്യൻ സമയത്തേക്കാൾ രണ്ടര മണിക്കൂർ പിറകോട്ടാണ് റഷ്യൻ സമയം. വലിയ എയർപോർട്ടാണെങ്കിലും അസാധാരണമായ പകിട്ടൊന്നും കാണാനില്ല.

സഹിക്കാവുന്ന തണുപ്പാണ്. മഴപെയ്യുന്നുണ്ടായിരുന്നു തലേ ദിവസങ്ങളിൽ. പക്ഷേ ഞങ്ങളിറങ്ങിയപ്പോൾ നല്ല തെളിഞ്ഞ ആകാശം. എയർപോർട്ടിൽ നിന്നും ഒന്നര മണിക്കൂർ യാത്രയുണ്ട് താമസം ഏർപ്പാടുചെയ്ത ഹോട്ടലിലേക്ക്. ഈ യാത്ര ശാന്തമായ റഷ്യൻ ഗ്രാമപ്രദേശങ്ങളുടെ ഒരു നേർചിത്രം സമ്മാനിച്ചു.

ഒന്നരമണിക്ക് കോസ്മോസ് ഹോട്ടലിന്റെ ഒന്നാം നിലയിലെ വിശാലമായ ലോബിയിലെത്തുമ്പോൾ അവിടം സന്ദർശകരെക്കൊണ്ട് നിറഞ്ഞിരുന്നു. റെസ്റ്റോറന്റുകളും കഫേകളും, ബാറുകളും, സുവനീർ ഷോപ്പുകളും ഒക്കെ സജീവം. ലോകത്തിന്റെ നാനാഭാഗത്തുനിന്നും വന്നവർ. വിവിധ ഭാഷക്കാർ. വിവിധ വേഷക്കാർ. വ്യത്യസ്ത സംസ്കാരത്തിന്റെ ഉടമകൾ. റഷ്യ യാത്രികരുടെ പ്രിയപ്പെട്ട രാജ്യമായി മാറിത്തുടങ്ങിയിരിക്കുന്നു.

1980 ൽ മോസ്കോ ഒളിംപിക്സിനുവേണ്ടി നിർമിച്ചതാണ് കോസ്മോസ് ഹോട്ടൽ. അർദ്ധഗോളാകൃതിയിൽ ആകർഷകമായ രൂപലാവണ്യത്തോടെ മീറാ അവന്യൂവിൽ തലയുയർത്തിനിൽക്കുന്ന ഹോട്ടൽ ഒരു ശ്രദ്ധാകേന്ദ്രം തന്നെയാണ്. അതിവിശാലമായ പാർക്കിംഗ് സൗകര്യം. 25 നിലകളിൽ 2500ൽപരം മുറികൾ. 5 റെസ്റ്റോറന്റുകൾ. വിപുലമായ അനുബന്ധ സൗകര്യങ്ങൾ. ജീവിതച്ചെലവിൽ വളരെ മുന്നിൽനിൽക്കുന്ന മോസ്കൊയിൽ താരതമ്യേന താങ്ങാനാവുന്ന നിരക്കിൽ ഇവിടെ താമസിക്കാം. മോസ്കോയിൽ കോസ്മോസ് ഹോട്ടൽ അറിയാത്തൊരാൾ ഉണ്ടാവില്ലതന്നെ.

മുറികളിൽ ആഡംബരത്തിന്റെ ധാരാളിത്തമൊന്നുമില്ല. എങ്കിലും സുഖകരമായ താമസത്തിനുവേണ്ട എല്ലാ സൗകര്യങ്ങളുമുണ്ട്. ഇരുപതാംനിലയിലെ ഞങ്ങളുടെ മുറിയിൽനിന്നുള്ള നഗരക്കാഴ്ച സുന്ദരമായിരുന്നു. ചുറ്റുമുള്ള കെട്ടിടങ്ങളും നിലയ്ക്കാതെ ഒഴുകുന്ന വാഹനങ്ങളും സാവകാശം നടന്നുപോകുന്ന മനുഷ്യരും തണൽ മരങ്ങളും പാർക്കുകളും പച്ചപുൽമൈതാനങ്ങളുമൊക്കെച്ചേർന്ന സമൃദ്ധ ഹരിതാഭയുമെല്ലാം ഉയരത്തിൽനിന്ന് ചെറുതായി കാണുന്നത് ഒരു കൗതുകം തന്നെ. ദീപപ്രഭയിൽ നഗരത്തിന്റെ രാത്രിദൃശ്യമോ അതീവ മനോഹരം.

സുരക്ഷാ പരിശോധന ഒരല്പം കൂടുതലാണെന്നുവേണം പറയാൻ. എവിടെനിന്നൊക്കെ ആളുകൾ വരുന്നതാണ്. എന്തൊക്കെ തരക്കാരായിരിക്കും. അപ്പോൾ എല്ലാവരുടെയും സുരക്ഷ ഉറപ്പാക്കേണ്ടത് പ്രധാനമാണല്ലോ.

ലോകത്തിലെ ഏറ്റവും വലിയ, ജനസാന്ദ്രമായ മെട്രോ നഗരങ്ങളിൽ ഒന്നിലാണ് ഞങ്ങൾ ഇപ്പോൾ. മോസ്ക്വ നദിക്കരയിൽ റഷ്യയുടെ രാഷ്ട്രീയ വാണിജ്യസാമ്പത്തികവിദ്യാഭ്യാസ കേന്ദ്രമായ മോസ്കോ. സ്റ്റാലിന്റെ കാലത്തു പണിത അംബരചുംബികളായ 'ഏഴ് സഹോദരിമാർ' എന്ന് വിളിക്കപ്പെടുന്നവ ഉൾപ്പടെ നിർമിതിവൈഭവത്താൽ വേറിട്ടുനിൽക്കുന്ന കെട്ടിടസമ്പന്നത ഈ നഗരത്തിന്റെ മുഖമുദ്രയാണ്.

യാത്രാ സൗകര്യങ്ങൾക്ക് പേരുകേട്ട നഗരം. അന്താരാഷ്ട്ര വിമാനത്താവളം, ഒൻപത് റയിൽവേ സ്റ്റേഷനുകൾ, നിരവധി ട്രാമുകൾ, 12 ലൈനുകളും 203 സ്റ്റേഷനുകളുമുള്ള ഭൂഗർഭ റയിൽവേ, മോണോറെയിൽ, നാലുവരിപ്പാതകളായ റോഡുകൾ, നീളം കൂടിയ ബസ്സുകൾ ഇതിൽപരം എന്തുവേണം യാത്ര ആയാസരഹിതമാകാൻ.

പച്ചപ്പിന്റെ സമൃദ്ധി ഈ നഗരത്തിന്റെ അപൂർവമായ സവിശേഷതയാണ്. നഗരവിസ്തൃതിയുടെ 40% വൃക്ഷനിബിഡമായ പാർക്കുകളും, പൂന്തോട്ടങ്ങളും തടാകങ്ങളും, പുൽമേടുകൾ നിറഞ്ഞ തടാകക്കരയും, വനവുമാണെന്ന് അറിയുമ്പോൾ നമുക്ക് അത്ഭുതം തോന്നാം. ജനനിബിഡമായ ഒരു നഗരത്തിലാണിതെന്നു നാം ഓർക്കണം.

കോസ്മോസ് ഹോട്ടലിൽനിന്നും നടന്നുപോകാവുന്ന ദൂരത്തിലാണ് വെഡൻകാ പാർക്ക്. സോവിയറ്റ് യൂണിയൻ റിപ്പബ്ലിക്കുകളുടെ ഒരു സ്ഥിരം വാണിജ്യ വ്യാപാര വിനോദ പ്രദർശന ശാലയായി 1935 ൽ നിർമാണം തുടങ്ങിയ പാർക്ക്, ചരിത്ര സന്ധികളിലൂടെ, പ്രതിസന്ധികളിലൂടെ വികാസം പ്രാപിക്കുകയായിരുന്നു. വിവിധ റിപ്പബ്ലിക്കുകളുടെ സാമ്പത്തിക, സാംസ്കാരിക, ശാസ്ത്രസാങ്കേതിക രംഗത്തെ നേട്ടങ്ങളും, നാഴികക്കല്ലുകളും വിശദമായി ചിത്രീകരിക്കുന്ന,

വാസ്തുവിദ്യാചാതുര്യത്താൽ ഒന്നിനൊന്ന് മെച്ചമായ 400 ൽ ഏറെ കെട്ടിടസമുച്ചയങ്ങളുണ്ടിവിടെ.

1939 ൽ പ്രവർത്തനം തുടങ്ങിയെങ്കിലും 1941 ലെ ജർമൻ ആക്രമണത്തോടെ പാർക്ക് പൂട്ടുകയായിരുന്നു. 1948 ൽ കൂടുതൽ നിർമാണ പ്രവർത്തനങ്ങൾ നടത്തി പാർക്ക് വീണ്ടും സജീവമായി. 1959 ൽ രാജ്യത്തിന്റെ സാമ്പത്തികവികാസത്തിന്റെ പ്രദർശനശാലയായി മാറി. വെധെൻക പാർക്കിനുള്ളിലെ ഒരു പവലിയന് മുന്നിൽ 1989ൽ കൂടുതൽ പവലിയനുകൾ ചേർക്കപ്പെട്ടു. സോവിയറ്റ് യൂണിയന്റെ കാലത്ത് 300 ഓളം ദേശീയഅന്തർദേശീയ പ്രദർശനങ്ങളും, ശില്പശാലകളും വർഷം തോറും ഇവിടെ നടന്നിരുന്നു. ഇന്ന് 23,75000 സ്ക്വയർ മീറ്ററിൽ വ്യാപിച്ചുകിടക്കുന്ന കൂറ്റൻ പ്രദർശനസമുച്ചയസങ്കേതമായി ഇവിടം മാറിയിരിക്കുന്നു.

കോഫീ ഷോപ്പുകളും, റഷ്യൻ ഭക്ഷണം വിളമ്പുന്ന കഫെറ്റീരിയകളും, മക്ഡൊണാൾഡിന്റെ ഔട്ട്ലെറ്റുമൊക്കെ ഉള്ളതിനാൽ നടന്നു തളരുമ്പോൾ വിശപ്പും ക്ഷീണവും നമ്മെ പരിക്ഷീണിതരാക്കില്ല.

പാർക്കിന്റെ മധ്യഭാഗത്ത് ഉക്രൈൻ പവലിയനഭിമുഖമായി പണിത സ്റ്റോൺ ഫ്ലവർ ഫൗണ്ടെൻ മനോഹരമായ കാഴ്ചയാണ്. ഫൗണ്ടെനുകളും ശില്പങ്ങളുമെല്ലാം സ്വർണവർണത്തിൽ തിളങ്ങിനിൽക്കുന്ന കാഴ്ച മനോഹരമാണ്. വെള്ളത്തിൽ നിറയെ വലിയ കറുത്ത മൽസ്യങ്ങൾ നീന്തി തുടിക്കുന്നു.

തടാകങ്ങളും, പൂന്തോട്ടങ്ങളും, കൃഷിയിടങ്ങളുമൊക്കെ പാർക്കിന്റെ ഭാഗമായി കാണാം. ചുരുക്കത്തിൽ ഇരുപതാം നൂറ്റാണ്ടിലെ റഷ്യൻ ആർക്കിറ്റെക്ചറിന്റെ ഒരു വിസ്മയപ്രദർശനലോകമാണ് ഈ പാർക്ക് നമ്മുടെ മുമ്പിൽ അനാവരണം ചെയ്യുന്നത്. നടന്നു കണ്ടു തീർക്കാൻ പ്രയാസം തന്നെയാണ്. വാടകയ്ക്ക് സൈക്കിളും, റോളറുകളും ലഭ്യമാണ്. റോളർ ചവുട്ടി വേഗത്തിൽ നീങ്ങാൻ പക്ഷേ നല്ല സ്റ്റാമിന വേണം. പ്രായം ചെന്ന ചിലർ റോളറിൽ കുതിക്കുന്നത് അത്ഭുതത്തോടെ നോക്കി നിന്നു.

വെധൻകാ പാർക്കിനടുത്തായി പ്രസിദ്ധമായ വർക്കർ & കോൾകോസ്വുമൺ ശിൽപം തലയെടുപ്പോടെ നിൽക്കുന്നത് ദൂരെനിന്നു തന്നെ കാണാം. ഒരു പുരുഷനും സ്ത്രീയും കൈകളുയർത്തി അരിവാളും ചുറ്റികയും തലയ്ക്ക് മീതെ ഉയർത്തിപിടിച്ചിരിക്കുന്ന 24.5 മീറ്റർ ഉയരമുള്ള സ്റ്റൈൻലെസ്സ് സ്റ്റീൽ ശിൽപം 34.5 മീറ്റർ ഉയരമുള്ള ഒരു പവലിയന്റെ മുകൾ പ്രതലത്തിലാണ് ഉറപ്പിച്ചു നിർത്തിയിരിക്കുന്നത്. 1937 ലെ പാരീസ് വ്യാപാരമേളയിൽ ഈ ശിൽപം പ്രദർശിപ്പിച്ചിരുന്നു. സോഷ്യലിസ്റ്റ് ആശയത്തിന്റെയും, സ്ത്രീപുരുഷ സഹപ്രവർത്തനത്തിന്റെയും ഒരു

» വർക്കർ & കൊൾക്കൊസ് വുമൺ ശിൽപ്പം

പ്രതീകമായി ഈ അതികായ ശിൽപം ആകാശത്തിൽ ഉയർന്നു നിൽക്കുന്നു.

മോസ്കോവിൽ രാത്രി ഒൻപതുമണിയാകുമ്പോഴാണ് സൂര്യൻ അസ്തമിക്കുന്നത്. കാലത്ത് മൂന്നുമണിയോടെ സൂര്യൻ ഉദിച്ചുയരും. നമ്മുടെ ജൈവീക ഘടികാരം പ്രശ്നമാകാൻ ഇത് മതിയല്ലോ. ഏതായാലും പകൽ കൂടുതലുള്ളതിനാൽ കാഴ്ചകൾ കണ്ടു കണ്ടു പോകാം. രാത്രിയിലും ഉറങ്ങാത്ത നഗരമാണ് മോസ്കോ.

ഹോട്ടലിലേക്ക് തിരികുന്നതിനു മുമ്പേ ഒരു സൂപ്പർ മാർക്കറ്റിൽനിന്നും ബ്രെഡും ജാമും പഴങ്ങളും വാങ്ങി. ഹോട്ടലിലെ രാത്രി ഭക്ഷണം അത്ര പന്തിയാവില്ല. റൂബിൾ വേഗം കാലിയാവുകയും ചെയ്യും. റൂമിലെത്തി, നഗരത്തിന്റെ ചേതോഹരമായ രാത്രി ദൃശ്യവും ആസ്വദിച്ചുകൊണ്ട്, നേരത്തെ കരുതിയ ഭക്ഷണവും കഴിച്ചു സുഖമായുറങ്ങി.

ആറുമണിക്ക് അലാറം വെച്ചിരുന്നുവെങ്കിലും, ഇടയ്ക്കുണർന്നപ്പോൾ നേരം നന്നായി പുലർന്നിരിക്കുന്നു. സമയം മൂന്ന് മണികഴിഞ്ഞതേയുള്ളൂ. വീണ്ടും കിടന്നെങ്കിലും ഉറക്കം വന്നില്ല. ഏഴരമണിക്ക് പ്രഭാതഭക്ഷണം കഴിക്കാൻ കലിംഗ റെസ്റ്റോറന്റിലെത്തി.

കോസ്മോസിന്റെ ഏറ്റവും വലിയ സവിശേഷത രാവിലത്തെ ഉപചാരപൂർവ്വമായ പ്രഭാത ഭക്ഷണം തന്നെയാണ്. അറുപതിലേറെ വിഭവങ്ങൾ രുചി വൈവിധ്യപൂർവം ഒരുക്കിയിരിക്കുന്നു. സസ്യാഹാരികൾക്കും, മാംസാഹാരികൾക്കും ഒരുപോലെ ഹൃദ്യം.

നോൺ വെജ് സംഗതികൾ അല്പം കൂടുതലാണോ എന്ന് ഉഷയുടെ ന്യായമായ സംശയം. തണുപ്പിനെ പ്രതിരോധിക്കാൻ കൊഴുപ്പുകൂടിയ ഭക്ഷണം അനിവാര്യമാണെന്ന ജൈവ ശാസ്ത്ര യാഥാർഥ്യം വിളമ്പാൻ എനിക്കൊരവസരം കിട്ടി.

പഴങ്ങളും ഇലകളുമൊക്കെ ചേർത്ത വിവിധയിനം സലാഡുകളും സൂപ്പുകളും രുചിച്ച് മെല്ലെ തുടങ്ങാം.. വെന്ത ഉരുളക്കിഴങ്ങും തക്കാളിയും, കാരറ്റ്, പട്ടാണിപ്പയർ, വെള്ളരി, മുട്ട, ലോബ്സ്റ്റർ എന്നിവയൊക്കെ ചേർത്ത ഒലീവിയേ റഷ്യൻ സലാഡ് സവിശേഷമായ ഒരു വിഭവമത്രെ.

റഷ്യക്കാരുടെ സ്ഥിരം ഭോജ്യമായ ബ്രെഡിന്റെ വകഭേദങ്ങൾ വെണ്ണ, തേൻ, തരാതരം ജാമുകൾ എന്നിവയുടെ അകമ്പടിയോടെ ഒരുക്കി വെച്ചിരിക്കുന്നത് കാണാൻതന്നെ ഒരു സുഖം. കോഴിമുട്ടകൊണ്ട് ഉണ്ടാക്കാൻ കഴിയുന്നതെല്ലാം തയ്യാർ. കുടിക്കാൻ ചായയും, കാപ്പിയും വിവിധതരം ജ്യൂസുകളും. വിശാലമായ ഭക്ഷണശാലയിൽ ലോകം സർവ വൈവിധ്യങ്ങളോടെയും ഇണങ്ങി വന്നിരിക്കുന്നത് ഒരു വ്യത്യസ്താനുഭവം കൂടിയാണ്. വിദേശികൾ നമ്മെപ്പോലെയല്ല, ഭക്ഷണം നല്ലോണം സമയമെടുത്ത് കഴിക്കുന്നവരാണവർ. ചുരുങ്ങിയത് ഒരു മണിക്കൂറെങ്കിലും അവർ ഭക്ഷണശാലയിൽ ചെലവഴിക്കുന്നു.

വേഗം തയാറായി ലോബിയിൽ ചെന്നിരുന്നു. സന്ദർശകരുടെ വേഷവൈജാത്യവും, ഭാവഹാവാദികളുമൊക്കെ വീക്ഷിച്ചിരിക്കുന്നത് രസകരമായ ഒരു കാര്യമാണല്ലോ. സഹയാത്രികർ എത്തിത്തുടങ്ങുന്നതേ ഉള്ളൂ.

രാവിലെ ആദ്യം പോയത് ബഹിരാകാശ മ്യൂസിയം കാണാനാണ്. ഹോട്ടലിൽനിന്നും നടന്നുപോകാനുള്ള ദൂരമേയുള്ളൂ. ബഹിരാകാശ ഗവേഷണത്തിൽ യു.എസിനൊപ്പം റഷ്യയും ഉന്നതസ്ഥാനത്താണല്ലോ. ബഹിരാകാശയാത്രികർക്കുവേണ്ടി സമർപ്പിച്ച ഒരു സ്മാരകമാണ് നമ്മുടെ ശ്രദ്ധയിൽ ആദ്യം പെടുക. റോക്കറ്റും അതിന്റെ ആരോഹണപാതയും ചേർന്ന നിർമിതി ഒരു സുന്ദര കലാശില്പമായി ഉയർന്നു നിൽക്കുന്നു. അതിനടിയിലാണ് മ്യൂസിയം. അങ്ങനെയൊന്ന് അവിടെയുണ്ടെന്ന് അടുത്തെത്തിയപ്പോഴാണ് മനസ്സിലായത്.

മ്യൂസിയത്തിൽ സോവിയറ്റ് യൂണിയന്റെയും, റഷ്യയുടെയും വ്യത്യസ്ത സമയങ്ങളിൽ വിക്ഷേപിക്കപ്പെട്ട ചില ഉപഗ്രഹങ്ങളും പേടകങ്ങളും, മറ്റു ചിലവയുടെ മോഡലുകളും ശേഖരിച്ചുവെച്ചിരിക്കുന്നു. ബഹിരാകാശയാത്രികരുടെ ജീവിതവും, നേട്ടങ്ങളുമെല്ലാം ഫോട്ടോകളായും, ചിത്രീകരണങ്ങളായും സജ്ജീകരിച്ചിരിക്കുന്നു. വിവരങ്ങളും, വിവരണങ്ങളും പൂർണമായി മനസ്സിലായില്ലെങ്കിലും ബഹിരാകാശമേഖലയിൽ, റഷ്യയുടെ വൻ മുന്നേറ്റം 85000 പ്രദർശന വസ്തുക്കൾ നമ്മെ കൃത്യമായി ബോധ്യപ്പെടുത്തും.

» വെധൻകാ പാർക്കിലെ സ്റ്റോൺ ഫ്ളവർ ഫൗണ്ടെൻ

നമ്മുടെ രാജ്യം ഈ മേഖലയിൽ കൈവരിച്ച വിജയങ്ങൾക്ക് നാം സോവിയറ്റ് റഷ്യയോടും കടപ്പെട്ടിരിക്കുന്നു എന്ന കാര്യം ഓർത്തുകൊണ്ടാണ് ഞങ്ങൾ മ്യൂസിയത്തിന്റെ പടികൾ ഇറങ്ങിയത്.

ബഹിരാകാശസഞ്ചാരികൾക്ക് വേണ്ടിയുള്ള സ്മാരകത്തിനടുത്താണ് ആകാശം മുട്ടെ ഉയർന്നുനിൽക്കുന്ന റഷ്യയുടെ ടെലിവിഷൻ ടവർ. യൂറോപ്പിലെ ഏറ്റവും ഉയരം കൂടിയ ടവറായിരുന്നു ഇത്. ഓസ്റ്റാൻകിനോ ടവർ എന്നാണിത് അറിയപ്പെടുന്നത്. റഷ്യൻ ബുർജ് ഖലീഫ എന്നും പറയും. നേരത്തെ ഇതിനുള്ളിലേക്ക് പ്രവേശനമുണ്ടായിരുന്നു. ഇപ്പോഴില്ല. ബഹിരാകാശസ്മാരക ശില്പവും, വർണ്ണദീപ്തമായ ടി.വി.ടവറും ചേർന്നുള്ള രാത്രിദൃശ്യം അപൂർവസുന്ദരമാണ്.

മോസ്കോവിനോട് താത്കാലികമായി വിടപറയേണ്ടിയിരിക്കുന്നു. സെയിന്റ് പീറ്റേഴ്സ് ബെർഗിലേക്കാണ് ഇനിയത്തെ യാത്ര. രണ്ടര പകലും രണ്ടു രാത്രിയും അവിടെ തങ്ങിയതിനുശേഷം വീണ്ടും മോസ്കോവിലെക്ക് വരും.

വെധൻക മെട്രോ സ്റ്റേഷനിൽ നിന്നും മെട്രോ ട്രെയിനിൽ വേണം സെയിന്റ് പീറ്റേഴ്സ് ബെർഗിലേക്കുള്ള നോൺസ്റ്റോപ്പ് ട്രെയിൻ പിടിക്കാനുള്ള സ്റ്റേഷനിലെത്താൻ. മോസ്കോ മെട്രോ 1935 ൽ സ്ഥാപിച്ചതാണ്. ഭൂമിക്ക് വളരെ അടിയിലാണ് സംവിധാനങ്ങൾ. എസ്കലേറ്ററിൽ താണ് താണ് പോകുന്നത് കൗതുകകരമായ അനുഭവമായിരുന്നു. പ്ലാറ്റ്ഫോമുകളും സ്റ്റേഷനുമെല്ലാം കലാപരമായി ഒരുക്കിയിരിക്കുന്നു.

» മോസ്ക്കോവിലെ ബഹിരാകാശ സ്മാരക മ്യൂസിയം

സന്ദർശകരെ ഹൃദയത്തോട് ചേർത്തു വെയ്ക്കുന്ന സെന്റ് പീറ്റേഴ്സ് ബർഗിനെപ്പറ്റി കേട്ടിട്ടുണ്ട്. ഇതാ നേരിൽ കാണാൻ പോകുന്നു. വിസ്മയങ്ങളുടെ അക്ഷയ ഖനികൾ ഒളിപ്പിച്ചുകൊണ്ട് എന്നും സഞ്ചാരികളെ മാടി വിളിക്കുന്ന നഗരമാണല്ലോ സെന്റ് പീറ്റേഴ്സ് ബെർഗ്.

2017 മെയ്

വിപ്ലവവും പടയോട്ടവും നേവാ നദിയും

മോസ്കോ സെയിന്റ് പീറ്റേഴ്സ് ബെർഗ് യാത്രയിലുടനീളം ചെറിയ ഒരു ചാറ്റൽ മഴ ഞങ്ങളെ അനുയാത്ര ചെയ്യുന്നുണ്ടായിരുന്നു. റഷ്യയുടെ വ്യാവസായിക ഭൂമികകളിലൂടെ, പിന്നെ ഗ്രാമാന്തരങ്ങളിലൂടെ സാമാന്യം നല്ല വേഗത്തിൽ നിർത്താതെ നാലുമണിക്കൂർ ദൈർഘ്യമേറിയ ട്രെയിൻ യാത്ര. സെയിന്റ് പീറ്റേഴ്സ് ബെർഗെന്ന മഹാനഗരത്തിലെ മോസ്കൊവ്സ്കി സ്റ്റേഷനിലെത്തുമ്പോഴും മഴയുടെ നേർത്ത നൂലുകൾ മൂടിപ്പിടിച്ച അന്തരീക്ഷത്തിൽ വലനെയ്യുകയായിരുന്നു.

ഈ നഗരത്തിൽ മഴ എപ്പോഴും പെയ്യാം. പെയ്ത്തെന്നു പറയാനൊന്നും പറ്റില്ലെങ്കിലും നമ്മെ നനയ്ക്കാൻ ചെറിയ ഇടവേളകളിൽ മഴയങ്ങിനെ വന്നും പോയുമിരിക്കും. നേരിയ മഴയും ചെറിയ തണുപ്പും ചേരുമ്പോൾ വിശപ്പും കൂടും.

ഇമ്പീരിയൽ റഷ്യയുടെ ഈ തലസ്ഥാന നഗരം പെട്രോഗ്രാഡായും, ഒക്ടോബർ വിപ്ലവത്തിന് ശേഷം ലെനിൻഗ്രാഡായും ഒടുവിൽ സെയിന്റ് പീറ്റേഴ്സ് ബെർഗായും നാമപരിണാമം ചെയ്യപ്പെടുകയായിരുന്നു.

» സെന്റ് പീറ്റേഴ്സ് ബെർഗിലെ മോസ്കോവ്സ്കി സ്റ്റേഷൻ പരിസരം

» ശിൽപ്പ ചാരുതയാർന്ന നിർമിതികൾ

രാജഭരണത്തിനെതിരായി ബോൾഷെവിക്കുകളുടെ നേതൃത്വത്തിൽ വിപ്ലവം പൊട്ടിപ്പുറപ്പെട്ട ചരിത്രനഗരം. രാജ്യാധികാരം സോവിയറ്റ് ജനതയ്ക്ക് കൈമാറ്റപ്പെടുകയും റഷ്യൻ വിപ്ലവത്തിന്റെ അലയൊലികൾ ലോകത്താകമാനം അനുരണനങ്ങൾ ഉയർത്തുകയും ചെയ്യതിന്റെ ആദ്യരംഗങ്ങൾ ഇവിടെയാണ് അരങ്ങേറിയത്. ലെനിന്റെ ജീവിതവും, പ്രവർത്തനങ്ങളുമായി ബന്ധപ്പെട്ട നിരവധി സ്ഥലങ്ങൾ ഈ നഗരത്തിന്റെ ഭാഗമാണ്. അവയിൽ പലതുമിന്ന് സന്ദർശകരെ ആകർഷിക്കുന്ന മ്യൂസിയങ്ങൾ.

റഷ്യൻ വിപ്ലവത്തിന്റെ തുടക്കത്തിൽ ലെനിൻ സ്വിറ്റ് സെർലാൻഡിലേക്ക് നാട് കടത്തപ്പെട്ടിരുന്നു. അവിടെനിന്നും വിപ്ലവത്തിന്റെ ദിശ നിയന്ത്രിച്ചിരുന്ന അദ്ദേഹം വീണ്ടും സെയിന്റ് പീറ്റേഴ്സ് ബർഗിൽ വന്നിറങ്ങിയ സ്റ്റേഷൻ ഫിൻലാൻഡ്സ്കി റെയിൽവേ സ്റ്റേഷൻ എന്നാണിന്ന് അറിയപ്പെടുന്നത്. സ്റ്റേഷന് പുറത്തുവെച്ച് അദ്ദേഹം തന്റെ ചരിത്രപ്രസിദ്ധമായ പ്രസംഗത്തിലൂടെ ജനങ്ങളെ വിപ്ലവത്തിന് സജ്ജരാക്കുകയായിരുന്നു. ഇന്നിത് ലെനിൻ സ്ക്വയറാണ്. ഇവിടെ ലെനിന്റെ പൂർണകായ പ്രതിമ സ്ഥാപിച്ചിരിക്കുന്നു. മുന്നിൽ വ്യത്യസ്ത വർണ്ണങ്ങളിൽ ട്യൂലിപ് പുഷ്പങ്ങൾ തീർക്കുന്ന അപൂർവ ശോഭയും.

സെയിന്റ് പീറ്റേഴ്സ് ബർഗിന്റെ ജീവനാഡിയും സൗന്ദര്യവുമായ നേവാ നദിയിൽ നങ്കൂരമിട്ടിരിക്കുന്ന അറോറ ഷിപ്പ് റഷ്യൻ വിപ്ലവത്തിന്റെ മർമ്മപ്രധാനമായ മറ്റൊരു സ്മാരകമത്രെ. വിപ്ലവത്തിന്റെ അലയൊലികൾ പൊട്ടിപ്പുറപ്പെടുമ്പോൾ ഈ യുദ്ധക്കപ്പൽ പെട്രോഗ്രാഡിൽ അറ്റകുറ്റ പണികൾക്കായി നിർത്തിയിട്ടിരിക്കുകയായിരുന്നു. കപ്പലിലെ ജീവനക്കാരിൽ നല്ലൊരു ഭാഗം വിപ്ലവത്തിൽ അണിചേരുകയായിരുന്നു.

1917 ഒക്ടോബർ 25... രാത്രി ഒൻപതേമുക്കാൽ മണി സമയം... കപ്പലിന്റെ മുന്നായത്തിൽ നിന്നും ഉതിർന്ന വെടി രാജാവിന്റെ ശരത്കാല കൊട്ടാരസമുച്ചയത്തിലേക്കുള്ള ജനസഞ്ചയത്തിന്റെ തള്ളിക്കയറ്റത്തിന് നാന്ദി കുറിക്കുകയായിരുന്നു. അങ്ങനെ മഹത്തായ ഒക്ടോബർ വിപ്ലവത്തിനും.

പിന്നീട് ഈ യുദ്ധക്കപ്പൽ പരിശീലന കപ്പലായി. രണ്ടാം ലോക മഹായുദ്ധത്തിൽ പങ്കാളിയായി. ഇന്ന് അറോറ ഷിപ് ഒരു വിപ്ലവ സ്മാരകമായി, മ്യൂസിയമായി നേവാ നദിയിൽ അലകളുടെ നിലക്കാത്ത തലോടലേറ്റുവാങ്ങി നിലകൊള്ളുന്നു. ലക്ഷക്കണക്കിന് സന്ദർശകരാണ് വർഷം തോറും ഈ ഷിപ്പ് മ്യൂസിയം കാണാനെത്തുന്നത്.

രണ്ടാം ലോകമഹായുദ്ധകാലത്ത് 872 ദിവസങ്ങൾ നാസിപ്പടയുടെ ഉപരോധംകൊണ്ട് വീർപ്പുമുട്ടിയ നഗരമാണ് സെന്റ് പീറ്റേഴ്സ്ബെർഗ്. ബാഹ്യലോകവുമായുള്ള ബന്ധമെല്ലാം വിച്ഛേദിച്ച് നഗരത്തെ ഒറ്റപ്പെടുത്തി. പോരാട്ടവും, പട്ടിണിയും, രോഗവും എല്ലാം ചേർന്ന് ഒരു മില്യൺ ആളുകളാണ് മരണത്തിന്റെ പിടിയിലമർന്നത്. ലോകം കണ്ട ഏറ്റവും ഭീകരമായ നഗര ഉപരോധമായിരുന്നു ഇത്. ഈ സമയത്തും ഫിൻഡ്ലാൻഡ്സ്കി റെയിൽവെ സ്റ്റേഷൻ പ്രവർത്തനനിരതമായിരുന്നു എന്നത് ഉപരോധത്തിൽപെടാത്ത ചില സ്ഥലങ്ങളുമായി ബന്ധപ്പെടാൻ നഗരത്തിനു ഒരു അനുഗ്രഹമായി മാറി.

» നേവാ നദിയുടെ ശാഖകളിൽ വിരിയുന്ന നഗരവിസ്മയം.

രണ്ടാം ലോകമഹായുദ്ധത്തിന് ശേഷം ഈ നഗരം വിസ്മയകരമായി പുനർനിർമിക്കപ്പെടുകയായിരുന്നു. നേവാ നദിയുടെ തീരത്ത് മഹാനായ പീറ്റർ ചക്രവർത്തി നിർമ്മിച്ച പഴയ നഗരം അത്ഭുതപൂർവമായ വികാസ പരിണാമത്തിലൂടെ ലോകത്തിലെ ഏറ്റവും മനോഹരമായ മഹാനഗരമായി മാറുകയായിരുന്നു.

നേവാ നദിയുടെ സാന്നിധ്യമാണെവിടെയും. അഴുക്കുകളോ, മറ്റു പാഴ് വസ്തുക്കളോ നദിയിൽ എവിടെയുമില്ല. ശക്തമായ ഉൾത്തിരയിളക്കം ഉപരിതലത്തിൽ പ്രകടമായി കാണാം. നഗരത്തിന്റെ ഹൃദയഭാഗത്തുകൂടെ ഒഴുകുന്ന നേവാ നദിയുടെ സ്വാഭാവിക കൈവഴികൾ

നഗരത്തിന്റെ വിവിധ ഭാഗങ്ങളിലെല്ലാം ഒഴുകിയെത്തുന്നു. ചിലയിടങ്ങളിലേക്ക് കൃത്രിമ കനാൽ വഴി നദിയെ കൊണ്ടുപോയിരിക്കുന്നു. നദിയുടെയും കൈവഴികളുടെയും പാർശ്വങ്ങൾ എല്ലായിടത്തും ഭംഗിയായി കെട്ടിയുയർത്തി ഇരുഭാഗവും റോഡുകളായി വികസിപ്പിച്ചിരിക്കുന്നു. റോഡുകളിൽ നിന്നും അവശ്യം വേണ്ട അകലം വിട്ട് നാലും അഞ്ചും നിലകളുള്ള, മനോഹരമായി രൂപകല്പനചെയ്ത കെട്ടിടങ്ങൾ, നിരനിരയായി നിർമ്മിച്ചിരിക്കുന്നു. ഒന്നിനൊന്നു മുട്ടിനിൽക്കുന്ന രീതിയിൽ പണിത കെട്ടിടങ്ങളുടെ പ്രതിബിംബങ്ങൾ നദിയുടെ തെളിവെള്ളത്തിൽ ഉയരഭേദങ്ങളിൽ നിൽക്കുന്ന കാഴ്ച, പ്രത്യേകിച്ചും രാത്രിയിൽ, അപൂർവസുന്ദരംതന്നെ. ഉപറോഡുകൾക്ക് വേണ്ടിമാത്രമാണ് കെട്ടിടങ്ങൾക്കിടയിൽ അകലം നിലനിർത്തിയിരിക്കുന്നത്. ഇങ്ങനെയൊരു നഗരആസൂത്രണം ഞങ്ങൾക്ക് ഒരു പുതുമയായി തോന്നി. വൃത്തിയും വെടിപ്പുമുള്ള നടപ്പാതകൾ. അലങ്കാരവിഭൂഷകളോടെ തുല്യമായ അകലത്തിൽ വൈദ്യുത ദീപക്കാലുകൾ. അവയുടെ തുമ്പത്ത് ബഹുവർണ ദീപങ്ങൾ. നടപ്പാതകൾക്കും കെട്ടിടങ്ങൾക്കുമിടയിൽ മരങ്ങളും, പൂക്കളും തീർക്കുന്ന അപൂർവ്വ ശോഭ. വാഹനത്തിലിരുന്ന് വെറുതെ കണ്ടുപോയാൽ നഗരലാവണ്യം നമ്മുടെ മനസ്സിലേക്ക് ഒരനുഭൂതിയായി കടന്ന് വരില്ല. പകരം നേവാ നദിയുടെ ശാഖോപശാഖകളെ വലം വെച്ചൊഴുകുന്ന നഗര പാതകളിലൂടെ കാഴ്ചകൾ കണ്ട് നടന്നുപോകണം, ആയിരക്കണക്കിന് സഞ്ചാരികളിലൊരാളായി.

» ഫിൻലാൻഡ്സ്കി സ്റ്റേഷന് സമീപത്തെ ലെനിൻ സ്ക്വയർ

യുനെസ്കോ ലോക പൈതൃക പദവിയുള്ള ചരിത്രപ്രാധാന്യമുള്ള നിരവധി നിർമിതി വിശേഷങ്ങൾ ഈ നഗരത്തിന് സ്വന്തം. നാലായിരത്തോളം ചരിത്ര സ്മാരകങ്ങൾ തല ഉയർത്തിനിൽക്കുന്നതുമിവിടെ.

ഇതിനെല്ലാമപ്പുറം 200 ഓളം മ്യൂസിയങ്ങൾ, 2000 പുസ്തകശാലകൾ, 80 ലേറെ തീയേറ്ററുകൾ, 100 ഓളം ഗായകസംഘങ്ങൾ, 45 ഗാലറികൾ, 62 സിനിമാശാലകൾ, 80 ഓളം സാംസ്കാരിക

» കപ്പലുകൾക്ക് വഴിയൊരുക്കാൻ പിളർന്ന് മാറുന്ന പാലം

കൂട്ടായ്മകൾ.... പോരെ പൊടിപൂരം.

എല്ലാ വർഷവും ഈ മഹാനഗരത്തിൽ നൂറുകണക്കിന് ചരിത്ര കലാ സാംസ്കാരിക ആഘോഷങ്ങൾ നടക്കുന്നു. അവയിൽത്തന്നെ അന്താരാഷ്ട്ര നിലവാരത്തിലുള്ളവ പകുതിയിലേറെ വരും. എല്ലാം കൂടി ചേരുമ്പോൾ ലോക രാഷ്ട്ര സംഗമ സമന്വയംകൊണ്ട് സമ്പുഷ്ടമായ നഗരം.

നേവാനദിയും കൈവഴികളും വിഭജിച്ച് സുന്ദരമാക്കുന്ന നഗരത്തിൽ 342 പാലങ്ങളുണ്ട്. വെറും പാലങ്ങളൊന്നുമല്ലതാനും. കൊത്തുപണികളും, അലങ്കാരങ്ങളും നിറഞ്ഞ തൂണുകളാലും, കമനീയമായ ആർച്ചുകളാലും നോക്കിനിന്നുപോകുന്ന സാങ്കേതിക ശാസ്ത്ര സൗന്ദര്യ ശിൽപങ്ങൾ. അവയിലൂടെ കടന്നുപോകുമ്പോൾ കണ്ണിനു ഇമ്പം പകരുന്ന പുറം കാഴ്ചകൾ.

നേവാനദിയിലൂടെ രാത്രി പന്ത്രണ്ട് മണിക്ക് ശേഷമുള്ള ബോട്ടിങ് നഗരത്തിന്റെ വർണ്ണാഭമായ കാഴ്ച നമുക്ക് സമ്മാനിക്കുന്നു. കൂട്ടത്തിൽ രസകരമായ മറ്റൊരു കാഴ്ചയും കാണാം. പ്രധാനപ്പെട്ട പത്തോളം പാലങ്ങളുടെ മധ്യഭാഗങ്ങൾ നദിക്ക് മുകളിൽ പകുത്ത് പാതിയായി ഉയർന്നുവരുന്ന കാഴ്ച. പാലം കപ്പലുകൾക്ക് കടന്നുപോകാൻ വഴിയൊരുക്കുകയാണ്. സെയിന്റ് പീറ്റേഴ്സ് ബെർഗ് റഷ്യയിലെ ഒരു പ്രധാന തുറമുഖനഗരം കൂടിയാണല്ലോ.

റഷ്യയുടെ പ്രധാന വ്യാപാര വ്യവസായ കേന്ദ്ര നഗരം കൂടിയാണ് സെയിന്റ് പീറ്റേഴ്സ് ബെർഗ്. എണ്ണ വാതക ശാലകൾ, സാങ്കേതികശാസ്ത്ര വ്യവസായം, ഖനനം, ടെക്സ്റ്റയിൽ, കപ്പൽ നിർമാണം, റേഡിയോ ഇലക്ട്രോണിക് സോഫ്റ്റ്‌വെയർ, കംപ്യൂട്ടർ നിർമാണം,

» റ്റഷ്യോ-ജാപ്പാനീസ് യുദ്ധത്തിൽ പങ്കെടുത്ത അറോറ യുദ്ധക്കപ്പൽ

ഓട്ടോമൊബൈൽ നിർമാണം, ഡിസ്റ്റിലറി എന്നുവേണ്ട രാജ്യത്തിന്റെ വികസനകുതിപ്പിന് ശക്തി പകരുന്ന സർവ മേഖലയുടെയും കേന്ദ്രം കൂടിയാണീ നഗരം.

മൂന്ന് ദിവസങ്ങൾ തീരെ ചെറിയ സമയമാണല്ലോ. അതുകൊണ്ട്തന്നെ പകലും രാത്രിയും ഞങ്ങൾ വിനിയോഗിച്ചു. പൊതുവായ ഒരു ചിത്രം സ്വായത്തമാക്കാൻ. പാക്കേജ് ടൂർ ആണല്ലോ. വളരെ പ്രധാനപ്പെട്ടവ കാണുക. അത് മാത്രമേ സാധ്യമാകൂ. ചിലതു പുറത്തുനിന്നും കണ്ടാസ്വദിച്ചു. ചിലത് ഉള്ളിൽ കയറി വിശദമായും. ഓരോ മ്യൂസിയത്തിനും, പള്ളിക്കും, കൊട്ടാരത്തിനും, പാർക്കിനും സംഭവ ബഹുലമായ വികാസപരിണാമ ചരിത്രമുണ്ട്. അവയെല്ലാം മനസ്സിലാക്കുക എളുപ്പമല്ല. മനസ്സിലാക്കിയവ രേഖപ്പെടുത്താനും. ബാഹുല്യവും വിസ്താരപരതയും പരിമിതികളാണല്ലോ. എങ്കിലും യാത്രാ ഘടനയുടെ മേന്മ കാരണം നഗരലാവണ്യം അധികം ചോർന്നുപോകാതെ അനുഭവിച്ചറിയാൻ ഞങ്ങൾക്ക് സാധിച്ചു. മായാത്ത ചിത്രങ്ങളായി അവ മനസ്സിൽ ശേഷിക്കുന്നു.

2017 മെയ്

സെയിന്റ് പീറ്റേഴ്സ് ബെർഗിലെ വിശേഷകാഴ്ചകൾ

ഫിൻലാൻഡ് ഉൾക്കടലിന്നഭിമുഖമായി പീറ്റർ ചക്രവർത്തി നിർമ്മിച്ച ഗ്രീഷ്മകാലരാജധാനിയും പാർക്കും നമ്മെ സ്വപ്നസമാനമായ മറ്റൊരു ലോകത്തേക്കാനയിക്കുന്നതുപോലെ തോന്നിപ്പിക്കും. പതിനെട്ടും, പത്തൊൻപതും നൂറ്റാണ്ടുകളിലൂടെ പൂർത്തിയായ ദൃശ്യ വിസ്മയം. രണ്ട് തട്ടുകളായി വലിയ പാർക്കുകൾ, കൊട്ടാരസമുച്ചയങ്ങൾ, മ്യൂസിയം, താഴേക്കൊഴുകുന്ന തെളിനീരരുവിയുടെ മർമരം, രൂപവൈവിധ്യമാർന്ന ജലധാരകൾ, കലാ വൈഭവമാർന്ന നൂറിൽപരം റോമൻ ദൈവ നായക ശില്പങ്ങൾ, കാറ്റും തണുപ്പും ചേരുന്ന സവിശേഷമായ അന്തരീക്ഷം, ആയിരക്കണക്കിന് യാത്രികരും സന്ദർശകരും... എല്ലാം നമ്മെ പിടിച്ചുനിർത്തും, തിരികെ പോരാൻ അനുവദിക്കാതെ. റഷ്യൻ സൈന്യം സ്വീഡനെ കീഴടക്കിയതിന്റെ പ്രതീകമായി സാംസൺ, സിംഹത്തിന്റെ വക്ത്രം തുറന്നുപിടിക്കുന്ന ശിൽപം വേറിട്ടുനിൽക്കുന്നു.

» യുനെസ്കോ ലോക പൈതൃക ഇടമായ പീറ്റർ ഹോഫ് കൊട്ടാരത്തിന് മുന്നിൽ

» പീറ്റർ ഹോഫ് കൊട്ടാരത്തിലെ ജല ധാരകൾ

താഴത്തെ പാർക്കിലൂടെ നേരെനടന്നാൽ നാമെത്തിച്ചേരുക കടൽത്തീരത്താണ്. കടലും, കടലിനിപ്പുറം കായലും അരുവിയും, അവ വേർതിരിക്കുന്ന പുൽമെത്തയണിഞ്ഞ കൊച്ചു ഭൂപ്രദേശങ്ങളും, കാറ്റിലാടുന്ന ഉയരം കുറഞ്ഞ വൃക്ഷതലപ്പുകളും, അങ്ങ് ദൂരെ കടലിൽ നീങ്ങുന്ന കപ്പലുകളും, അതിനുമപ്പുറത്തെ നഗരസഞ്ചയവും ഒക്കെ ചേരുന്ന വൈവിധ്യ വിശാലതയുടെ അപാരസൗന്ദര്യം അനുഭവിച്ചുതന്നെ അറിയണം.

പീറ്റർ ഹോഫിൽനിന്നും കടലിന്നഭിമുഖമായി ദൂരെ നോക്കിയാൽ കാണുന്നത് ഫിൻലാൻഡ് ബോട്ട് ജെട്ടിയും അനുബന്ധ സംവിധാനങ്ങളും. അവിടേക്ക് പ്രത്യേകം യാത്രാ പദ്ധതികൾ വേറെയുണ്ട്.

ഹെർമിറ്റേജ് മ്യൂസിയം

സെയിന്റ് പീറ്റേഴ്സ് ബെർഗിലെ ഏറ്റവും ശ്രദ്ധേയമായ നിർമിതിസഞ്ചയം ഈ മ്യൂസിയംതന്നെയാണ്. റഷ്യൻ ചക്രവർത്തിമാരുടെ ആർഭാടമാർന്ന ശരത്കാല വസതി. ശില്പ വൈഭവമാർന്ന അഞ്ച് നിർമിതികൾ. 1057 മുറികൾ, 117 കോവണികൾ, 1786 വാതിലുകൾ, 1945 ജനാലകൾ. കൊട്ടാരത്തിന്റെ വലുപ്പം ഊഹിക്കാമല്ലോ. രാജകൊട്ടാരമാണല്ലോ, 18 വർഷംകൊണ്ട് പണിതീർത്തെടുത്തു.

രാജാക്കന്മാർ നേടിയെടുത്ത രത്നങ്ങളും കല്ലുകളും മറ്റ് അമൂല്യങ്ങളായ കൗതുക വസ്തുക്കളും സൂക്ഷിച്ചുവെയ്ക്കാൻ വിപുലീകരിച്ച കൊട്ടാരമാകുമ്പോൾ പേരും പെരുമയും ഏറെയാണല്ലോ. മൂന്ന് മില്യൺ പ്രദർശന വസ്തുക്കൾ ഈ പാലസിൽ സജ്ജീകരിച്ചിരിക്കുന്നു എന്നാണ് കണക്ക്.

അലങ്കാരസമ്പുഷ്ടമായ കോണിപ്പടികൾ, സ്വീകരണസംവിധാനങ്ങൾ, രാജസിംഹാസനങ്ങൾ, വിശാലമായ മുറികളുടെ അലംകൃതമായ ചുമരുകളും മേലാപ്പുകളും, വലിയ തൂക്കുവിളക്കുകൾ, ചിത്രപ്പണികളുള്ള വാതിലുകൾ, കലാപരമായി പണിത ജനലുകൾ, ആൾ കണ്ണാടികൾ, പ്രാചീന ഗ്രീക്ക് പാത്രങ്ങൾ, ശില്പങ്ങൾ, ആഭരണങ്ങൾ, യൂറോപ്പിയൻ ആയുധങ്ങൾ, ചിത്രങ്ങൾ, പെയിന്റിങ്ങുകൾ, മാർബിളിലും പിച്ചളയിലും തീർത്ത രൂപങ്ങൾ, പുസ്തകശേഖരം ഇതെല്ലം ചേർന്നതോ ഇതിനപ്പുറമുള്ളതോ ആയ കൊട്ടാരം കണ്ടു തീരാൻ ഒരു ദിവസം പോലും മതിയാവില്ല. കൊട്ടാരത്തിലെ ചിത്ര ഗാലറി ലോകോത്തരമാണെന്നു പറയുന്നു. ലോകപ്രശസ്തരായ ചിത്രകാരന്മാരുടെ പെയിന്റിങ്ങുകൾ ചുമരുകളിൽ നിറഞ്ഞിരിക്കുന്നു.

പിക്കാസ്സോ, വാൻ ഗോഗ്, ലിയനാർഡോ ഡാ വിഞ്ചി തുടങ്ങിയ മഹാരഥന്മാരുടെ സൃഷ്ടികളോടൊപ്പം മറ്റു നിരവധി ചിത്രകാരന്മാരുടെ സൃഷ്ടികളും ഗാലറിയെ അലങ്കരിക്കുന്നു. കാലാതിവർത്തിയായ കലാവിരുതിന്റെ ഒരു അലൗകിക പ്രപഞ്ചം ഹെർമിറ്റേജ് മ്യൂസിയം നമ്മുടെ മുമ്പിൽ കാഴ്ചവെക്കുന്നു.

പീറ്റർ & പോൾ ഫോർട്രെസ്സ്

മഹാനഗരത്തിന്റെ കേന്ദ്രഭാഗത്ത് പീറ്റർ ചക്രവർത്തി തന്നെ തെരഞ്ഞെടുത്ത 'റാബിറ്റ് അയ്‌ലാൻഡിൽ' ആണ് ഈ ഫോർട്ട് സ്ഥിതി ചെയ്യുന്നത്. സെയിന്റ് പീറ്റേഴ്സ് ബർഗിന്റെ ഹൃദയം മിടിച്ചുതുടങ്ങിയത് ഇവിടെയാണെന്ന് പറയാറുണ്ട്. ഇവിടെനിന്നാണ് റഷ്യയുടെ സമുദ്ര കമാനമായും, രണ്ടാമത്തെ വലിയ നഗരമായും സെയിന്റ് പീറ്റേഴ്സ്

» ലോകത്തെ രണ്ടാമത്തെ വലിയ കലാ സാംസ്കാരിക മ്യൂസിയം. ഹെർമിറ്റേജ് മ്യൂസിയം

ബെർഗ് മാറിയത്. ആറു പുറം കോട്ടകളും ആറു ഗെയ്റ്റുകളുമൊക്കെയായി ദീർഘവീക്ഷണത്തോടെ പണിത കോട്ടയാണിത്. നഗരത്തിന്റെ ഏറ്റവും ഉയർന്ന അടയാളമായി പിന്നീട് പള്ളി പണിയുകയും അതിനുള്ളിൽ പ്രതിമകളും രൂപങ്ങളും കൊത്തിയ മറ രൂപപ്പെടുത്തുകയും ചെയ്തു. രാജവംശത്തിലെ ആളുകളുടെ സെമിത്തേരിയായും ഈ കോട്ട പിന്നീട് മാറി.

നഗരസംരക്ഷണ പ്രതിരോധകേന്ദ്രം എന്ന ദൗത്യം ചുരുങ്ങിവന്ന് ഫോർട്ട് ഒരു തടവറയായിപോലും ഉപയോഗിക്കപ്പെട്ടുവെന്ന വിപര്യയം പിൽക്കാലത്തുണ്ടായി. 300 ഓളം വർഷങ്ങൾ നീണ്ട രാജഭരണചരിത്രത്തിന്റെ ഉയർച്ചയും താഴ്ചയും കണ്ട കോട്ടമതിലുകൾ ഇന്ന് ഈ മഹാനഗരത്തിന്റെ ചരിത്ര മ്യൂസിയത്തെ വലം വെക്കുന്നു എന്നത് മറ്റൊരു നിയോഗം.

സെയിന്റ് ഐസക് കത്തീഡ്രൽ

» ഹെർമിറ്റേജ് മ്യൂസിയത്തിലെ തിരക്കാർന്ന ഇടനാഴികൾ

അംബരചുംബികളായ കെട്ടിടങ്ങളില്ലാത്ത സെയിന്റ് പീറ്റേഴ്സ്ബർഗിന്റെ ആകാശത്ത് ഉയർന്നു പൊങ്ങി നിൽക്കുന്ന ഗോപുരത്താൽ ശ്രദ്ധേയമായ പള്ളി. ഉയരത്തിൽ താഴികക്കുട കത്തീഡ്രലുകളിൽ മൂന്നാമത് സ്ഥാനം. വലുപ്പത്തിൽ നാലാമതും. നിയോ ക്ലാസിക്കൽ ശൈലിയിൽനിന്നും വ്യത്യസ്തമായ നിർമ്മാണരീതിയാണ് ഇവിടെ നാം കാണുക. പുറം വരാന്തയുടെ ഗ്രാനൈറ്റ് സ്തൂപങ്ങളും ഉള്ളിലെ താഴികക്കുടവിന്യാസ ഭംഗിയും അവയിലെ പെയിന്റിങ്ങുകളും ചുമരിലെയും തറയിലെയും മൊസൈക് ചിത്രപ്പണികളും ശില്പങ്ങളുമൊക്കെ ചേരുമ്പോൾ കത്തീഡ്രൽ ശരിക്കും ഒരു കലാ ഭണ്ഡാകാരം തന്നെയാണ്. ശില്പചാരുതയാർന്ന ഒരു മ്യൂസിയവും.

സെയിന്റ് നിക്കോളാസ് കത്തീഡ്രൽ, ചർച്ച് ഓഫ് സേവിയോർ

» സെയിന്റ് ഐസക്ക് കത്തീഡ്രൽ

ഓൺ സ്പിൽഡ് ബ്ലഡ് എന്നീ ക്രൈസ്തവ ദേവാലയങ്ങളും ഞങ്ങൾ സന്ദർശിച്ചു. ആദ്യത്തേതിൽ മതചടങ്ങുകൾ നടക്കുമ്പോഴായിരുന്നു സന്ദർശനം.

ചക്രവർത്തി അലക്സാൻഡർ രണ്ടാമൻ 1881 ൽ മാരകമായി വെടിയേറ്റുവീണ സ്ഥലത്താണ് ചർച്ച് ഓഫ് സേവിയോർ ഓൺ സ്പിൽഡ് ബ്ലഡ് നിലകൊള്ളുന്നത്. വിശാലമായ ഉൾഭാഗം മൊസൈകിൽ പൊതിഞ്ഞിരിക്കുന്നു എന്നാണറിവ്. ഉള്ളിലേക്ക് പ്രവേശനം നടന്നില്ല.

റഷ്യൻ വിപ്ലവകാലത്ത് ചർച്ച് കൊള്ളയടിക്കപ്പെടുകയുണ്ടായി എന്ന് പറയുന്നു. സാഹചര്യം അതല്ലേ. ജീവനും ജീവിതവും വഴിമുട്ടിനിൽക്കുമ്പോൾ മനുഷ്യൻ എന്തൊക്കെ ചെയ്യില്ല!

1932 ൽ ചർച്ച് പൂർണമായും അടച്ചു. രണ്ടാം ലോക മഹാ യുദ്ധകാലത്ത്, ലെനിൻഗ്രേഡ് ഉപരോധത്തെ തുടർന്ന് പട്ടിണിമരണങ്ങളുടെ ഒരു പരമ്പരതന്നെ സംഭവിക്കുകയും, ചർച്ച് ഒരു ശവ ദർശനശാലയായി മാറുകയും ചെയ്തുവെന്നത് ചരിത്രം.

നിക്കോളോവ്സ്കി പാലസ്

റഷ്യയുടെ തനതായ കലാരൂപങ്ങളെ, പ്രത്യേകിച്ചും നാടൻ കലകളെ പരിചയപ്പെടുന്നതിന്റെ ഭാഗമായി നിക്കോളോവ്സ്കി പാലസിൽ ഞങ്ങളെത്തുന്നത് ഒരു വൈകുന്നേരമാണ്. തലയെടുപ്പുള്ള കൊട്ടാരംതന്നെ. ഉള്ളിലെ ആർഭാടങ്ങളും അലങ്കാരദീപങ്ങളും പുറംമോടിയേക്കാൾ കേമംതന്നെ. ചുവന്ന പരവതാനി വിരിച്ച സ്റ്റൈലൻ സോപാനപ്പടികൾ കയറി ഞങ്ങളെത്തിയത് വലിയൊരു സ്വീകരണമുറിയിലേക്കും അവിടെനിന്ന് ബാൻക്വറ്റ് ഹാളിലേക്കുമാണ്. സന്ദർശകരെ രാജാവിന്റെ അതിഥികളായിട്ടാണ് ഈ പാലസിൽ രാജകീയമായി സ്വീകരിക്കുന്നത്.

'റഷ്യയെ അനുഭവിച്ചറിയാൻ' എന്ന നൃത്ത സംഗീത പരിപാടിയാണ് സ്റ്റേജിൽ അരങ്ങേറുന്നത്. നാടിന്റെ തനത് നടന കലാരൂപങ്ങൾ

സംഗീതത്തിന്റെയും, വിശേഷപ്പെട്ട അകമ്പടി വാദ്യത്തിന്റെയും താളത്തിൽ ഒന്നര മണിക്കൂർ ശ്രോതാക്കൾ ആസ്വദിച്ചു. അംഗചലനവും, ഭാവപ്രകടനവും, മെയ്‌വഴക്കവും, ചടുലമായ താളക്കൊഴുപ്പും കലാപ്രകടനങ്ങളെ ആസ്വാദ്യകരമാക്കി. ഒരു നൃത്തം നമ്മുടെ ചവിട്ടുനാടകവുമായി സാദൃശ്യമുള്ളതുപോലെ തോന്നി. ക്ഷണനേരംകൊണ്ട് നർത്തകർ സ്വീകരിക്കുന്ന വേഷപ്പകർച്ച രസകരമായി തോന്നി. കാണികളിൽ ചിലരെ വേദിയിലേക്ക് ക്ഷണിച്ചു വരുത്തി കലാകാരൻമാർ കാണിക്കുന്ന രസവിന്യാസങ്ങളും, സഹനടനവും കൗതുകകരമായിരുന്നു.

ഇടവേളയിൽ തൊട്ടടുത്ത ഹാളിൽ പഴങ്ങളും പാനീയങ്ങളുമായി ചെറിയ ഒരു സൽക്കാരവും കൂടിയായപ്പോൾ സംഗതി കൊള്ളാമല്ലോ എന്നായി എല്ലാവർക്കും. ഒരു കലാപരിപാടിയുടെ ഇടയിൽ കലാകാരൻമാർ കാണികളോടൊത്ത് ഈവിധം ഇടപെടുന്നത് ഒരു പുതുമതന്നെ.

ഹാളിനപ്പുറമുള്ള വിശാലമായ ബാൽക്കണിയിൽ റഷ്യൻ കരകൗശല വസ്തുക്കളുടെ പ്രദർശനവുമുണ്ടായിരുന്നു. കലാവിരുന്ന് കഴിഞ്ഞിറങ്ങുമ്പോൾ വർണ്ണ പ്രഭയിൽ മുങ്ങിയ നനഞ്ഞ നഗരവീഥികളാണ് ഞങ്ങളെ സ്വീകരിച്ചത്.

പുഷ്കിൻ

പുഷ്കിൻ ഇന്നൊരു ആധുനിക നഗരമാണ്. അലക്സാണ്ടർ പുഷ്കിൻ എന്ന റഷ്യൻ കവിയുടെ ഓർമയിൽ അദ്ദേഹത്തിന്റെ നൂറാം ചരമവാർഷികദിനത്തിലാണ്, പതിനെട്ടാം നൂറ്റാണ്ടിലേയും പത്തൊൻപതാം നൂറ്റാണ്ടിലേയും രാജാക്കന്മാരുടെ ധൂർത്തിന്റെയും ആഡംബരത്തിന്റെയും ആർഭാട വസതികളുടെയും കേന്ദ്രം സാർസ്കോയെ സീലോ പുഷ്കിൻ ആയത്. കാതെറിൻ പാലസ്, അലക്സാൻഡർ പാലസ്, ഏക്കറുകളിൽ വ്യാപിച്ചു കിടക്കുന്ന പാർക്ക് ഇവയൊക്കെ ചേർന്നതാണിന്ന് പുഷ്കിൻ. വലിയ തടാകങ്ങളും, വൃത്തിയായി നട്ടുപിടിപ്പിക്കപ്പെട്ടതും, നന്നായി പരിപാലിക്കപ്പെടുന്നതുമായ മരങ്ങൾ നമ്മുടെ ശ്രദ്ധ പിടിച്ചുപറ്റും.

» നിക്കോളോവ്സ്കി പാലസിലെ കലാസന്ധ്യ

സെയിന്റ് പീറ്റേഴ്സ് ബെർഗ് യാത്രയുടെ അവസാനപാദത്തിലാണ് ഞങ്ങൾ പുഷ്കിനിൽ

» ചർച്ച് ഓഫ് സേവിയർ ഓൺ സ്പിൽഡ് ബ്ലഡ്

എത്തിയത്. പുൾകോവോ അന്താരാഷ്ട്ര വിമാനത്താവളത്തിലേക്കുള്ള യാത്രാവഴിയെ, സാധ്യമായ മറ്റൊരു കാഴ്ചയായി പുഷ്കിൻ. സമയത്തിന് വിമാനത്താവളത്തിലെത്തേണ്ടതിനാൽ അധിക സമയം അവിടെ ചെലവഴിക്കാൻ ഇല്ലായിരുന്നു.

സന്ധ്യയോടെ എയർ പോർട്ടിലെത്തി. രണ്ടര ദിവസം ഞങ്ങളോടോപ്പമുണ്ടായിരുന്ന ഗൈഡ് വെറോണിക്കയോട് യാത്ര പറയാൻ സമയമായി. കോഡ് ലെസ്സ് മൈക്കമേന്തി, ചടുലതാളത്തിൽ, നല്ല ഇംഗ്ലീഷിൽ കാര്യങ്ങൾ വിവരിച്ച്, ആളുകൾ കൂട്ടം തെറ്റിപ്പോകാവുന്നത്ര തിരക്കുള്ള ഹെർമിറ്റേജ് മ്യൂസിയത്തിലൊക്കെ ഞങ്ങളെ നയിച്ച വെറോണിക്കയെ ഇനി കാണാൻ സാധ്യതയില്ല. യാത്രയിൽ അങ്ങനെയാണല്ലോ. പുതിയ മുഖങ്ങൾ കടന്നുവരുന്നു. പിന്നെ മായുന്നു. നല്ല ഓർമ്മകൾ ബാക്കിയാവുന്നു.

പുൾകോവോ വിമാനത്താവളത്തിൽനിന്നും മോസ്കൊവിലേക്ക് പറക്കുമ്പോൾ സെയിന്റ് പീറ്റേഴ്സ് ബെർഗെന്ന മഹാനഗരവും, അവിടെ ഞങ്ങൾ കണ്ട കാഴ്ചകളും, നേവാ നദിയും, വിശാലമായ മുറികളുള്ള പാലന്റിൻ ഹോട്ടലും, വൈവിധ്യമാർന്ന റഷ്യൻ ഭക്ഷണവും, അത് സംഘടിപ്പിച്ചെടുക്കാൻ നടത്തിയ ആംഗ്യ ഭാഷയും എല്ലാം രസമുള്ള ഓർമകളായി ഒപ്പം ചേർത്തുപിടിച്ചു. അർധരാത്രി കഴിയും മോസ്കൊവിൽ എത്താൻ.

മോസ്കോവിൽ ചരിത്രം തുടിക്കുന്ന സ്മാരകങ്ങളും അനുബന്ധ കാഴ്ചകളുമൊക്കെ ഞങ്ങളെ കാത്തിരിക്കുന്നു. അല്ല, ഞങ്ങൾ കാണാൻ കാത്തിരിക്കുന്നു!

2017 മെയ്

മോസ്കോവിലേക്ക് വീണ്ടും

സെയിന്റ് പീറ്റേഴ്സ് ബെർഗിൽനിന്നും മോസ്കോയിൽ തിരിച്ചെത്തുന്നത് 2017 മെയ് 27 ന് അർധരാത്രി കഴിഞ്ഞാണ്. കോസ്മോസ് ഹോട്ടലിലേക്ക് വീണ്ടും. ഒരു കൊച്ചുറക്കത്തിനേ സമയമുള്ളൂ. പിറ്റേ ദിവസം പ്രഭാതഭക്ഷണവും കഴിഞ്ഞ് നേരെ പോയത് ചരിത്ര പ്രസിദ്ധമായ റെഡ് സ്ക്വയറിലേക്കാണ്.

മോസ്കൊ നഗരമധ്യത്തിലെ ക്രെംലിൻ കോട്ടയുടെ ഭാഗമാണ് റെഡ് സ്ക്വയർ. റഷ്യയുടെ ഭരണസിരാകേന്ദ്രമാണ് ക്രെംലിൻ. ക്രെംലിന്റെ ചുവന്ന കോട്ടമതിലുകൾക്കുള്ളിൽ, വ്യത്യസ്തമായി രൂപകല്പന ചെയ്യപ്പെട്ട നിരവധി കെട്ടിട സമുച്ചയങ്ങളുണ്ട്. പ്രസിഡന്റിന്റെ ഔദ്യോഗിക വസതിയും, മറ്റ് ഭരണനിർവഹണ കേന്ദ്രങ്ങളും ഉൾക്കൊള്ളുന്ന തീവ്രസംരക്ഷിത മേഖലയിലേക്ക് സന്ദർശകർക്ക് പ്രവേശനമില്ല. പക്ഷേ ക്രെംലിൻ മതിലിനിപ്പുറം റെഡ് സ്ക്വയർ ഉൾപ്പെടുന്ന വിശാലമായ ചത്വരം എല്ലായ്പ്പോഴും സന്ദർശകരെക്കൊണ്ട് നിറഞ്ഞിരിക്കും. 1990 മുതൽ യുനെസ്കോ ലോക പൈതൃക പദവിയുള്ള ക്രെംലിനും, റെഡ് സ്ക്വയറും ലോകസഞ്ചാര ഭൂപടത്തിൽ സഞ്ചാരികളുടെ സവിശേഷമായ ആകർഷണ കേന്ദ്രങ്ങളത്രെ.

റഷ്യയിലെ പ്രധാന ദേശീയ പാതകളൊക്കെ റെഡ് സ്ക്വയറിൽനിന്നും പുറപ്പെടുന്ന നഗരവീഥികളുമായി ബന്ധിപ്പിക്കപ്പെട്ടുകിടക്കുന്നു. അതുകൊണ്ടുതന്നെ മോസ്കോവിലെ പ്രധാനപ്പെട്ട മാർക്കറ്റ് കേന്ദ്രവുമിതാണ്. സോവിയറ്റ് യൂണിയന്റെ കാലത്ത് സർക്കാരുമായി ബന്ധപ്പെട്ട വലിയ ചടങ്ങുകളും, പ്രഖ്യാപനങ്ങളും, സേനയുടെ ശക്തി വിളംബരം ചെയ്യുന്ന പരേഡുകളുമൊക്കെ റെഡ് സ്ക്വയറിലാണ് നടന്നിട്ടുള്ളത്. സോവിയറ്റ് പതനത്തിന് ശേഷം ഈ വിശാലമായ ചത്വരം റഷ്യയുടെ സാംസ്കാരിക പ്രവർത്തനങ്ങളുടെ മുഖ്യ ഭൂമികയായി മാറുകയായിരുന്നു.

» ലെനിൻ മുസോളിയത്തിനരികെ

റെഡ്ക സ്ക്വയറിന്റെ ചുവപ്പിന് സത്യത്തിൽ കമ്മ്യൂണിസത്തിന്റെ ചുവപ്പനിറവുമായോ, നിലനിൽക്കുന്ന ചുവന്ന കെട്ടിടങ്ങളുമായോ പ്രത്യേകിച്ച് ബന്ധമൊന്നുമില്ല. മനോഹരമെന്നർത്ഥം വരുന്ന ഒരു റഷ്യൻ വാക്കിൽ നിന്നും ചുവന്ന ചത്വരം എന്ന പ്രയോഗം രൂപാന്തരപ്പെടുകയായിരുന്നു.

ലെനിൻ മുസോളിയം കാണുക എന്നത് ഏവരുടെയും ശക്തമായ ആഗ്രഹമായിരിക്കും. സോവിയറ്റ് റഷ്യയുടെ വിപ്ലവ നായകനെന്നതിനപ്പുറം, അനീതിക്കും, അടിച്ചമർത്തലിനുമെതിരെ മനുഷ്യരാശിയുടെ പോരാട്ടങ്ങൾക്ക് വീര്യം പകർന്ന നേതാവെന്നനിലയിലും ലെനിൻ ആരാധ്യനാണല്ലോ. മരണശേഷം അദ്ദേഹത്തിന്റെ ഭൗതിക ശരീരം എംബാം ചെയ്ത് സൂക്ഷിച്ചിരിക്കുന്ന മുസോളിയം ദർശിക്കാൻ സ്നേഹാദരങ്ങളോടെ ദിവസവും ആയിരങ്ങളെത്തുന്നു.

രാവിലെ തന്നെ നല്ല തിരക്കാണ്. നീളമേറിയ ക്യൂവിന് പിന്നിൽ ഞങ്ങളും നില ഉറപ്പിച്ചു. ഏകദേശം ഒന്നര മണിക്കൂർ സമയം വേണ്ടി വന്നു ഉള്ളിലെത്താൻ. ഇടനാഴിയിലൊക്കെ മങ്ങിയ പ്രകാശമാണ്. പരിപൂർണ നിശബ്ദതയും. ചിത്രം പകർത്തുകയോ, അനാദരവ് പ്രകടമാവുന്ന ശരീര ഭാഷയോ അരുത്. മധ്യഭാഗത്ത് ഉയർത്തിയ ഗ്രാനൈറ്റ് തറയിൽ തല അല്പം ഉയർത്തിവെച്ച് നിവർന്നു കിടക്കുന്ന രീതിയിൽ അദ്ദേഹത്തിന്റെ ഭൗതിക ദേഹം... തേജസ്സാർന്ന മുഖം ആദരവോടെ നോക്കിനിന്നു... മനസ്സുകൊണ്ട് തൊഴുതു. പുറത്തുകടന്നു. അതൊരു അനുഭവമായിരുന്നു.

ശാസ്ത്രീയമായ രീതിയിൽ, ചുളിവുകളോ, നിറവ്യത്യാസങ്ങളോ ഇല്ലാതെ ഭൗതിക ദേഹം സൂക്ഷിച്ചു വെച്ചിരിക്കയാണ് ഒൻപതു പതിറ്റാണ്ടുകളിലേറെയായി ഈ മുസോളിയത്തിൽ. ജർമൻ ആക്രമണ ഭീഷണിയെത്തുടർന്ന് ചെറിയ ഒരു കാലം ഭൗതിക ദേഹം സൈബീരിയയിലേക്ക് മാറ്റിയിരുന്നുവെങ്കിലും രണ്ടാം ലോകമഹാ യുദ്ധത്തിന് ശേഷം വീണ്ടും ഇവിടേക്ക് തന്നെ തിരിച്ചെത്തിക്കുകയായിരുന്നു.

സ്റ്റാലിന്റെ ഭൗതിക ശരീരവും എംബാം ചെയ്ത് ഈ മുസോളയത്തിനരികെ സൂക്ഷിച്ചിരുന്നുവെങ്കിലും, പിന്നീട് ക്രെംലിൻ മതിലിനു പുറത്ത്

സംസ്കരിക്കുകയായിരുന്നു. റഷ്യയിലെ നിരവധി ജനനേതാക്കളുടെ ശവക്കല്ലറകളും മുസോളിയത്തിനു പുറത്ത് കാണാൻ കഴിഞ്ഞു. സോവിയറ്റ് റഷ്യയുടെ ഭാഗധേയം നിർണയിച്ചിരുന്ന മഹാരഥന്മാരുടെ അന്ത്യവിശ്രമഭൂമിയിലൂടെ നടന്നിറങ്ങുമ്പോൾ, ഓർത്തു, ഓരോ നാടിന്റെയും വികാസപരിണാമങ്ങളിൽ അറിയപ്പെടുന്നതും, അറിയപ്പെടാതെ പോകുന്നതുമായ മനുഷ്യരുടെ സംഭാവനകൾ സൃഷ്ടിക്കുന്ന മാറ്റങ്ങൾ ചേർന്നതാണല്ലോ ചരിത്രം. അതാണല്ലോ തിരുത്തപ്പെടുന്നതും, രചിക്കപ്പെടുന്നതും. ഇവിടെ ലെനിൻ മനുഷ്യമനസ്സുകളിൽ കാലാതീതനായി ജീവിക്കുന്നു.

മുസോളിയത്തിന് പുറത്തിറങ്ങുമ്പോൾ, റഷ്യയുടെ വിവിധഭാഗങ്ങളിൽനിന്നും, ഇതര രാജ്യങ്ങളിൽനിന്നും ആളുകൾ, കൂട്ടമായി, ചുവന്ന കൊടികളും ബാനറുകളുമേന്തി ആവേശത്തോടെ ലെനിൻ മുസോളിയം കാണാൻ വരുന്നുണ്ടായിരുന്നു. അവരുമായി സ്നേഹം പങ്കിടാനും, ഒന്നിച്ച ഫോട്ടോ എടുക്കാനും ഞങ്ങൾ സമയം കണ്ടെത്തി. ഇന്ത്യക്കാരോടുള്ള സൗഹൃദം അവരുടെ കണ്ണുകളിൽ പ്രകടമായിരുന്നു.

മുസോളിയത്തിന് തൊട്ടടുത്താണ് ചരിത്ര മ്യൂസിയം. നൂറ്റാണ്ടുകളിലൂടെയുള്ള റഷ്യയുടെ കലാ സാംസ്കാരികവികാസവും,. ശാസ്ത്ര സാങ്കേതിക നേട്ടങ്ങളുമൊക്കെ ചിത്രീകരിച്ചിരിക്കുന്ന മ്യൂസിയമാണിതെന്ന് അറിയുന്നു. സമയപരിമിതികാരണം ഉള്ളിലേക്ക് കയറിയില്ല. റെഡ് സ്ക്വയറിൽ വരുന്ന ആരും, മ്യൂസിയത്തിന്റെ നിർമിതിഭംഗിയിൽ ആകൃഷ്ടരായി നോക്കിനിന്നുപോകും.

» മുസോളിയം കാണാനെത്തിയ പാർട്ടി പ്രവർത്തകരോടൊപ്പം

ചരിത്ര മ്യൂസിയത്തിനരികിലൂടെ പ്രസിദ്ധമായ അലക്സാൺഡ്രോവ്സ്കി ഗാർഡനിലേക്കാണ് ഞങ്ങൾ പോയത്. ക്രെംലിൻ മതിലിനോട് ചേർന്നു വ്യാപിച്ചുകിടക്കുന്ന ഈ പൂന്തോട്ടത്തിന്റെ പ്രവേശന കവാടത്തിൽ അജ്ഞാതനായ ഒരു പട്ടാളക്കാരന്റെ ശവകുടീരവും, അണയാത്ത തീജ്വാലയും പാറാവും കാണായി.

റെഡ് സ്ക്വയറിലെ മറ്റൊരു ആകർഷണം സെന്റ് ബേസിൽ കത്തീഡ്രലാണ്. കൊത്തുപണികൾ കൊണ്ടും, വർണ ഭംഗികൊണ്ടും വേറിട്ടുനിൽക്കുന്ന

» റെഡ് സ്ക്വയറിലെ ചരിത്ര മ്യൂസിയം

കത്തീഡ്രൽ പതിനഞ്ചാം നൂറ്റാണ്ടിൽ പണിതതാണ്. ഒൻപത് ചാപ്പലുകൾ ചേർന്ന ഈ ദേവാലയം, ആഘോഷ സൂചകമായ തീജ്വാലകൾ ആകാശത്തിലേക്ക് ഉയർന്ന് നിൽക്കുന്ന രീതിയിൽ രൂപകൽപന ചെയ്യപ്പെട്ടിരിക്കുന്നു. ഇന്ന് ഇതുമൊരു മ്യൂസിയമാണ്. പുറം ഭംഗി ആസ്വദിക്കാനേ സൗകര്യമുണ്ടായുള്ളൂ.

റെഡ് സ്ക്വയറിൽ ഇനിയും ധാരാളം കാണാനുണ്ട്.. വിശപ്പ് കൂടി വരുന്നു. ഇനി ഭക്ഷണമാകാമെന്ന് തീരുമാനിച്ചു. ടിബറ്റ് റെസ്റ്റോറന്റിലെ ഉച്ചഭക്ഷണം എല്ലാവർക്കും നന്നായി ബോധിച്ചു.

മുസോളിയത്തിന് എതിർവശത്തുള്ള ഷോപ്പിംഗ് മാൾ (GUM) വലുപ്പം കൊണ്ടുമാത്രമല്ല, ശില്പചാരുതകൊണ്ടും ശ്രദ്ധ ആകർഷിക്കുന്നു. മോസ്കോവിലെ വലിയ മാളുകളിലൊന്നാണ് റെഡ് സ്ക്വയറിലുള്ളത്. ഏറ്റവും മുകൾ ഭാഗം ഗ്ലാസ്സ് കൊണ്ട് മേൽക്കൂരയിട്ടിരിക്കുന്നു. സോവിയറ്റ് യൂണിയൻ കാലത്ത് ആളുകൾക്ക് മിതമായ വിലയിൽ സാധനങ്ങൾ ലഭിക്കുവാൻവേണ്ടി സജ്ജീകരിക്കപ്പെട്ട ഡിപ്പാർട്മെന്റ് സ്റ്റോറുകൾക്ക് (GUM) പിന്നീട് അവയുടെ പ്രാമാണ്യം നഷ്ടപ്പെടുകയായിരുന്നു. അവയിൽ പലതും പിന്നീട് സ്വകാര്യവൽക്കരിക്കപ്പെട്ടു. ഇപ്പോൾ വിലയൊക്കെ വളരേ കൂടുതലാണെന്നറിയുന്നു. വെറുതെ കണ്ടുനടന്നു എന്നല്ലാതെ ഞങ്ങളാരും ഷോപ്പിംഗ് എന്ന സാഹസത്തിന് മുതിർന്നില്ല.

മോസ്കോവിലെ അതിപ്രശസ്തമായ ട്രെറ്റിയകോവ് ചിത്ര ഗാലറിയിലേക്കായിരുന്നു തുടർ യാത്ര. പുറമേനിന്ന് കണ്ടപ്പോൾ വലിയ മതിപ്പൊന്നും തോന്നിയില്ലെങ്കിലും അകത്തു കടന്ന് ചിത്രപ്രദർശനമുറികളിലൂടെ നടന്നപ്പോൾ ഇത് വലിയ സംഭവമാണെന്ന് തിരിച്ചറിഞ്ഞു. കൃത്യമായ പ്രകാശവിന്യാസങ്ങളോടെ ഒരുക്കിയ വിശാലമായ മുറികൾ. അവയിൽ ആയിരക്കണക്കിന് ചിത്രങ്ങൾ, പെയിന്റിങ്ങുകൾ, ശില്പങ്ങൾ, ഛായാചിത്രങ്ങൾ, പ്രകൃതിദൃശ്യങ്ങൾ, ഗ്രാഫിക്കുകൾ. റഷ്യയിലെ അതിപ്രശസ്തരായ ചിത്രകാരന്മാരുടെ മാസ്റ്റർ പീസുകളായ സൃഷ്ടികൾ ഈ ഗാലറിയിലുണ്ട്.

ചില ചിത്രങ്ങളുടെ മുന്നിൽ നിർനിമേഷരായി നാം നോക്കി നിന്നുപോകും. അത്രയ്ക്ക് ഹൃദയസംവേദനശേഷിയുള്ള സൃഷ്ടികളാണവ. ക്യാമറകൾ ഒപ്പിയെടുക്കുന്ന ഭാവതീവ്രതയും,

സൂക്ഷ്മതയും പെയ്ന്റിങ്ങുകളിലും നമുക്ക് കാണാം. രാജഭരണ കാലം തൊട്ട് സോവിയറ്റ് പ്രതാപകാലംവരെയുള്ള സാമൂഹിക ചരിത്ര സംഭവങ്ങളുടെ പ്രതിഫലനം ചിത്രങ്ങളിൽ കാണാവുന്നതാണ്.

പവേൽ ട്രെറ്റിയക്കോവ് എന്ന വ്യവസായി സ്വന്തം സമ്പാദ്യവും, തന്റെ ശേഖരത്തിലുണ്ടായിരുന്ന പെയിന്റിങ്ങുകളും നൽകി വികസിപ്പിച്ചെടുത്ത ഗാലറി പിന്നീട് കൂടുതൽ സൗകര്യങ്ങളും, പ്രദർശന വസ്തുക്കളുമായി വിപുലീകരിക്കുകയായിരുന്നു. അങ്ങനെ റഷ്യൻ കലയുടെ ഒരു സമഗ്ര ചിത്രീകരണശാലയായി ട്രെറ്റിയക്കോവ് ഗാലറി മാറി. സർഗ്ഗധനരായ കലാകാരന്മാരുടെ സൃഷ്ടികൾ ഭാവിതലമുറക്ക് പ്രയോജനപ്പെടണമെങ്കിൽ ഈവിധം സ്ഥാപനവൽകൃതമായ സംവിധാനങ്ങൾ അനിവാര്യമാണെന്ന് ഈ ഗാലറി ബോധ്യപ്പെടുത്തുന്നു.

റഷ്യയിൽ പോയാൽ റഷ്യൻ സർക്കസ്സ് കാണണമല്ലോ. മോസ്കോ നിക്കുലിൻ സർക്കസ്സ് ഒരു സ്ഥിരം വേദിയാണ്. വർഷങ്ങളായി അവിടെ ഷോ നടന്നുകൊണ്ടിരിക്കുന്നു. ഒരു തിയേറ്റർ സംവിധാനമാണ് ഉള്ളിൽ. ക്രമീകരണങ്ങളൊക്കെ കൊള്ളാം. ട്രപ്പീസ് ഇനങ്ങളും, അക്രോബാറ്റിക് ഇനങ്ങളും താരതമ്യേന കുറവാണ്. ഇന്ദ്രജാലപ്രകടനം തരക്കേടില്ല. മൃഗങ്ങളെ അധികം പീഡിപ്പിക്കുന്നില്ല എന്നത് നല്ല കാര്യം. സീലുകളുടെ കുസൃതികൾ കണ്ടിരിക്കാൻ കൊള്ളാം. വർണ്ണപ്രഭയിൽ നൃത്തം ചെയ്യുന്ന ജലധാരകളോടെ ഷോ അവസാനിച്ചു. സർക്കസ്സിനെ കുറിച്ചുള്ള മുൻവിധികൊണ്ടായിരിക്കാം റഷ്യൻ സർക്കസ്സ് അത്ര കേമമായി തോന്നിയില്ല.

» സെയിന്റ് ബേസിൽ കത്തീഡ്രൽ

റഷ്യൻ യാത്രയുടെ അവസാനദിവസം മോസ്കോ യൂണിവേഴ്സിറ്റിയും രണ്ടാം ലോകമഹായുദ്ധ സ്മാരകവുമായിരുന്നു ഞങ്ങൾ സന്ദർശിച്ചത്.

1755 ൽ സ്ഥാപിതമായ മോസ്കോ സ്റ്റേറ്റ് യൂണിവേഴ്സിറ്റിയുടെ ആസ്ഥാനം പ്രകൃതിരമണീയമായ സ്പാറോ ഹിൽസിലാണ്. സ്റ്റാലിൻ ഭരണകാലത്തു നിർമ്മിക്കപ്പെട്ട 'സെവൻ സിസ്റ്റേഴ്സ്' കെട്ടിട ശൃംഘലകളിലൊന്നാണ് യൂണിവേഴ്സിറ്റിയുടെ- മുഖ്യകെട്ടിടം. നിരവധി കെട്ടിടങ്ങൾ വേറെയുമുണ്ട്.

വിശാലമായ പുൽമൈതാനങ്ങളും തടാകങ്ങളും കളിസ്ഥലങ്ങളും

» ട്രെറ്റിയക്കോവ് ചിത്ര ഗാലറിക്ക് മുന്നിലെ ട്രെറ്റിയക്കോവ് പ്രതിമക്കരികെ

വീതിയേറിയ വീഥികളും ചിട്ടയായി വെച്ചു പിടിപ്പിക്കപ്പെട്ട മരങ്ങളും അവയുടെ സമൃദ്ധമായ തണലും വീഥികളിൽ വീണു കിടക്കുന്ന പൂക്കളും സക്രിയയൗവനവും ചേരുന്ന അതിവിശാലമായ കേമ്പസ്.

ഓരോവർഷവും 40,000 വിദ്യാർത്ഥികളെ വിവിധ പഠന പദ്ധതിയിലേക്ക് ഉൾക്കൊള്ളുന്ന യൂണിവേഴ്സിറ്റി. അതിൽ 4000 വിദേശ പഠിതാക്കളും പെടുന്നു. റഷ്യയിലെ ഏറ്റവും വലിയ ലൈബ്രറി യൂണിവേഴ്സിറ്റിക്ക് സ്വന്തം. ലോകത്തിലെ മറ്റ് പ്രധാന യൂണിവേഴ്സിറ്റികളുമായി നിരവധി സാംസ്കാരിക വിനിമയ പ്രവർത്തനങ്ങൾ. പ്രഗത്ഭരായ അധ്യാപകരുടെയും, ഗവേഷകരുടെയും, നോബൽ സമ്മാന ജേതാക്കളുടെയും തട്ടകമായ സർവകലാശാല.

രാജഭരണത്തിന്റെ കൊള്ളരുതായ്മകൾക്കെതിരെ നിരവധി സമരങ്ങളും, പ്രതിഷേധങ്ങളും ഇവിടെ നടന്നിരുന്നു. സോവിയറ്റ് റിപ്പബ്ലിക്ക് സ്ഥാപിക്കണമെന്ന ശക്തമായ ആവശ്യം ഈ കേമ്പസ്സിൽ നിന്നും ആദ്യമേ ഉയർന്നിരുന്നു. പ്രക്ഷോഭത്തെ അടിച്ചമർത്താൻ പട്ടാളത്തെ ഇറക്കിയ തീരുമാനത്തിൽ പ്രതിഷേധിച്ച് പ്രമുഖരായ നിരവധി പ്രൊഫെസ്സർമാർ രാജിവെച്ചുപോയത് ചരിത്രം. ഒരു പഠന ഗവേഷണ ശാല മാത്രമായല്ല, സജീവമായ സാമൂഹിക സാംസ്കാരിക പ്രവർത്തനങ്ങളുടെ കേന്ദ്രബിന്ദുവായും മോസ്കോ സർവകലാശാല സ്വന്തം നിയോഗം നിറവേറ്റുന്നു.

ഞങ്ങൾ ചെല്ലുമ്പോൾ പഠനസഹായ പണസമാഹരണത്തിനു വേണ്ടിയുള്ള ഒരു മാരത്തോൺ നടക്കുകയായിരുന്നു. പ്രശസ്തരായ വ്യക്തികളും, അദ്ധ്യാപകരും, വിദ്യാർത്ഥികളും ചേർന്നുള്ള കൂട്ട ഓട്ടം മണിക്കൂറുകളോളം നീണ്ടു. ഇത് കാരണം യൂണിവേഴ്സിറ്റിയുടെ പ്രധാന കെട്ടിടത്തിലേക്ക് പോകാൻ സാധിച്ചില്ല.

സ്പാറോ ഹിൽസിൽ നിന്നും നേരെപോയത് രണ്ടാം ലോകമഹായുദ്ധ സ്മാരക മ്യൂസിയത്തിലേക്കായിരുന്നു (Museum of Great Patriotic War). യുദ്ധത്തിന്റെ വിജയസ്മാരകമായും, യുദ്ധക്കെടുതികളുടെ സ്മാരകമായും ഇത് മാറുന്നു. രാജഭരണത്തിൽനിന്നും മോചിതമായി പുതിയ രാഷ്ട്രമായി രൂപാന്തരപ്പെട്ടുവരികയായിരുന്ന സോവിയറ്റ് യൂണിയന്

രണ്ടാം ലോകമഹായുദ്ധം ഏൽപിച്ച ആഘാതവും ജീവനഷ്ടവും അതി ഭീകരമായിരുന്നു. കോടിക്കണക്കിനു ആളുകളുടെ മരണം. മുറിവേറ്റവരും, അംഗവിഹീനരായവരും നിരവധി. ഭാഗികമായും പൂർണമായും നശിപ്പി ക്കപ്പെട്ട എത്രയോ കെട്ടിടങ്ങൾ, വ്യവസായശാലകൾ, കൊട്ടാരങ്ങൾ, മ്യൂസിയങ്ങൾ, പാർക്കുകൾ, ഇതിനെല്ലാമുപരി സഹിക്കേണ്ടിവന്ന കണക്കില്ലാത്ത യാതനകൾ, കഷ്ടപ്പാടുകൾ, അരാജക സാഹചര്യ ങ്ങൾ... സ്വന്തം രാജ്യത്തിന്റെ നിലനിൽപ്പിന് വേണ്ടി മാത്രമായിരുന്നില്ല ഇത്. സഹവർത്തിത്വത്തോടെയുള്ള ലോക വ്യവസ്ഥ പുലർത്താനും വേണ്ടിയായിരുന്നു.

തീവ്രസഹനത്തിന്റെ ഒരു വലിയ കാലരഥ്യയിലൂടെ കടന്നുവന്ന തിനാൽ റഷ്യക്കാർ വെറുതെ ആരോടും ചിരിക്കാറില്ല എന്ന് കേട്ടത് സത്യമോ, മിഥ്യയോ... അറിയില്ല... സംഘർഷഭരിതയായ ഭൂതകാലവും, കഠിനമായ കാലാവസ്ഥയും, പ്രശ്നങ്ങൾ വിട്ടൊഴിയാത്ത പുതിയ കാലവും എല്ലാമെല്ലാം അവരെ ലാഘവചിത്തരാക്കാൻ പര്യാപ്തമായി രുന്നവയല്ലല്ലോ!

ഈ യുദ്ധസ്മാരക മ്യൂസിയത്തിൽ ഒരർത്ഥത്തിൽ റഷ്യ അവരുടെ അഹംബോധം ഉയർത്തിക്കാട്ടുമ്പോൾ, അവരുടെ സങ്കടങ്ങളും, വേദനയും ഇറക്കിവെക്കുകയും ചെയ്യുന്നു.

രാജ്യചരിത്രവും, യുദ്ധചരിത്രവും പറയുമ്പോൾ റഷ്യക്കാർ ഗൗരവ ഭാവമുള്ളവരായി മാറുന്നതും മറ്റൊന്നുകൊണ്ടാവില്ല. ചരിത്രബോധം

» യാത്രാ സംഘം റെഡ് സ്ക്വയറിൽ

» മ്യൂസിയം ഓഫ് ഗ്രേറ്റ് പാട്രിയോട്ടിക് വാർ

വിദ്യാഭ്യാസത്തിലൂടെ വേണ്ടവിധം പകർന്നുകിട്ടുമ്പോൾ അവർ അങ്ങനെയാവാതെ തരമില്ലല്ലോ. ഇന്നും ഈ മ്യൂസിയം കാണാൻ വിദേശികളേക്കാൾ കൂടുതൽ സ്വദേശികൾ ഒഴുകിയെത്തുന്നു. അവർക്കിത് കടന്നുപോയ തലമുറയോടുള്ള നേരായ കടംവീട്ടലാവാം. യുദ്ധസ്മാരകം നടന്നുകാണുമ്പോൾ ഇത്തരം ചിന്തകൾ മനസ്സിലൂടെ കടന്നുപോയി.

സ്മാരകത്തിനുമുന്നിലായുള്ള പ്രതീകാത്മകമായ വലിയ സ്തൂപം ദൂരെനിന്നുതന്നെ കാണാം. അടുത്തായി അണയാത്ത ജ്വാലയും. ഉള്ളിലേക്ക് കടക്കുമ്പോൾ ആദ്യം നാമെത്തുന്ന കമാൻഡേഴ്സ് ഹാൾ, വീതിയേറിയ കോണിപ്പടികൾ കയറി എത്തുന്ന ഹാൾ ഓഫ് ഗ്ലോറി, താഴത്തെ ഹാൾ ഓഫ് റിമെംബറൻസ് ആൻഡ് സോറോ, യുദ്ധത്തിന്റെ കെടുതികളുടെ ദൃശ്യാവിഷ്കാരം, യുദ്ധത്തിൽ ഉപയോഗിച്ച ആയുധങ്ങൾ, സൈനികരുടെ ഫോട്ടോകൾ, ശില്പങ്ങൾ, അവർ ധരിച്ചിരുന്ന വേഷങ്ങൾ, യുദ്ധവുമായി ബന്ധപ്പെട്ട കത്തുകൾ, ചരിത്ര രേഖകൾ എല്ലാം ധീരതയുടെയും, ത്യാഗത്തിന്റെയും വലിയ കഥകൾ പറയുന്നു.

ഹാൾ ഓഫ് ഗ്ലോറിയിലെ വിജയിയായ സൈനികന്റെ വലിയ വെങ്കലശിൽപ്പം, വൃത്താകൃതിയുള്ള ചുമരുകളിൽ സോവിയറ്റ് യൂണിയനിലെ ഉയർന്ന ബഹുമതികൾ നേടിയ സൈനികരുടെ പേരുവിവരങ്ങൾ, ദുഖത്തിന്റെ പ്രതീകമായി കണ്ണീർക്കണംപോലെ ഹാൾ ഓഫ് സോറോവിലെ ചരടുകളിൽ തൂങ്ങിയാടുന്ന ഗ്ലാസ് മുത്തുകൾ.. (ദുഃഖം തോന്നുന്നു... ഇത് കാണാൻ കഴിഞ്ഞില്ല.) ആദരത്തിന്റെയും ആത്മനൊമ്പരത്തിന്റെയും വാചാലമായ കാഴ്ചകൾ.

യുദ്ധത്തിൽ ഉപയോഗിച്ച വലിയ ടാങ്കുകളും, വിമാനങ്ങളും, മറ്റ സൈനികോപകരണങ്ങളും മ്യൂസിയത്തിന് പുറത്ത് പ്രദർശിപ്പിച്ചിരിക്കുന്നു. സൈനികർക്ക് ആദരമർപ്പിച്ചുകൊണ്ടുള്ള പ്രത്യേക സംഗീത പരിപാടിയും മുൻവശത്തെ വേദിയിൽ നടക്കുന്നുണ്ടായിരുന്നു.

പ്രധാന കാഴ്ചകൾ കഴിഞ്ഞു. വാഹനങ്ങൾ ഓടാത്ത, മനോഹരമായി അലങ്കരിച്ച, പേരോർമ്മയില്ലാത്ത വീതിയേറിയ തെരുവിലെ റെസ്റ്റോറന്റിൽനിന്നും വൈകി ഉച്ചഭക്ഷണവും കഴിച്ച് വൈകുന്നേരം എല്ലാവരും പോയത് ചെറിയൊരു ഷോപ്പിങ്ങിന്. ചിലർ ഷോപ്പിങ്ങും ഉത്സവമാക്കിയെന്ന് പറയാതെവയ്യ.

രാത്രിയിൽ കോസ്മോസ് ഹോട്ടലിൽ തിരിച്ചെത്തി. ഭാണ്ഡം മുറുക്കി പിറ്റേന്നത്തെ മടക്കയാത്രക്ക് തയ്യാറെടുത്തു. നാളെ ഖത്തർ വഴി നെടുമ്പാശ്ശേരിയിലേക്ക്. നാട്ടിലെ മഴയുടെ ആരവങ്ങളിലേക്കും, ജീവിതത്തിന്റെ ഒഴുക്കിലേക്കും.

ഏഴു ദിവസമായി നാട്ടിൽനിന്നും പോന്നിട്ട്. വിവരങ്ങൾ അറിയാൻ വാട്സ് ആപ് മാത്രമാണ് പ്രധാന സഹായി. നാട്ടിലെ സാമൂഹ്യ രാഷ്ട്രീയ കാര്യങ്ങളിൽ മുഴുകുന്ന സഹയാത്രികരിൽ ചിലർക്കും കഴിഞ്ഞുപോയത് ഒട്ടും വേവലാതിയില്ലാത്ത ഏഴു ദിനരാത്രങ്ങൾ. പരസ്പര സ്നേഹവും, കരുതലും, സഹകരണവും കൊണ്ട് ഞങ്ങൾ അവയെ അവിസ്മരണീയമാക്കി. മോഹിച്ച സ്ഥലങ്ങളിൽ എത്തിപ്പെടാൻ കഴിഞ്ഞതിന്റെ ചരിതാർത്ഥ്യം ചെറുതല്ലല്ലോ.

പ്രായത്തിന്റെ പരാധീനതകൾ മറന്നുപോയതിൽ എന്തത്ഭുതം !

വൈരുധ്യങ്ങളുടെ നഗരമായ മോസ്കോവിനോട് വിടപറയാൻ സമയമടുക്കുന്നു. റഷ്യയോടും. സ്വന്തം ചരിത്രവും, കാഴ്ച്ചകളും പെരുമ്പറകൊട്ടി പറയാനാഗ്രഹിക്കാത്ത റഷ്യയെ ഞങ്ങളറിഞ്ഞോ...

സംഭവബഹുലമായ ചരിത്രവും, ചരിത്രമുറങ്ങുന്ന ഇടങ്ങളുമുള്ള മഹാരാജ്യത്തെ ഭാഗികമായി കാണാൻ, അറിയാൻ മാത്രമേ ഞങ്ങൾക്ക് കഴിഞ്ഞിട്ടുള്ളൂ. കണ്ട കാഴ്ചകൾ മനോഹരം. കാണാൻ ബാക്കിയുള്ളവ ധാരാളം. അവയിനി കാണാൻ കഴിയുമോ...

ആകസ്മികതകൾ നിറഞ്ഞതാണല്ലോ ജീവിതം. എന്തൊക്കെ ഇനിയും സംഭവിക്കാം... ബാക്കിയായവ കാണാൻ കഴിഞ്ഞാലുമില്ലെങ്കിലും പുതിയ കാഴ്ചകൾക്കും, അനുഭവങ്ങൾക്കുമായി മനസ്സും ശരീരവും തീവ്രമായി ആഗ്രഹിച്ചുകൊണ്ടിരിക്കുന്നു എന്നത് കേവലമായ യാഥാർത്ഥ്യം.

2017 മെയ്

ആകാശഗോപുരം കയറിയ ഓർമ്മകൾ

പതിനൊന്ന് ദിവസം... ഒൻപത് യൂറോപ്പ്യൻ രാജ്യങ്ങൾ.

ഒടുവിൽ റോമിൽനിന്ന് യു കെയിലേക്ക് വഴി തിരിഞ്ഞ് പോകാനുള്ള പദ്ധതി.

2017ൽ നടത്തിയ ദൈർഘ്യമേറിയ യാത്ര.

സമ്പന്നമായ രാജ്യങ്ങൾ... സമ്പന്നമായ കാഴ്ചകളും.

യൂറോപ്യൻ രാജ്യങ്ങളെ പൊതുവിൽ അറിയുക, അവിടങ്ങളിലെ പേരുകേട്ട സ്ഥലങ്ങൾ സന്ദർശിക്കുക എന്നതിനപ്പുറം ഒരു രാജ്യത്തിന്റെ ഹൃദയത്തിലേക്ക് ആഴത്തിൽ കടന്നുചെല്ലുക ഈ യാത്രയുടെ ഉദ്ദേശമായിരുന്നില്ല. 'യൂറോപ്പിന്റെ സത്ത്' എന്നായിരുന്നു ഈ യാത്രയുടെ പേര് തന്നെ (Essence of Europe). ഓർമ്മകൾ സമാഹരിച്ചെഴുതാൻ ശ്രമിക്കുമ്പോൾ വിസ്താരഭയമുണ്ട്... എങ്കിലും മനസ്സിൽ മങ്ങാതെനിൽക്കുന്ന ചില കാഴ്ചാനുഭവങ്ങൾ പൊടിതട്ടി എടുക്കട്ടെ.

സോമൻസ് ലിഷർ ടൂർസ് ഒരുക്കിയ യൂറോപ്യൻ പര്യടനത്തിന്റെ ഭാഗമായി, നെടുമ്പാശ്ശേരിയിൽനിന്നും ദുബായ് വഴി പാരീസ്

» പാരീസ് നഗര ഭംഗി ആസ്വദിച്ച് സെയിൻ നദിയിലൂടെ ഒരു ബോട്ട് യാത്ര.

» ഫ്രാൻസിന്റെ ആഗോള സാംസ്കാരിക ചിഹ്നം. ഈഫൽ ഗോപുരം.

വിമാനത്താവളത്തിൽ എത്തി. മികച്ച സൗകര്യങ്ങളുള്ള ബെൻസ് ബസ് ഞങ്ങളെ കാത്തുനിൽപ്പായിരുന്നു പാരീസ് എയർ പോർട്ടിൽ. പാരിസിൽ നിന്നും റോം വരെ ഇനി റോഡ് യാത്രയാണ്. 40 പേരെ ഉൾകൊള്ളാൻ സുസജ്ജമായ കിടിലൻ വാഹനം.

കലയുടെയും, സാങ്കേതികവിദ്യയുടെയും, ഈറ്റില്ലമായ ഫ്രാൻസിന്റെ തലസ്ഥാനമായ പാരീസ്. സെയിൻ നദിയുടെ ഇരുകരയിലുമായി പ്രണയത്തിനും, കലാസാഹിത്യത്തിനും, പരിഷ്കാരങ്ങൾക്കും, സുഗന്ധദ്രവ്യങ്ങൾക്കും പേരുകേട്ട ഈ നഗരം വ്യാപിച്ചുകിടക്കുന്നു.

ജീവിത ചെലവ് കൂടിയ നഗരം. മെച്ചപ്പെട്ട ജീവിത സൗകര്യങ്ങളുള്ള നഗരം.

സെയിൻ നദിയിലൂടെയുള്ള വൈകുന്നേരത്തെ ക്രൂയിസ് യാത്ര നഗരത്തിന്റെ സിരാകേന്ദ്രങ്ങളിലൂടെയുള്ള ഒരു സ്വൈര സഞ്ചാരമായിരുന്നു. നദിക്ക് കുറുകെയുള്ള 35 പാലങ്ങൾ അക്കരെ ഇക്കരെ എന്ന വേർതിരിവില്ലാതെ നഗരത്തെ പരസ്പരം ചേർത്ത് നിർത്തുന്നു. ലൂവ്രേ മ്യൂസിയം മുതൽ ഈഫൽ ഗോപുരം വരെയുള്ള രണ്ടര മണിക്കൂർ ജലയാത്രയിൽ പാരീസിന്റെ അഭിമാനസ്തംഭങ്ങളായ നിരവധി നിർമിതികൾ കണ്ടു. ഇവയുടെ രൂപകൽപ്പനയും വാസ്തുഭംഗിയും അതിശയിപ്പിക്കുന്ന സമാനതയും നമ്മെ നന്നായി ആകർഷിക്കും. നദിയുടെ ഇരുകരയിലെയും സവിശേഷമായ കൽകെട്ടുകളും കൽപടവുകളും പാലങ്ങളുടെ

ഘടനയും കലാഭംഗിയുമൊക്കെ നമ്മൾ നോക്കിനിന്നുപോകും. സെയിൻ നദിയുമായി ബന്ധപ്പെട്ടുത്തിയുള്ള നഗരാസൂത്രണത്തിന്റെ മികവും അതിന്റെ ശ്രദ്ധാപൂർവമുള്ള നിർവഹണവും പാരീസിനെ സഞ്ചാരികളുടെ പ്രിയപ്പെട്ട കേന്ദ്രമായി മാറ്റിയിരിക്കുന്നു.

നോട്ടർഡാം കത്തീഡ്രൽ, സെയിന്റ് ചാപ്പൽ, കൊട്ടാരങ്ങൾ, മിലിറ്ററി ആസ്ഥാനം, നക്ഷത്ര ഹോട്ടലുകൾ ഇവയുടെ രൂപഭംഗി കണ്ണുകൾക്ക് നല്ല വിരുന്നായിമാറുന്നു..

വില്ലോമരങ്ങൾ അതിരിടുന്ന, നദിക്കരയിലെ പുൽത്തകിടികളും, വർണ്ണപുഷ്പങ്ങൾ വിരിഞ്ഞുനിൽക്കുന്ന പാർക്കുകളുമൊക്കെ ഈ യാത്ര ഹൃദ്യമായ ഒരനുഭവമാക്കിത്തീർത്തു.

ഈഫൽ ഗോപുരമെന്ന ലോകാത്ഭുതം അതായിരുന്നു അടുത്തദിവസത്തെ വിശദമായ കാഴ്ച. പാരിസിലെത്തുന്ന സഞ്ചാരിക്ക് ഈഫൽ ഗോപുരം കാണാതെ പോകാനാവില്ലതന്നെ. ചിത്രം കാണുമ്പോൾ അല്ലെങ്കിൽ ഗോപുരം ദൂരെനിന്ന് കാണുമ്പോൾ എന്താണിത്ര കേമത്തമെന്ന് തോന്നിപ്പോവുക സ്വാഭാവികം. കുറെ കമ്പിക്കാലുകളിൽ പടുത്തുയർത്തിയ ഒരു വലിയ ഗോപുരം, അല്ലാതെന്താണിത്?

ഇതെങ്ങിനെ ലോകത്ത് ഏറ്റവും കൂടുതൽ ആളുകൾ കാണുന്ന, ഏറ്റവും വലിയ വരുമാനം ലഭിക്കുന്ന കാഴ്ച വസ്തുവായി മാറി? അപ്പോൾ കാര്യമെന്തെങ്കിലും കാണും. അതറിയാനുള്ള ആകാംക്ഷയോടെയാണ് ഞങ്ങൾ ടവറിനടുത്തെത്തിയത്.

ഗോപുരത്തിനോട് കൂടുതൽ അടുക്കുമ്പോൾ മനസ്സിലായി ഇത് കേവലമൊരു ഗോപുരമല്ല, മറിച്ച് ഉരുക്കിൽതീർത്ത ഒരു ഉജ്വല കാവ്യമത്രെ. കലയുടെയും ശാസ്ത്ര സാങ്കേതികവിദ്യയുടെയും ഇഴചേർന്നുള്ള ഒരു ഭീമൻ നിർമിതിതന്നെ.

324 മീറ്റർ ഉയരം... അതായത് 81 നില കെട്ടിടത്തോളംവരും തലയെടുപ്പ്. നാലു കാലുകൾ നിൽക്കുന്ന സ്ഥലം രണ്ടര ഏക്കറെങ്കിലും കാണും. 1710 പടികൾ... മൂന്ന് ലവലുകൾ... ഒന്നാം ലെവൽ 190 അടി, രണ്ടാം ലവൽ 376 അടി, മൂന്നാം ലവൽ 900 അടി. ഒന്നും രണ്ടും ലവലുകളിൽ കഫെറ്റീരിയകൾ, സ്റ്റാളുകൾ, ബാൻക്വറ്റ് ഹാൾ, ബാർ, മറ്റ് അനുബന്ധ സൗകര്യങ്ങൾ. പുറം കാഴ്ചകൾ കാണാനുള്ള വിശാലമായ സൗകര്യങ്ങൾ. 5 ഭീമൻ ലിഫ്റ്റുകൾ. ഗോപുരത്തിനടിയിലും സമീപസ്ഥലങ്ങളിലും ഷോപ്പിങ്ങിന് വേണ്ടിയുള്ള വിപുലമായ സൗകര്യങ്ങൾ.

ഓരോ ദിവസവും ശരാശരി 25000 ആളുകൾ ഈഫൽഗോപുരം കയറാനെത്തുന്നു. രണ്ടാം ലോകമഹായുദ്ധത്തിന്റെ കെടുതികളെ അതിജീവിച്ച ലോകോത്തര നിർമിതി. ഗോപുരത്തിന്റെ

» ഈഫൽ ടവറിൽനിന്നുള്ള പാരീസിന്റെ വശ്യ മോഹന ദൃശ്യം

കേമത്തമെന്തൊക്കെയാണെന്ന് ഇപ്പോൾ ബോധ്യമായി കാണുമല്ലോ.

ഇനി കയറിയിട്ട്തന്നെ ബാക്കി കാര്യം.

പക്ഷേ എളുപ്പമങ്ങ് കയറാനൊന്നും പറ്റില്ല. വലിയ ക്യൂ ആണ്. ടിക്കറ്റ് നിരക്കും സാമാന്യം വലുതാണ്. രണ്ട് മണിക്കൂറോളം ക്യൂ നിന്നു. ലോകത്തിന്റെ സകലഭാഗത്ത് നിന്നുമുള്ള ആളുകൾ ഇവിടെയുണ്ട്. ക്ഷമയോടെ കാത്തുനിൽക്കുന്നവർ, അത്യാവശ്യം അക്ഷമ കാണിക്കുന്നവർ, വാതോരാതെ സംസാരിച്ചുകൊണ്ട് നിൽക്കുന്നവർ, വിവിധ വേഷക്കാർ, ഭാഷക്കാർ, ചാപല്യങ്ങൾക്ക് അവധികൊടുക്കാത്ത യുവമിഥുനങ്ങൾ, കുട്ടികൾ, വയോജനങ്ങൾ, ശാരീരികപരിമിതികളുള്ളവർ. ഇതൊക്കെത്തന്നെ നല്ലൊരു കാഴ്ചയായിരുന്നു. രണ്ടുമണിക്കൂർ പോയതറിഞ്ഞില്ല.

1889-ൽ ഫ്രഞ്ച് വിപ്ലവത്തിന്റെ നൂറാം വാർഷിക ആഘോഷങ്ങളുടെ (Exposition Universialle World Fare) ഭാഗമായിപണിത ഗോപുരം. ഗസ്റ്റേവ് ഈഫലിന്റെ നേതൃത്വത്തിൽ 50 ഓളം എഞ്ചിനീയർമാർ രൂപരേഖ തയ്യാറാക്കി 100 കണക്കിന് ജോലിക്കാർ രണ്ട് വർഷത്തിലേറെ സമയം കഠിനാധ്വാനം ചെയ്ത് പൂർത്തിയാക്കിയ നിർമിതി.

18000 ത്തിൽപരം ഭാഗങ്ങളായി രാജ്യത്തിന്റെ വിവിധ സ്ഥലങ്ങളിൽ നിർമിച്ച് പാരീസിൽകൊണ്ടുവന്ന് കൂട്ടിയോജിപ്പിക്കുകയായിരുന്നു. 2.5 മില്യൺ ആണികൾ ഇതിനുവേണ്ടി ഉപയോഗിച്ചു എന്നാണ് കണക്ക്. നാല് ഭീമൻ മുട്ടുകൾ 189 മീറ്റർ ഉയരത്തിൽവെച്ച് പരസ്പരം യോജിക്കുന്ന രീതിയിലാണ് ഗോപുരത്തിന്റെ നിർമിതി.

1930 ൽ ന്യൂയോർക്കിൽ ക്രിസ്ലേർ കെട്ടിടസമുച്ചയം ഉയരുന്നതുവരെ, മനുഷ്യനിർമിതമായ ഏറ്റവും ഉയരമുള്ള നിർമിതി എന്ന ഖ്യാതി ഈഫൽ ഗോപുരത്തിനായിരുന്നു. മൂന്നാം ലെവലിൽ സ്ഥാപിച്ച 5.2 മീറ്റർ ഉയരമുള്ള വാർത്താ വിതരണ പ്രക്ഷേപണ ശൃംഗികകൂടി ചേർത്താൽ ഈഫൽ ഗോപുരം ഇപ്പോഴും ഒന്നാമനാണെന്ന് വേണം പറയാൻ.

ഇതൊക്കെ സാങ്കേതികമായ കാര്യങ്ങൾ.

ആകാശകൊട്ടാരം കയറുന്ന അനുഭവം, അനുഭൂതി, അത് വാക്കുകൾക്കതീതമാണ്.

ഓരോ ലവലിലേക്കും പ്രത്യേകം ലിഫ്റ്റുകളാണ്. ഓരോന്നിലും അൻപതിലേറെ ആളുകൾക്ക് പോകാം. രണ്ടാം ലവൽവരെ പടികൾ ചവുട്ടി കയറിപോകുന്നവരും കുറവല്ല. ശരീരക്ഷമതയുടെ പരീക്ഷണം.

ഒന്നാം ലവലിൽനിന്നും ലഭിക്കുന്ന പാരീസ് നഗരത്തിന്റെ മനോഹരമായ ആകാശവീക്ഷണം, രണ്ടും മൂന്നും ലവലിലെത്തുമ്പോൾ എന്തതിശയകരമായിരിക്കുമെന്ന് നാം അത്ഭുതം കൂറും മേലേക്ക് മേലേക്ക് കയറിപോകുമ്പോൾ. ചിട്ടയായും, മനോഹരമായും വ്യത്യസ്ഥ നിമ്നോന്നതികളിൽ പണിത കെട്ടിടങ്ങൾ, അവയ്ക്കിടയിലെ പച്ചപ്പിന്റെ തുരുത്തുകൾ, വിശാലമായ പുൽമൈതാനങ്ങൾ, നെയ്തെടുത്ത വലക്കണ്ണികൾ പോലെ റോഡുകൾ, പുഴകൾ, തടാകങ്ങൾ, പാലങ്ങൾ, തീപ്പെട്ടിക്കൂടുകൾ പോലെ വാഹനനിരകൾ, ഉറുമ്പുകളെപോലെ നീങ്ങുന്ന ജനസഹസ്രങ്ങൾ.... എല്ലാം ചേരുന്ന വിസ്മയക്കാഴ്ച നമ്മെ അക്ഷരാർത്ഥത്തിൽ കോരിത്തരിപ്പിക്കും. രണ്ടും, മൂന്നും ലെവലിൽനിന്നും കാണുന്ന കാഴ്ചകൾ സമാനമെങ്കിലും, ഉയരത്തിന്റെ സ്വാധീനം

» പാരിസ് നഗരവും സെയിൻ നദിയും

» ഈഫൽ ടവറിൽനിന്നും താഴേക്ക് നോക്കുമ്പോൾ

അനുഭവ തീവ്രത വർദ്ധിപ്പിക്കുന്നു.

ഇത്രയും ഉയരത്തിൽനിന്ന് താഴേക്ക് നോക്കിനിൽക്കുമ്പോൾ എന്താണ് നാം അനുഭവിക്കുന്നത് ?

ഭയം ചേർന്നൊരു രോമാഞ്ചമാണോ...

ശരീരഭാരം ചോർന്നുപോകുന്നൊരു തോന്നലാണോ...

മനസ്സും ശരീരവും അറിയുന്ന അനിർവ്വചനീയമായൊരു ആവേഗ സഞ്ചാരമോ....

അല്ലെങ്കിൽ ഇവയെല്ലാം ചേരുന്നതുമാകാം.

രണ്ടാം ലവൽ വിസ്താരം കൂടിയതാണ്. രണ്ടും, മൂന്നും ലവലുകൾ രണ്ട് നിലകൾ വീതമുള്ളതാണ് താനും. വീതിയേറിയ സ്റ്റേർ കേസ് വഴി നമുക്ക് രണ്ടുനിലകളിലും കയറി ഇറങ്ങാം. രണ്ടിടങ്ങളിലും സ്ഥാപിച്ച വലിയ ടെലിസ്കോപ്പുകൾ പാരീസ് നഗരത്തിന്റെ വിദൂര ദൃശ്യം നമ്മുടെ കൺമുന്നിൽ എത്തിക്കുന്നു.

മൂന്നാം ലെവലിലെ ഒന്നാം നിലയിൽ ഗോപുരനിർമാണത്തിന്റെ ചരിത്രം ഫോട്ടോകളായും, വിവരണങ്ങളായും ആലേഖനം ചെയ്തിട്ടുണ്ട്. ചുറ്റുമുള്ള കാഴ്ചകൾ കാണാൻ പാകത്തിൽ ഗാലറിയുടെ വശങ്ങളിൽ കട്ടിയുള്ള ഗ്ലാസ്സ് പതിച്ചിരിക്കുന്നു.

രണ്ടാം നിലയിൽ തണുത്ത കാറ്റ് കടന്നുവരുന്ന രീതിയിൽ കട്ടിയുള്ള വയർ മെഷ്കൊണ്ടാണ് ഗാലറി തീർത്തിരിക്കുന്നത്. രണ്ടാം നിലയിൽ ഒരു പരീക്ഷണശാലയുണ്ട്. റേഡിയോ ടിവി പ്രക്ഷേപണവുമായി ബന്ധപ്പെട്ട ഒരു കേന്ദ്രവും കാണാം. ഒരു ബാറും ഇവിടെ സജ്ജീകരിച്ചിരിക്കുന്നു. ചഷകത്തിന് പക്ഷേ പൊള്ളുന്ന വിലയാണ്.

ഗോപുരശില്പിയായ ഈഫലിന്റെ സ്വകാര്യമുറിയുമുണ്ടിവിടെ. ലോകപ്രശസ്തരായ നിരവധി നേതാക്കൾ ഗോപുരം കയറി വന്നിട്ടുണ്ട്. തോമസ് അൽവാ എഡിസൺ ടവർ സന്ദർശിച്ചപ്പോൾ ഫോണോഗ്രാഫിന്റെ മോഡൽ ഈഫലിനു നൽകുന്ന രംഗം ശിൽപരൂപത്തിൽ ഇവിടെ കാണാം. ലോകപ്രശസ്തമായ കലാനിർമിതികളുടെ മോഡലുകളും ഇവിടെ കാണാം. നമ്മുടെ താജ് മഹൽ ഉൾപ്പടെ.

മൂന്നാം ലെവെലിന് മുകളിലേക്ക് സന്ദർശകർക്ക് പ്രവേശനമില്ല. തണുത്ത കാറ്റും, കുളിർ കോരുന്ന കാഴ്ചകളും ആവോളം ആസ്വദിച്ച് ഞങ്ങൾ ഗോപുരമിറങ്ങി. ലോകത്തെ വേറിട്ട് കാണുക എന്ന് കേട്ടിട്ടുണ്ട്. ഒരർത്ഥത്തിൽ അതാണ് സംഭവിച്ചത്.

താഴെയെത്തിയപ്പോൾ കച്ചവടക്കാർ പൊതിഞ്ഞു. മാന്യമായ പെരുമാറ്റമാണെങ്കിലും സമർത്ഥരാണവർ. 'കളിമണ്ണിൽ തീർത്ത മാർബിൾ ശില്പങ്ങളൊക്കെ' അവരുടെ ശേഖരത്തിലുണ്ട്. കച്ചവടം നന്നായി നടക്കുന്നുമുണ്ട്.

പാരീസ് വാസന തൈലങ്ങളുടെ പറുദീസയാണ്. സുഗന്ധ ദ്രവ്യങ്ങൾ വിൽക്കുന്ന കടകളുടെ ഒരു തെരുവ് തന്നെയുണ്ടിവിടെ. വിലകേട്ടാൽ ഞെട്ടുമെങ്കിലും മൂല്യത്തിൽ ലോകോത്തരമായതിനാൽ പണമുണ്ടെങ്കിൽ വാങ്ങാം. വാങ്ങാൻ താല്പര്യമില്ലാത്തവർക്ക് വില്പനക്കാരികൾ നടത്തുന്ന പ്രദർശനവിശദീകരണ ഉദ്യമത്തിൽ സുഗന്ധങ്ങളെ ആവാഹിച്ച് സംതൃപ്തരായി ഇറങ്ങാം.

പാരീസ് നഗരത്തിന്റെ രാത്രി ദൃശ്യം മറക്കാനാവാത്ത അനുഭവമത്രേ. ഒരു മണിക്കൂർനേരം ബസ്സിൽ ഒരു കറക്കം. ഡയാന രാജകുമാരി അപകടമരണത്തിന് ഇരയായ തെരുവിലൂടെയും ഞങ്ങൾ കടന്നുപോയി.

ലോകസഞ്ചാരികളെ സ്വീകരിക്കാൻ വർണ്ണവൈവിധ്യത്തിൽ നഗരം അണിഞ്ഞൊരുങ്ങിയിരിക്കുന്നു. ആലക്തിക ദീപ പ്രഭയിൽ കുളിച്ചുനിൽക്കുന്ന ഈഫൽ ഗോപുരം കൺനിറയെ കണ്ട് നിൽക്കുമ്പോൾ മണിക്കൂറുകൾക്കുമുമ്പേ ഞങ്ങൾ അതിൻ മേലെയായിരുന്നല്ലോ എന്ന ഓർമ്മ ഒരു കോരിത്തരിപ്പായി മനസ്സിൽ നിറഞ്ഞു.

2017 ജൂലൈ

പാരീസിൽനിന്നും ബ്രസ്സൽസിലേക്ക്

ബെൽജിയത്തിന്റെ തലസ്ഥാന നഗരിയാണ് ബ്രസ്സൽസ്. യൂറോപിയൻ യൂണിയന്റെ അനൗദ്യോഗിക തലസ്ഥാനമെന്ന പ്രാധാന്യവുമുണ്ട് ഈ നഗരത്തിന്. പാരീസിനെക്കാൾ സുന്ദരിയാണ് ബ്രസ്സൽസ് എന്നാണ് കേട്ടത്. അവിടെക്കാണിനി യാത്ര.

യൂറോപിലൂടെയുള്ള ആദ്യത്തെ റോഡ് യാത്ര. നല്ല നാലുവരിപ്പാതയാണ്. ട്രാഫിക് അധികമില്ല. 315 കി.മീറ്റർ ദൂരം. മൂന്നര മണിക്കൂർ സമയം സഞ്ചരിച്ചുവേണം ബ്രസ്സൽസിലെത്താൻ. സീറ്റിൽ ചാഞ്ഞിരുന്നുകൊണ്ട് പുറം കാഴ്ചകൾ വലിയൊരു ക്യാൻവാസിലെന്നവണ്ണം വിശദമായി കാണാൻ പാകത്തിലാണ് വിൻഡോ ഗ്ലാസ്സുകൾ ക്രമീകരിച്ചിരിക്കുന്നത്.

മനോഹരമാണ് പുറം കാഴ്ചകൾ. ഫലഭൂയിഷ്ഠമായ കൃഷിയിടങ്ങൾ. ബാർലി, മെയിസ്, ലെറ്റിയൂസ് പാടങ്ങളാണ് അധികവും. പാടങ്ങളുടെ വിശാലതയെ അതിരിട്ടുകൊണ്ട് ചിലയിടങ്ങളിൽ വലിയ പച്ചപ്പുൽപ്പരപ്പുകൾ. മറ്റുചിലയിടങ്ങളിൽ ലിൻഡോൺ മരങ്ങളുടെ വന്യസൗന്ദര്യം. ദൂരെ ആൽപ്സ് പർവ്വതനിരകൾ. വൈദ്യുത ദീപങ്ങളാൽ പ്രകാശപൂരിതമായ ടണലുകൾ. കാറ്റാടി യന്ത്രങ്ങൾ നിറഞ്ഞ സമതലപ്രദേശങ്ങളും കണ്ടു.

പാതിദൂരം പിന്നിട്ടപ്പോൾ ചെറിയ ചാറ്റൽ മഴ നേർത്തൊരു സംഗീതംപോലെ കൂടെചേർന്നു. അപ്പോഴും സമൃദ്ധമായ പുറം കാഴ്ചകൾ. നാട്ടിൽനിന്നും എത്രയോ ദൂരെ അപരിചിതമായ പ്രദേശങ്ങളിലൂടെ, പരിചിതരായിക്കൊണ്ടിരിക്കുന്ന സഹയാത്രികരോടൊപ്പം, സുന്ദരമായ കാഴ്ചകളും കണ്ടുകൊണ്ട്, പൊടിയും പുകയും ബഹളവുമില്ലാത്ത റോഡുകളിലൂടെ, ചലിക്കുന്ന ശബ്ദംപോലുമറിയാത്ത ബസ്സിൽ, മഴയുടെ പതിഞ്ഞ താളവുമാസ്വദിച്ചുകൊണ്ട് യാത്രചെയ്യുമ്പോൾ ഇതൊരു അപൂർവ സൗഭാഗ്യം തന്നെയാണല്ലോ എന്ന് സ്വയം തോന്നി.

» ബ്രസ്സൽസിലേക്കുള്ള യാത്രയിൽ ദൃശ്യമാകുന്ന പുറം കാഴ്ചകൾ

പെട്രോൾ ബങ്കുകൾ നമ്മുടെ നാട്ടിലെപ്പോലെയല്ല, നല്ല അകലത്തിലാണ്. പക്ഷേ അനുബന്ധ സൗകര്യങ്ങൾ ധാരാളമുണ്ട്. കഫറ്റീരിയകളും, ഷോപ്പുകളും, വസ്ത്രവില്പന ശാലകളും, ടോയ്‌ലെറ്റുകളുമൊമൊക്കെയായി സജീവമാണവയൊക്കെ. ടൂറിസ്റ്റ് ബസ്സുകളോടിക്കുന്ന ഡ്രൈവർ, നാല് മണിക്കൂർ തുടർച്ചയായി ഓടിച്ചാൽ, മുക്കാൽ മണിക്കൂർ നിർബന്ധമായും വിശ്രമമെടുക്കണമെന്നാണ് ഈ രാജ്യങ്ങളിലെ നിയമം. തളർച്ച അനുഭവപ്പെടാതെ ഉർജസ്വലനായി വാഹനമോടിക്കാൻ ഇത് സഹായിക്കുന്നു.

യാത്രക്കാർക്കും ഒരു ബ്രേക്ക്. പെട്രോൾ ബങ്കുകളെ കേന്ദ്രീകരിച്ചാണ് ഈ സംവിധാനം എന്നതും സൗകര്യപ്രദം.

ബെൽജിയം പരിധിയിലേക്ക് ബസ്സ് കടന്നപ്പോൾ കുന്നുകളും, മലകളും കാണായി. പച്ചപ്പിന്റെ വ്യാപ്തി കൂടി കൂടി വന്നു. ബ്രസ്സൽസ് അടുക്കറായി. ചോക്കോലേറ്റ് പ്രിയരായ ആളുകളുടെ നാട്. ഒരു വർഷത്തിൽ 8 കിലോഗ്രാം വരെ ചോക്കോലേറ്റ് കഴിക്കുന്നവരാണത്രെ കൂടുതലും. ലോകത്തിലെ വജ്ര നിർമാണത്തിന്റെ 70 % ഈ നഗരവുമായി ബന്ധപ്പെട്ടാണെന്നു പറയുന്നു. മ്യൂസിയങ്ങൾ നിറഞ്ഞ നഗരം. ബ്രസ്സൽസ് കലയും, പാരമ്പര്യവും ഒത്തുചേരുന്ന തിരക്കേറിയ നഗരമാണ്. സമയക്കുറവ് കാരണം ബസ്സിൽ ഇരുന്നുകൊണ്ടുള്ള നഗര കാഴ്ചകളാണ് ഞങ്ങൾക്ക് വിധിച്ചിട്ടുള്ളത്. വൃത്തിയും വെടിപ്പും ഭംഗിയുമുള്ള ആസൂത്രിത നഗരമാണിത്.

» കുതിരസ്സവാരിയും സാധ്യമാകുന്ന ബ്രസ്സൽസ് നഗര വീഥികൾ

വിശാലമായ റോഡുകൾ. വലിയ നടപ്പാതകൾ. രൂപഭംഗിയാർന്ന കെട്ടിടങ്ങൾ. കെട്ടിടങ്ങളുടെ ജനൽ പടികൾ നിറയെ ഇരുമ്പ് വേലിക്കുള്ളിലായി ബഹുവർണങ്ങളിൽ വിരിഞ്ഞുനിൽക്കുന്ന ബിഗോണിയാ പുഷ്പങ്ങൾ.

നഗരപ്രദക്ഷിണം മറക്കാനവത്ത ഒരു അനുഭവമായിരുന്നു. വാസ്തുഭംഗിയും, നിർമാണവൈദഗ്ധ്യവും ഒത്തുചേർന്ന ലോകോത്തര സ്ഥാപനങ്ങൾ ഇവിടെ തലയെടുപ്പോടെ നിൽക്കുന്നു. യൂറോപ്യൻ പാർലമെന്റ് മന്ദിരം, ടൗൺ ഹാൾ, സെന്റ് മൈക്കിൾ കത്തീഡ്രൽ, ഗിൽഡ് ഹൗസ്, ഗോഥിക് ശൈലിയുടെ പ്രഘോഷണമായ നോട്ടർ ഡാമേ ദി സാബ്ലോൺ മ്യൂസിയം, സ്റ്റോക്ക് എക്സ്ചേഞ്ച് ലാ ബോർസെ ദി ബ്രക്സെലെസ്, സൗത്ത് റെയിൽവേ സ്റ്റേഷൻ, കോടതി സമുച്ചയമായ ജസ്റ്റിസ് പാലസ്... ബാഹ്യ സൗന്ദര്യം ഈവിധം മോഹിപ്പിക്കുന്നുവെങ്കിൽ ഉള്ളിലെ അത്ഭുതകാഴ്ചകൾ എത്ര മനോഹരമായിരിക്കും. എല്ലാം മനസ്സിൽ നിരൂപിച്ചുകൂട്ടുകയേ വഴിയുള്ളൂ. അവസാനം ഞങ്ങൾ ഗ്രാൻഡ് പാലസിന് മുന്നിലെ ചത്വരത്തിലെത്തി. ചുറ്റുമുള്ള വിഭ്രമ കാഴ്ചകളിൽ ആഹ്ലാദചിത്തരായി നിൽക്കുന്ന ആയിരക്കണക്കിന് സഞ്ചാരികളോടൊപ്പം ഞങ്ങളും ചേർന്നു. യുനെസ്കോ പൈതൃക പദവിയുള്ള ചത്വരമാണിത്. ചുറ്റും രൂപഭംഗിയാർന്ന നിർമിതികൾ. കാഴ്ചകളുടെ ഒരു വസന്തം തന്നെ മുന്നിൽ. ബഹളമില്ല. തിക്കിതിരക്കലില്ല. ശാന്തമായ മനസ്സോടെ കാഴ്ചകളിൽ മുഴുകി, സുഖസുന്ദരമായൊരു സ്വപ്നത്തിലെന്നപോലെ ഏവരും മണിക്കൂറുകൾ കടന്നുപോകുന്നതറിയാതെ ചത്വരത്തിൽ.

ഗ്രാൻഡ് പാലസിൽനിന്നും നടന്നു പോകാവുന്ന ദൂരത്തിലാണ് മാനിക്കൻ പിസ്സ്. നഗ്നനായ ബാലൻ കുസൃതി പേറുന്ന മുഖഭാവവുമായി മൂത്രമൊഴിക്കുന്ന പിച്ചള ശിൽപ്പം. ഈ ഒരു ശില്പവുമായി ബന്ധപ്പെട്ട് പല കഥകളും പ്രചാരത്തിലുണ്ട്. പതിനൊന്നാം നൂറ്റാണ്ടിൽ നാട്ടുരാജാക്കന്മാർ തമ്മിലെ യുദ്ധത്തിൽ, കുട്ടയിലിരുന്ന് മരത്തിൽ തൂങ്ങി ആടുന്ന കുട്ടി ഒരു വിഭാഗം യോദ്ധാക്കളുടെ തലയ്ക്ക് മേലെ മൂത്രമൊഴിച്ചുവെന്നും, അവർ പരാജയത്തിന്റെ രുചി അറിഞ്ഞെന്നും ഒരു കഥ.

പതിനാലാം നൂറ്റാണ്ടിൽ വിദേശ അധിനിവേശത്തിൽ നഗരത്തെ തകർക്കാൻ വെടിമരുന്നുകൾ വെച്ചതും, അപകടം തിരിച്ചറിഞ്ഞ ബുദ്ധിമാനായ ഒരു കുട്ടി കത്തുന്ന ഫ്യൂസിന്മേൽ മൂത്രമൊഴിച്ച് നഗരത്തെ കൊട്ടും നാശത്തിൽനിന്നും രക്ഷിച്ചുവെന്നും മറ്റൊരു കഥ.

നഗരം കാണുകയായിരുന്ന വാണിജ്യ പ്രമുഖന്റെ നഷ്ടപ്പെട്ട കുട്ടിയെ കണ്ടെത്താൻ വൻ പാരിതോഷികം പ്രഖ്യാപിച്ചതും, തിരച്ചിലിനൊടുവിൽ ഒറ്റപ്പെട്ട ഒരു സ്ഥലത്ത് മൂത്രമൊഴിക്കുന്ന കുട്ടിയെ കണ്ടെത്തിയതും, സന്തോഷാതിരേകത്താൽ ഓർമയ്ക്കൊരു വിലയേറിയ ശിൽപ്പം സ്ഥാപിച്ചതും വേറൊരു കഥ.

» നഗരത്തിന്റെ വാസ്തു ശിൽപ്പ സൗഭഗങ്ങൾ

ബെൽജിയം എന്ന രാജ്യത്തിന്റെ രക്ഷകനായി ബുദ്ധിമാനായ ഒരു ബാലന്റെ ബിംബവും, അതുമായി ബന്ധപ്പെട്ട് രസകരമായ ഭാവനകളും ചേർന്ന വിചിത്രമായ കല്പന. കാര്യങ്ങളെ തമാശയുടെ മേമ്പൊടി ചേർത്ത് കാണുന്നതിൽ ബെൽജിയംകാർ വിദഗ്ധരാണെന്നതിന് വേറെ തെളിവുകൾ വേണ്ടതില്ലല്ലോ.

ശിൽപ്പം ചെറുതാണെങ്കിലും ഒരു രാജ്യത്തിന്റെ അഭ്യുന്നതിയുടെ പ്രതീകമെന്നോണം മാനിക്കൻ പിസ്സ് നഗരത്തിലെ

» മാനിക്കൻസ് പിസ്സ്

» അറ്റോമിയം. ശാസ്ത്ര സാങ്കേതിക വിസ്മയം

പ്രിയപ്പെട്ട കാഴ്ചയായി മാറുന്നു. ശില്പത്തെ പല സമയങ്ങളിൽ പല വേഷങ്ങളിൽ അണിയിച്ചൊരുക്കുന്ന പതിവുമുണ്ട്.

വികൃതിച്ചെറുക്കന്റെ വിസ്മയശിൽപ്പം തേടി എത്രപേർ വന്നിരിക്കുന്നു. ഇനിയുമെത്രപേർ വന്നുകൊണ്ടിരിക്കും. ഒരു ബിംബത്തെ ലോകസഞ്ചാരികളുടെ മനസ്സിൽ പതിപ്പിക്കാൻ കഴിഞ്ഞതിൽ ബെൽജിയംകാരെ സ്തുതിക്കണം.

ചോക്കോലേറ്റ് കടകൾ ധാരാളമുണ്ട് ചത്വരത്തിനു ചുറ്റും. ചിലർക്ക് സ്വിറ്റ്സെർലാൻഡ് വരെ എത്താനുള്ള ക്ഷമ ഉണ്ടായില്ല. നല്ലോണം വാങ്ങി. ചിലർ രുചിച്ച് തൃപ്തരായി. പ്രമേഹമുള്ളവർ ഒരൽപം അസൂയ്യയോടെ മാറിനിന്നു.

ബ്രസ്സൽസിലെ സവിശേഷമായൊരു കാഴ്ചയിലേക്കാണ് തുടർയാത്ര. 1958 ൽ നടന്ന എക്സ്പോ 58 ന് വേണ്ടി ആന്ദ്രേ വാട്ടർകീൻ എന്ന എൻജിനീയറുടെ നേതൃത്വത്തിൽ പണിത അറ്റോമിയം. ഏറ്റവും ചെറുതായ ഒന്നിനെ ഏറ്റവും വലുതായി രൂപകല്പന ചെയ്ത് ആധുനികകലാവിരുതും, സാങ്കേതികശാസ്ത്രവികാസത്തിന്റെ സാധ്യതകളും ഉപയോഗിച്ച് ബെൽജിയത്തിന്റെ ആകാശവിതാനത്തിൽതീർത്തിരിക്കുന്ന വിസ്മയ കാഴ്ചയാണിത്. ഇരുമ്പ് ക്രിസ്റ്റലിന്റെ യൂണിറ്റ് സെൽ മോഡലിനെ 165 ബില്യൺ മടങ്ങ് വലുപ്പത്തിൽ വികസിപ്പിച്ചെടുത്ത ഒരു നിർമിതിയാണിത്. 18 മീറ്റർ ഡയമീറ്റർ ഉള്ള ഒൻപത് ഭീമാകാര

ഉരുക്കുഗോളങ്ങൾ വലിയ കുഴലുകൾ വഴി ബന്ധിപ്പിച്ചിരിക്കുന്ന ഘടനയാണിതിന്. 103 മീറ്റർ ഉയരമുണ്ട്. ഗോളങ്ങൾക്കുള്ളി ൽ പ്രദർശനശാലകളും, കാഴ്ചബംഗ്ലാവുകളും, റെസ്റ്റോറന്റുമൊക്കെ സജ്ജീകരിച്ചിരിക്കുന്നു. കുഴലുകളിൽ എസ്കലേറ്ററുകളും, ലിഫ്റ്റുകളും. ഇതിനുള്ളിൽനിന്നുള്ള നഗരക്കാഴ്ച എന്തതിശയകരമായിരിക്കും.

ശാസ്ത്രത്തിന്റെ ശക്തിയിലുള്ള വിശ്വാസം, അതുമല്ലെങ്കിൽ അറ്റോമിക് ശക്തിയിലുള്ള വിശ്വാസം വിളിച്ചോതുന്ന ഈ അപൂർവ നിർമിതി ബ്രസ്സൽസിന്റെ കൊടി അടയാളമായി മാറിയതിൽ അത്ഭുതമില്ല. വ്യത്യസ്തമായ ചിന്തകളും, പ്രവൃത്തികളുമാണല്ലോ കാലത്തെ അതിജീവിക്കുന്നതും, തലമുറകൾക്ക് പ്രചോദനമാകുന്നതും.

സഞ്ചാരികൾക്ക് നല്കാൻ ബ്രസ്സൽസ് ഒരു പ്രത്യേക സമ്മാനം കൂടി ഒരുക്കിയിരിക്കുന്നു. അറ്റോമിയത്തിന് സമീപത്തുള്ള മിനി യൂറോപ്പ് എന്ന തീം പാർക്ക്. യൂറോപ്പ്യൻ യൂണിയൻ അംഗരാജ്യങ്ങളിലെ സുപ്രധാന നിർമ്മിതികളും, സ്മാരകങ്ങളും, പ്രവർത്തന മാതൃകകളും ഇവിടെയുണ്ട്.

1 : 25 എന്ന അനുപാതത്തിലാണ് ഇവയെല്ലാം പുനർനിർമിച്ചിരിക്കുന്നത്. 80 പട്ടണങ്ങൾ... 350 നിർമിതികൾ... ലോകാത്ഭുതങ്ങളുടെ കൊച്ചുപതിപ്പുകൾ ഒന്നിച്ച് കാണാൻ പ്രതിവർഷം മൂന്നര ലക്ഷം സന്ദർശകർ ഇവിടെ എത്തുന്നു എന്നാണ് കണക്ക്.

യൂറോപ്യൻ യൂണിയന്റെ വികാസവും, ചരിത്രവും പരിചയപ്പെടുത്തുന്ന ഒരു എക്സിബിഷനും ഇതിനകത്തൊരുക്കിയിരിക്കുന്നു. മൾട്ടിമീഡിയ സങ്കേതത്തിലൂടെയുള്ള ഗെയിമുകളും മറ്റും യൂണിയന്റെ പൊതു സ്വഭാവവും, ഓരോ രാജ്യങ്ങളുടെ സവിശേഷമായ പ്രത്യേകതകളും

» മിനി യൂറോപ്പ് തീം പാർക്കിലെ ബക്കിങ്ഹാം കൊട്ടാര മാതൃക

» തീം പാർക്കിലെ പാരീസ് ബസിലിക്ക ഓഫ് ജീസസ്സ് മാതൃക

കാഴ്ചക്കാരിലെത്തിക്കാൻ പോരുന്നവയത്രെ.

യൂറോപ്പ് മുഴുവൻ കാണുവാൻ 'മിനി യൂറോപ്പ്' നമ്മെ പ്രേരിപ്പിക്കുന്നു. ഇനി എല്ലായിടത്തും പോകാൻ വയ്യെങ്കിൽ, അവിടങ്ങളിലെ പ്രധാന ആകർഷണങ്ങൾ ഒരിടത്തുനിന്ന് കാണാൻ ഈ തീം പാർക്ക് നമുക്ക് സൗകര്യമൊരുക്കുന്നു. ഉദ്ദേശശുദ്ധിയിൽ ബുദ്ധിപരമായ ഒരു കച്ചവടതന്ത്രവും ഒളിഞ്ഞിരിക്കുന്നു എന്ന് സാരം.

സന്ദർശന കേന്ദ്രങ്ങളിലെ ക്രമീകരണങ്ങൾ, ജീവനക്കാരുടെ പെരുമാറ്റത്തിലെ മാന്യത, സോവനീർ ഷോപ്പുകൾ റെസ്റ്റോറന്റ് ഉൾപ്പടെയുള്ള വിപുലമായ സൗകര്യങ്ങൾ, വൃത്തിയും വെടിപ്പുമുള്ള ആധുനിക വാഷ്റൂമുകൾ, അംഗപരിമിതർക്കുൾപ്പടെയുള്ള യാത്രാ സംവിധാനങ്ങൾ, ആയിരക്കണക്കിന് ആളുകൾ വന്നുപോകുമ്പോഴും, സുഭദ്രമായി നിലനിർത്തുന്ന പരിസര ഭംഗിയും ശുചിത്വവും... ഇതൊക്കെ അനുകരണീയം തന്നെയാണ്.

നമ്മുടെ നാട്ടിൽ ചുരുക്കം ചില ഇടങ്ങളിൽ ഈ സംസ്കാരം ദൃശ്യമാണെങ്കിലും, നാം ഏറെ മുന്നേറേണ്ടിയിരിക്കുന്നു. ഭൗതിക സൗകര്യങ്ങൾ ഉണ്ടാക്കാൻ ഇന്നല്ലെങ്കിൽ നാളെ നമുക്ക് സാധിക്കും. പക്ഷേ അവ ഭംഗിയായി പരിപാലിച്ചുകൊണ്ടുപോകാനുള്ള മനോഭാവം നാമൊന്നുകൂടി ആർജ്ജിക്കണം. അതുപോലെ സന്ദർശകരോടുള്ള പെരുമാറ്റത്തിലെ മാന്യത, അവരോടുള്ള കരുതൽ ഇവയൊക്കെ ഒരു സംസ്ക്കാരത്തിന്റെ ഭാഗമായി നമ്മിൽ ഉദിച്ചു വരണം. യൂറോപ്പ്യൻ യാത്രയിൽ ഇത്തരംചിന്തകൾ മനസ്സിൽ വന്നത് സ്വാഭാവികം.

ഇന്ന് രാത്രി ബ്രസൽസിൽ തങ്ങി. നാളെ കാലത്ത് നെതർലാൻഡ്സ് വഴി ജർമനിയിലേക്ക്.

2017 ജൂലൈ

അങ്ങ് ദൂരെ സ്വർണവർണക്കല്ലുകളുടെ നാട്ടിൽ

ഒൻപത് യൂറോപ്യൻ രാജ്യങ്ങളിലൂടെയുള്ള ഒരോട്ടപ്രദക്ഷിണവും കഴിഞ്ഞ് ജൂലൈ 31 ന് ലണ്ടനിലെത്തുമ്പോൾ ഒരുമാസം അവിടെ തങ്ങാനുള്ള തയ്യാറെടുപ്പിലായിരുന്നു ഞങ്ങൾ.. ദൈർഘ്യമേറിയ യാത്ര ആയിരുന്നുവെങ്കിലും, കാഴ്ചകളേറെ കണ്ടുവെങ്കിലും മുമ്പത്തെ യാത്രകളിൽ സംഭവിച്ച 'മണ്ണിൽ തൊടുന്ന' അനുഭവം എന്തുകൊണ്ടോ ഉണ്ടായില്ല. എന്തായാലും ലണ്ടനിൽ പണ്ട് 'മിസ്സ് ' ചെയ്തതൊക്കെയും കാണാമെന്ന പ്രതീക്ഷ ആവേശമുണർത്തി.

ഇന്ദു, അരുൺ, ആരവ് ഇവരോടൊപ്പം ഇത്രയും നാൾ ഇതാദ്യമാണ്. ലണ്ടനിൽ സമ്മറാണെന്നു പറയുന്നു. പക്ഷേ ഞങ്ങൾക്ക് നല്ല തണുപ്പാണനുഭവപ്പെട്ടത്. ശരീരമെന്ന വിസ്മയസംവിധാനം ഒരേ അവസ്ഥയെ വ്യത്യസ്ത അനുഭവമാക്കുന്നത് കൗതുകകരം തന്നെ.

ലണ്ടൻ നമ്മെ ഭ്രമിപ്പിക്കുന്ന നഗരമാണ്. തെംസ് നദിയും, മനോഹരമായ നിർമിതികളും, കലാ സാംസ്കാരിക സമ്പന്നതയും, വൃത്തിയും വെടിപ്പുമുള്ള പൊതുഇടങ്ങളും, സൗകര്യപ്രദമായ യാത്രാ സംവിധാനങ്ങളും, ജനസാന്ദ്രമെങ്കിലും, നിയമവും, നിയന്ത്രണങ്ങളും പാലിക്കുന്ന മനുഷ്യരും... ഈ മഹാ നഗരം നമ്മെ കീഴടക്കും. ഇവിടെ കുടിയേറിയവർ ഇവിടം വിട്ടുപോകാൻ ആഗ്രഹിക്കുന്നുപോലുമില്ല!

പക്ഷേ ഏത് നഗരത്തിനും ചില പൊതു സ്വഭാവങ്ങളുണ്ട്. ആൾത്തിരക്കും, വാഹനങ്ങളുടെ ബാഹുല്യവും, ജോലിയുടെ സമ്മർദ്ദവും, അതുണ്ടാക്കുന്ന മടുപ്പും എല്ലാം ചേരുമ്പോൾ ഒരു മാറ്റം ആരും കൊതിച്ചുപോകും. നഗരപ്രാന്തങ്ങളിലേക്കും, ഉൾനാടൻ പ്രദേശങ്ങളിലേക്കും വാരാന്ത്യങ്ങളിൽ യാത്ര പോകാൻ ഇത് പ്രേരണയാകുന്നു.

» ബാത്തിലെ അതിഥി മന്ദിരം

300 കി.മീറ്റർ ദൂരെ മാറിയുള്ള ബാത്ത് പട്ടണത്തിലേക്കുള്ള യാത്ര നേരത്തെ തീരുമാനിച്ചതായിരുന്നു വെങ്കിലും നഗരത്തിന്റെ സ്ഥിരം കാഴ്ച കളിൽനിന്നും ഒരു മാറ്റമായിരുന്നു. ആരവിന്റെ കുഞ്ഞുമനസ്സിൽ പോലും ഒരു ഹോളിഡേയിങ് ആയി ഈ യാത്ര രൂപാന്തരപ്പെട്ടിരുന്നു.

വയലും, കുന്നും, പച്ചപ്പുകളും നിറഞ്ഞ ഇംഗ്ലണ്ടിന്റെ വ്യത്യസ്തമായ ഒരു കാഴ്ചയായിരുന്നു റോഡിനിരുവശ വും. ഒറ്റനോട്ടത്തിൽ സ്വച്ഛസുന്ദരമായ ഒരു ഉൾനാടൻ ഗ്രാമം പോലെ ശാലീന സൗന്ദര്യവുമായി ബാത്ത് മനസ്സിനെ കീഴടക്കിയെന്നുവേണം പറയാൻ.

കോട്സ് വേൾഡിന്റെ തെക്കേ അറ്റത്തുള്ള, ഏവൺ നദിക്കരയിലെ ഈ താഴ്വാരനഗരം ലോക പൈതൃക പദവിയുള്ള തിരക്കേറിയ ടൂറിസ്റ്റ് കേന്ദ്രം കൂടിയാണ്. വർഷത്തിൽ നാല് മില്യനോളം ആളുകൾ വന്നു പോകുന്ന ഇടം.... ഒരു മില്യനിൽപരം സന്ദർശകർ വന്നു താമസിക്കു ന്ന ഇടം... നഗരത്തിന്റെ ഭ്രാന്തമായ ഓട്ടപ്പാച്ചിലുകളിൽനിന്നും മുക്തി തേടി ഒഴിവുകാലം ചെലവഴിക്കാൻ ആളുകൾ കൂട്ടമായി വന്നെത്തുന്ന സുന്ദര ഭൂമി. പട്ടണത്തിൽനിന്നും അല്പം മാറിയാൽ വിശാലമായ പുൽ മൈതാനങ്ങളും, കുന്നും, താഴ്വാരങ്ങളും തിരക്കൊഴിഞ്ഞ വീഥികളും, അഭിരമിപ്പിക്കുന്ന നിശബ്ദതയും നമ്മെ സ്വസ്ഥതയുടെ വ്യത്യസ്ത തലങ്ങ ളിലേക്ക് കൊണ്ടുപോകും. പള്ളികളിലും, മ്യൂസിയങ്ങളിലും പട്ടണസി രാകേന്ദ്രത്തിലുമൊക്കെ തിരക്കാണെങ്കിലും റോഡുകൾ പ്രായേണ വിജനമാണ്. നടപ്പാതകളും തഥൈവ.

താമസം പഴയൊരു ബംഗ്ലാവിലായിരുന്നു. മൂന്ന് ശയനമുറികളും, വിശാലമായ സ്വീകരണമുറിയും, പ്രൗഢിയാർന്ന ഫർണിച്ചറുകളും, സുസ ജ്ജമായ അടുക്കളയുമൊക്കെച്ചേർന്ന ഇരുനിലകെട്ടിടം. കഠിനമായ തണുപ്പുകാലത്തെ അതിജീവിക്കാൻ മുറികളിലെല്ലാം നെരിപ്പോടുകൾ സജ്ജീകരിച്ചിരിക്കുന്നു. മുറികൾ ചൂടാക്കാനുള്ള വൈദ്യുത സംവിധാന ങ്ങൾ വേറെയുമുണ്ട്.

അയൽക്കാരായി ഉടമസ്ഥരും. സ്വന്തമായി ബെയിക് ചെയ്ത വലിയൊരു കെയിക്കും, നിറഞ്ഞ ചിരിയുമായി അവർ ഞങ്ങളെ സ്വീകരിച്ചു. ബാത്തിലെ ആകർഷണങ്ങളെപ്പറ്റി വിശദമായി പറഞ്ഞുതന്നു.

ബംഗ്ലാവിന്റെ പിറകിലെ പച്ചപ്പുൽത്തകിടിയും, പൂന്തോട്ടവും, ഫലവൃക്ഷങ്ങളും, തൊട്ടുതാഴെ ഒഴുകുന്ന തെളിനീർ അരുവിയും കേരളീയ ഗ്രാമസൗന്ദര്യ ഗൃഹാതുരതകളിലേക്ക് മനസ്സിനെ കൊണ്ടുപോയി എന്നതാണ് വാസ്തവം.

ബാത്ത് വേറിട്ടൊരു നഗരം തന്നെയാണ്. ജുറാസിക് ചുണ്ണാമ്പ് നിക്ഷേപങ്ങളിൽനിന്നും വെട്ടി എടുക്കുന്ന സ്വർണനിറമാർന്ന കല്ലുകൾ കൊണ്ട് പണിത രമ്യ ഹർമ്യങ്ങൾ നമ്മെ അതിശയിപ്പിക്കും. മെൻഡിപ് കുന്നുകളിൽ പെയ്യുന്ന മഴ ഭൂഗർഭ ചുണ്ണാമ്പ് പാറയടുക്കുകളിലൂടെ ആഴ്ന്നിറങ്ങി നാലായിരം മീറ്ററോളം താഴെയെത്തുമ്പോൾ ഭൂസമ്മർദ്ദവും, താപ ഊർജ്ജവും കൊണ്ട് വെള്ളം 70-90 ഡിഗ്രി സെൽഷ്യത്തിലെത്തുന്നു. ഈ ജലം ഭൂമർദ്ദത്തിന്റെ ഫലമായി സ്വാഭാവിക വിടവുകളിലൂടെ ഉപരിതലത്തിലേക്ക് ചൂട് നീരുറവികളായി (Hot Spring) ഉയർന്നു വരുന്നത് ഈ പ്രദേശത്തിന്റെ പ്രത്യേകതയാണ്. 46 ഡിഗ്രി സെൽഷ്യസ് താപനിലയുള്ള ഇത്തരം അരുവികൾ റോമൻ അധിനിവേശകാലത്ത് തന്നെ കണ്ടെത്തിയതാണ്.

ബാത്ത് നഗരഹൃദയഭാഗത്തുള്ള ചൂട് നീരുറവിക്ക് ചുറ്റും പണിതുയർത്തിയ റോമൻ ബാത്ത് വടക്കൻ യൂറോപ്പിലെ ചരിത്ര പ്രധാനമായ ടൂറിസ്റ്റ് കേന്ദ്രമാണ്... ഇവിടം സന്ദർശകർ ഒഴിഞ്ഞ നേരമില്ല.

» കോട്ട്സ് വേൾഡിലെ സ്വസ്ഥ ശാന്തമായ ഗ്രാമാന്തരങ്ങൾ

എ. ഡി.60-70 കാലത്ത് ഇവിടെ പണിത റോമൻ ക്ഷേത്രവും, തുടർന്നുള്ള 300 വർഷങ്ങൾക്കുള്ളിൽ പണിതുയർത്തിയ സ്നാന ഘട്ടങ്ങളും, മ്യൂസിയവും, പമ്പ് റൂമും ഒക്കെചേർന്ന കെട്ടിടസമുച്ചയം നഗരത്തിന്റെ സവിശേഷമായ. ആകർഷണം തന്നെയാണ്.

റോമൻ ബാത്തുകൾ റോമാ ചരിത്രത്തിന്റെ ഭാഗമാണ്. പണ്ട് കാലത്ത് റോമൻ വീടുകളിൽ വെള്ളമെത്തിച്ചിരുന്നത് ചെലവേറിയ ലെഡ് പൈപ്പുകളിലൂടെയായിരുന്നു. അതുകൊണ്ട് തന്നെ വീടുകളിൽ

ജലശേഖരണത്തിനു ഒരേയൊരു പൈപ്പ് സംവിധാനമേ ഉണ്ടായിരുന്നുള്ളൂ. ശരീര ശുദ്ധിക്കും മറ്റുമായി റോമക്കാർ പൊതു സൗകര്യങ്ങളായിരുന്നു ഉപയോഗിക്കാറ്. തണുത്ത വെള്ളം, ചൂടുവെള്ളം, നീന്തൽ കുളം, ജിം നേഷ്യം, യോഗം കൂടാനുള്ള മുറികൾ ഉൾപ്പടെ വിപുലമായ സൗകര്യങ്ങൾ ഇവിടങ്ങളിൽ ഒരുക്കിയിരുന്നു. സ്വാഭാവികമായും ആളുകളുടെ കണ്ടുമുട്ടൽ കേന്ദ്രങ്ങളായും, സാമൂഹികചടങ്ങുകളുടെ വേദിയായും കാലക്രമത്തിൽ ഇവ മാറി.

റോമക്കാർ ഇംഗ്ലണ്ടിൽ കുടിയേറിയ കാലത്ത് ബാത്ത് പട്ടണത്തിൽ കണ്ടെത്തിയ മൂന്ന് ചൂട് നീരുറവി സ്രോതസ്സുകൾക്ക് ചുറ്റും റിസർവോയറും, ബാത്ത് ഹൗസും നിയോ ക്ലാസിക്കൽ ശൈലിയിൽ ക്ഷേത്രവും, കെട്ടിടങ്ങളും ഒക്കെ പണിത് റോമൻ ബാത്ത് ആയി ഇവിടം മാറ്റുകയായിരുന്നു. ചരിത്ര വിസ്മയങ്ങൾ പേറുന്ന പൈതൃക നഗരത്തിന്റെ മുഖമുദ്രയായിമാറി ഇവിടം പിന്നീട്.

» ബാത്തിലെ രൂപഭംഗിയാർന്ന നിർമിതികൾ

പ്രവേശനകവാടത്തിന് മുന്നിൽ വിശാലമായ ഒരു ചത്വരമാണ്. ആളുകൾക്ക് നിൽക്കാനും, വിശ്രമിക്കാനും നല്ല സൗകര്യങ്ങൾ. ഷോ പീസുകളും അലങ്കാര വസ്തുക്കളും നിറഞ്ഞ കടകൾ ധാരാളം. ഹോട്ടലുകളും റെസ്റ്റോറന്റുകളും തിങ്ങി നിറഞ്ഞ നഗരത്തിന്റെ ഹൃദയമാണിത്.

പുറത്ത് സാമാന്യം വലിയൊരു ക്യൂ എപ്പോഴും കാണാം. പക്ഷേ നിന്നു മുഷിഞ്ഞില്ല. ക്യൂ വേഗം ചെറുതായി വന്നു. 30 പൗണ്ടാണ് ടിക്കറ്റ് ചാർജ്. ടിക്കറ്റിനൊപ്പം ഓഡിയോ ഗൈഡും കൂടെ കിട്ടും. ഓരോ സ്ഥലത്തെത്തുമ്പോഴും അവശ്യം വേണ്ട വിവരങ്ങൾ ഇത് വഴി ലഭിക്കുന്നു. ആദ്യത്തെ നിലയിൽനിന്നും നാം താഴേക്കാണ് നീങ്ങുന്നത്.

ഈ കെട്ടിട സമുച്ചയത്തിന് അസ്ഥിവാരം പണിതത് ഓക്ക്

» റോമൻ ബാത്തിലെ താഴത്തെ നിലയിലെ ജലസംഭരണി

» ഭൂഗർഭ ചൂട് വെള്ളം വന്ന് പതിക്കുന്ന സംവിധാനം

മരത്തടികൾ ചെളിയിൽ പാകി അടിത്തറ വികസിപ്പിച്ചാണ്. ചൂട് നീരുറവിയെ ലെഡ് പൊതിഞ്ഞ, കല്ലറയിൽ ഒതുക്കിനിർത്തിയിരിക്കുന്നു. ചൂട് വെള്ളം ഒഴുകി പതിക്കുന്ന വലിയ ചാലുകൾ അടുത്തുനിന്ന് കാണാം. വെള്ളത്തിന്റെ ചൂട് ശരീരം തിരിച്ചറിയുകതന്നെ ചെയ്യും. ഓരോ ദിവസവും 1170000 ലിറ്റർ ജലം വന്നു നിറയുന്നു എന്നാണ് കണക്ക്. ഇത് പുണ്യജലമാണെന്നും, രോഗങ്ങളെ മാറ്റാൻ ശേഷിയുള്ള ജലമാണെന്നും വിശ്വസിക്കപ്പെടുന്നു. രോഗം തടയുന്ന റോമൻ ദൈവമായ സുലിസ് മിനർവയുടെ സാന്നിധ്യം കൊണ്ട് ധന്യമാണിവിടം എന്നും റോമാക്കാർ വിശ്വസിക്കുന്നു. ദൈവപ്രീതിക്കായി വിലയേറിയ വസ്തുക്കളും, നാണയങ്ങളും ജലത്തിലേക്ക് എറിയുന്നത് സാധാരണമായിരുന്നു. പമ്പ് റൂമിന്നടിയിൽ ക്ഷേത്ര അവശിഷ്ടങ്ങൾ കാണാവുന്നതാണ്.

ഏറ്റവും താഴത്തെ നിലയിൽ വലിയൊരു ജല ശേഖരണിയാണ്. കരിങ്കല്ലും മാർബിളും പാകിയ അതിരുകളിൽ ഇരിക്കാം... വിശ്രമിക്കാം. രണ്ടായിരം വർഷങ്ങൾ പിറകോട്ട് സ്വപ്നസഞ്ചാരം നടത്താം. ആൾ ബഹളമില്ലാത്ത, അലങ്കാരനിർമിതികളും വെള്ളി വെളിച്ചങ്ങളുമൊന്നുമില്ലാത്ത, ആ പഴയകാലത്ത് ഭൂമിയുടെ ഉറവയായി വന്നു വീഴുന്ന ചുട്ടു തെളിനീരിന്റെ നനുത്ത സ്പന്ദങ്ങൾ കേൾക്കുന്നുണ്ടോ എന്ന് കാതോർക്കാം.

» ബാത്തിലെ നഗര വീഥികൾ

» വിശ്വസാഹിത്യകാരൻ ഷെയ്ക്സ്പിയറിന്റെ നാട്ടിലെ എവൺ നദി

റിസർവോയർ വിപുലീകരിക്കാനും, മറ്റു നിർമിതികൾക്കുമായി കുഴിച്ചപ്പോൾ കിട്ടിയ വസ്തുക്കളും, 12000 ൽ പരം റോമൻ നാണയങ്ങളും മ്യൂസിയത്തിൽ സൂക്ഷിച്ചിരിക്കുന്നു. വെങ്കലത്തിൽ പണിത മിനർവയുടെയും, സർപ്പകേശിയായ റോമൻ ഘോര രാക്ഷസി ഗോർഗോണിന്റെയും തലകൾ മ്യൂസിയത്തിന് അലങ്കാരമായി കാണാം. അവസാന ഭാഗമായ പമ്പ് റൂമിൽ അരുവിയിൽനിന്നും ശേഖരിച്ച, ധാതു സമ്പുഷ്ടമായ പുണ്യജലം, ശുദ്ധീകരിച്ച് കുടിക്കാൻ പാകത്തിൽ ലഭ്യമാണ്. ജീവന്റെ ഉത്ഭവവും, നിലനിൽപ്പും ജലത്തെ ആശ്രയിച്ചിരിക്കുന്നു. ഭൂമി ചുരത്തുന്ന ജലം ജീവജാലങ്ങളുടെ അമൃതാണ്. സ്വയംഭൂവായി വരുന്ന ഈ അമൃതധാര ഒരു കവിൾ കുടിക്കാൻ ബാത്തിലും ഞങ്ങൾക്ക് നിയോഗം.

പുറത്തേക്ക് കടക്കാനുള്ള വഴിയിൽ നല്ലൊരു കോഫി ഷോപ്പ് ഉണ്ട്. പ്രസിദ്ധമായ റോമൻ സ്പാ ചെയ്യാനുള്ള വിപുലമായ സജ്ജീകരണങ്ങളും ഇവിടെയുണ്ട്. ഉച്ചയോടെ റോമൻ ബാത്ത് സന്ദർശനം കഴിഞ്ഞു.

വലിയ റെസ്റ്റോറന്റുകളിൽ സഞ്ചാരികളുടെ തിരക്കാണ്. ഭക്ഷണം വിശപ്പടക്കാൻ മാത്രമല്ല, ആസ്വാദ്യകരമായ ഒരു ആഘോഷം കൂടിയാണത്. മണിക്കൂറുകളോളം തീറ്റയും കുടിയുമായി ചെലവഴിക്കാൻ എന്തൊരു ആവേശമാണിവർക്ക്. കാണുമ്പോൾ അത്ഭുതം തോന്നും.

ആരോഗ്യകരമായ ഭക്ഷണശീലം നാം തിരിച്ചുപിടിക്കേണ്ടിയിരിക്കുന്നു. പ്രത്യേകിച്ചും വളർന്നു വരുന്ന തലമുറ.

ഒരു റെസ്റ്റോറന്റിൽ ഞങ്ങളും കയറി, വൈവിധ്യമാർന്ന ഉച്ചയൂണ് കഴിഞ്ഞപ്പോൾ നേരം മൂന്ന് മണി. ബാത്തിനോട് വിടപറയാൻ സമയമായി. മൂന്ന് ദിവസങ്ങൾ പോയതറിഞ്ഞില്ല.

ഇനി മടക്കയാത്ര. സ്റ്റാറ്റ് ഫോർഡ് അപ്പ്ഓൺ എവൺ വഴിയാണ് മടങ്ങിയത്. ബർമിങ്ഹാമിൽ നിന്ന് 35 കി.മീറ്റർ മാറി കിടക്കുന്ന സ്റ്റാറ്റ് ഫോർഡ് അപ്പ്ഓൺ എവൺ വിശ്വ മഹാകവി ഷെയിക് സ്പിയർ പിറന്ന നാടാണ്. ഹെൻലി സ്ട്രീറ്റിലെ മഹാകവിയുടെ വീട് സഞ്ചാരികളും സാഹിത്യ പ്രേമികളും നിരന്തരം വന്നുപോകുന്ന സ്ഥലമാണ്.

റോയൽ ഷെയിക്സ്പിയർ തീയേറ്ററും, സ്വാൻ തീയേറ്ററും, പാർക്കും ഇവിടത്തെ മറ്റ് പ്രധാന ആകർഷണങ്ങളത്രെ..

ലോകത്തെവിടെയും മലയാളിക്ക് ബന്ധുക്കളും, സുഹൃത്തുക്കളും കാണുമല്ലോ.. വിശ്വമഹാകവിയുടെ നാട്ടിലും ഞങ്ങൾക്കൊരു ബന്ധു ഉണ്ട്. കസിൻ ജതിനും കുടുംബവും. അവർ ഞങ്ങളെയും കാത്തിരിക്കുകയായിരുന്നു. നാട്ടിലെ കാര്യങ്ങളൊക്കെ പറയാൻ ഏറെ സമയം വേണം. എങ്കിലും ഉള്ള സമയം വെച്ച് ഞങ്ങൾ കാലങ്ങളിലൂടെ വർഷങ്ങൾ പിറകോട്ടുപോയി.

അരുണും ജതിനും ഇനി സൗഹൃദം തുടരുമെന്നത് വലിയൊരു സന്തോഷം.

മഹാകവിയുടെ നാട്ടിൽനിന്നും സന്ധ്യയോടെ ഞങ്ങൾ മടങ്ങി ലണ്ടൻ നഗരത്തിന്റെ നിലയ്ക്കാത്ത ആരവങ്ങളിലേക്കും വിസ്മയ രാവുകളിലേക്കും.

2017 ജൂലൈ

ഹില്ലിങ്ടണ്ണിലെ വഴിനടത്തം

ദൈവത്തിന്റെ സ്വന്തം നാട്ടിലെ കത്തുന്ന ചൂടിൽനിന്നാണ് ഹില്ലിങ്ടണ്ണിലെ നനുത്ത തണുപ്പിലേക്ക് ഞങ്ങൾ കുടിയേറിയത്. ലോകസഭാതെരഞ്ഞെടുപ്പ് പ്രചരണ ബഹളങ്ങളിൽനിന്നും ഒഴിഞ്ഞ് നില്ക്കാൻ കഴിഞ്ഞെങ്കിലും വോട്ട് ചെയ്യാൻ കഴിയില്ലെന്ന ദുഃഖം തീവ്രമായിരുന്നു.

ഈ യാത്ര വളരെ നേരത്തേ തീരുമാനിച്ചതാണ്. ഞങ്ങളുടെ ചെറിയ കുടുംബത്തിലേക്ക് ഒരു അംഗം കൂടെ വരാൻ പോകുന്നു.ആരവ് 'ബിഗ് ബ്രദർ' ആവുന്നതിന്റെ ഗർവ്വും ഒന്ന് കാണണമല്ലോ. ഇന്ദുവും അരുണും ലണ്ടൻ ഹില്ലിങ്ടണ്ണിൽ അവർ വാങ്ങിയ വീടും ഞങ്ങളെ കാത്തിരിക്കുകയായിരുന്നു.

ഋതു ചക്രമനുസരിച്ച് ലണ്ടനിൽ സമ്മറാണ്. താപനില ആറ് മുതൽ പതിനാറ് വരെയാണ്. പരദേശികൾക്ക് സ്വറ്ററും ജാക്കറ്റുമില്ലാതെ പുറത്തിറങ്ങാൻ വയ്യ. ഇടയ്ക്കൊരു വെയിൽ വന്ന് കൊതിപ്പിച്ചുപോകും. പിന്നെ അന്തരീക്ഷം ഇരുളും. തണുത്ത കാറ്റ് എവിടെനിന്നോ ഓടിവരും. ഏപ്രിൽ ആകുമ്പോൾ നല്ല തെളിച്ചം വരുമെന്നും ചൂട് കൂടുമെന്നും ഇന്ദു ഞങ്ങളെ മോഹിപ്പിക്കുന്നുണ്ടായിരുന്നു. എന്നാലും നമ്മുടെ സ്വന്തം ചൂടിനെ വെല്ലാൻ സൂര്യൻ അസ്തമിക്കാത്ത സാമ്രാജ്യം നന്നായി വിയർക്കേണ്ടിവരുമെന്ന് മനസ്സ് പറഞ്ഞു. ചുരുക്കത്തിൽ ഇംഗ്ലണ്ടിലെ കാലാവസ്ഥ പ്രവചനാതീതമാണ്.

ചുറ്റുമുള്ള കടലുകൾ കാലാവസ്ഥയെ കൈപ്പിടിയിലൊതുക്കി കുസൃതി കാട്ടുന്നു. വെയിൽ, മഴ, വെയിൽ, ചാറ്റൽ മഴ, കുളൽ, അധികം നീളാത്ത കട്ടി മഴ, കലിതുള്ളിപ്പോകുന്ന മേഘക്കൂട്ടങ്ങൾ, തെളിഞ്ഞ നീലാകാശം അങ്ങനെ പോകുന്നു കാലാവസ്ഥാ വിശേഷങ്ങൾ.

» ലണ്ടൻ കിംഗ് ക്രോസ്സിലെ പൈതൃക റെയിൽവേ സ്റ്റേഷൻ- സെന്റ് പാൻക്രാസ്സ് ഇന്റർനാഷണൽ

മൂന്നാം യു കെ യാത്രയിൽ 72 ദിവസം ലണ്ടനിൽ തങ്ങി. ലണ്ടൻ എന്ന മഹാനഗരത്തിന്റെ തിരക്കിൽനിന്നും മാറി ഹില്ലിങ്ങ്ടൺ എന്ന കൊച്ചു പട്ടണത്തിന്റെ ശാന്തതയിലായിരുന്നു ഇത്തവണ ഞങ്ങൾ താമസിച്ചത്.

മുൻപത്തെ യാത്രയിൽ ലണ്ടൻ നഗരത്തിന്റെ പ്രൗഢവും സവിശേഷവുമായ സ്ഥലങ്ങളൊക്കെ സന്ദർശിച്ചതിനാൽ ഇത്തവണ വേറിട്ട ചില കാഴ്ചകളിലേക്കാണ് ഞങ്ങൾ യാത്ര പോയത്.

ഗോൾഡൻ ഹിൻഡ്സ് എന്ന പഴയ ഭൂപ്രദക്ഷിണ കപ്പലിന്റെ പുനർനിർമാണ മോഡലും, കിംഗ് ക്രോസ്സ് സെന്റ് പാൻക്രാസ് ഹെറിറ്റേജ് റെയിൽവേ സ്റ്റേഷനും, വളരെ പഴയ ഹോൾസെയിൽ റീടെയിൽ ഭക്ഷണ മാർക്കറ്റായ ബോറോ മാർക്കറ്റുമൊക്കെ സന്ദർശിക്കാൻ ഇത്തവണ സമയം കണ്ടെത്തി.

1577-1580 കാലത്ത് ബ്രിടീഷ് രാജ്ഞിയുടെ നിർദേശാനുസരണം ലോകം ചുറ്റിയ കപ്പലാണ് ഗോൾഡൻ ഹിൻഡ്സ്. 1579 ൽ വൻ സ്വർണവെള്ളി നിക്ഷേപങ്ങളും, ദീപനൗഷധക്കൂട്ടുകളുമായി പോയിരുന്ന സ്പാനിഷ് കപ്പലിനെ കീഴടക്കി പിടിച്ചുകൊണ്ടുവന്ന് ബ്രിട്ടീഷ് രാജ്ഞിക്ക് മുതൽക്കൂട്ടായി നൽകിയ വീരപരിവേഷമുള്ള കപ്പൽ. ഇതിന്റെ പുനർനിർമിച്ച പതിപ്പാണ് ഇന്നൊരു ഭൂപ്രദക്ഷിണ കപ്പലോട്ട മ്യൂസിയമായി സംരക്ഷിച്ച് നിർത്തിയിരിക്കുന്നത്.

1868 ൽ സമാരംഭിച്ച സെന്റ് പാൻക്രാസ്സ് ഇന്റർനാഷണൽ എന്ന റെയിൽവേ ടെർമിനൽ ലണ്ടന്റെ അഭിമാന സ്തംഭങ്ങളിൽ ഒന്നത്രെ. ലണ്ടനിൽനിന്നും ഇംഗ്ലണ്ടിന്റെ വിവിധ ഭാഗങ്ങളിലേക്കുള്ള ട്രെയിനുകളും, ബെൽജിയം, ഫ്രാൻസ്, നെതർലൻഡ്സ് തുടങ്ങിയ രാജ്യങ്ങളിലേക്കുള്ള ടണൽ പാതകളും ഇവിടെ നിന്നാരംഭിക്കുന്നു. രൂപകൽപനാഭംഗി കൊണ്ട് ആരെയും അനുരാഗബദ്ധരാക്കുന്ന മിഡ് ലാൻഡ് ഗ്രാൻഡ് ഹോട്ടൽ സ്റ്റേഷനോട് ചേർന്നാണ്.

ഇത്തവണ ദൂരയാത്ര സ്കോട്ട് ലാൻഡിലേക്ക് മാത്രമായിരുന്നു. മറ്റെല്ലാദിവസവും ഹില്ലിങ്ങ്ടണിൽ തന്നെ ആയിരുന്നു. ഒരർത്ഥത്തിൽ

» സെന്റ് പാൻക്രാസിന് മുന്നിൽ

ദീർഘമായ ഒരു വിശ്രമവേള. കൊച്ചുമക്കളോടോപ്പം വീട്ടിൽ ഒതുങ്ങിക്കൂടിയ ദിനരാത്രങ്ങൾ. മിക്കവാറും എല്ലാ ദിവസവും നടക്കാൻ പോകും. ഹില്ലിങ്ടണെന്ന ശാന്തസുന്ദരമായ പ്രദേശത്തിന്റെ കിടപ്പും,ജീവിത വ്യാപാരങ്ങളും അല്പമൊക്കെ അറിയാൻ അത് സഹായിച്ചു. നമ്മുടെ നാട്ടിലെ താമസ സ്ഥലങ്ങളും, സാഹചര്യങ്ങളുമായി താരതമ്യപ്പെടുത്തിയുള്ള കൂട്ടിക്കിഴിക്കൽ ഈ സമയങ്ങളിലൊക്കെ മനസ്സിൽ സ്വാഭാവികമായും വന്നുകൊണ്ടിരുന്നു.

ലണ്ടനിലെ 32 ബറൗ കൗൺസിലുകളിൽ രണ്ടാമത്തെ വലിയ കൌൺസിൽ ആണ് ഹില്ലിങ്ടൺ. ബറൗ എന്നാൽ വലിയ പട്ടണത്തിന്റെ ഒരു ഭാഗം എന്നർത്ഥം. നഗര സഭയുള്ള നഗരം ആയിരിക്കും ഓരോ ബറൗയും. ഹില്ലിങ്ടൺ കൗൺസിലിന്റെ ആസ്ഥാനം അക്സ്ബ്രിഡ്ജിലാണ്. സെൻട്രൽ ലണ്ടനിൽനിന്നും 14 മൈൽ ദൂരമാണ് ഇവിടേക്ക്.

2011 ലെ സെൻസസ് പ്രകാരം മൂന്ന് ലക്ഷത്തിൽ താഴെയാണ് ജനസംഖ്യ. 52 % ബ്രിട്ടീഷുകാരും, 25 % ഏഷ്യൻ വംശജരും ബാക്കി ഇതര രാജ്യക്കാരും താമസിക്കുന്ന ഹില്ലിങ്ടൺ സാമ്പത്തികമായും സാംസ്കാരികമായും ഇഗ്ലണ്ടിലെ സുപ്രധാനമായ ഒരു ബറൗ അത്രെ. ഹീത്രൂ വിമാനത്താവളവും, ബ്രൂണെൽ യൂണിവേഴ്സിറ്റിയുമൊക്കെ ഉൾപ്പെടുന്ന വളരെ പ്രധാനപ്പെട്ട ഒരു പ്രദേശമാണ് ഹില്ലിങ്ടൺ.

ഹരിത സമൃദ്ധികൊണ്ട് ആകർഷകമാണ് ഈ നഗരവും പ്രാന്തപ്രദേശങ്ങളും. 1800 ഓളം ഏക്കറിൽ വ്യാപിച്ചുകിടക്കുന്ന ജൈവ പാർക്കുകളും പുൽമൈതാനങ്ങളും ഈ നഗരത്തിന്റെ പ്രത്യേകതയാണ്.

ഏത് ഭാഗങ്ങളിലൂടെ നടക്കുമ്പോഴും, യാത്ര ചെയ്യുമ്പോഴും വഴിയോരങ്ങളിൽ ധാരാളം മരങ്ങളും, അകലെയല്ലാതെ വിശാലമായ പാർക്കുകളും നമുക്ക് കാണാൻ കഴിയും. പാർക്കുകളിലും, ബയോ റിസർവുകളിലും കെട്ടിടങ്ങളോ നിർമാണപ്രവർത്തനങ്ങളോ ഒന്നുമില്ല. പ്രകൃതിയെ സ്വാഭാവിക തനിമയോടെ നിലനിർത്തിയിരിക്കുന്നു. നടപ്പാതകളൊക്കെ ഒരുക്കിയിട്ടുണ്ടെങ്കിലും ബയോ റിസർവുകളിൽ

ആളുകൾ അധികമായി കടന്നു ചെല്ലുന്നുപോലുമില്ല. പരമ ശാന്തതയിൽ പക്ഷികളും, മൃഗങ്ങളും സ്വൈരമായി വിഹരിക്കുന്നു.

വഴിയോരങ്ങളിലും, സ്വകാര്യ സ്ഥലങ്ങളിലും അടയാളപ്പെടുത്തിയ വലിയ മരങ്ങൾ കൗൺസിലിന്റെ സ്വത്താണ്. അവയൊന്നും മുറിക്കാൻ അനുവാദമില്ല.

ശുദ്ധമായ വായുവും സ്വസ്ഥവും, ആരോഗ്യകരവുമായ അന്തരീക്ഷവും നിലനിൽക്കുന്നു എന്നത്കൊണ്ട് സ്ഥിരതാമസത്തിന് ആളുകൾ ഏറെ ഇഷ്ടപ്പെടുന്ന സ്ഥലമാണ് ഹില്ലിങ്ടൺ. ഏത് സമയത്തുള്ള നടത്തവും ശരീരത്തിനും മനസ്സിനും ഊർജ്ജം പകരുന്ന ഒരു അനുഭൂതിയായി നമുക്കനുഭവപ്പെടുന്നു. ഇവിടുത്തെ ആളുകൾക്ക് പക്ഷേ ഫുട്ബോളും, ടെന്നിസും, ഇൻഡോർ ഗെയിംസും, നീന്തലുമൊക്കെയാണ് ഏറെ പ്രിയതരം.

റോഡുകൾ വാഹന നിബിഡമാണ്. മോട്ടോർവേ ഒഴികെയുള്ളവ രണ്ടുവരി റോഡുകളാണ് മിക്കയിടത്തും. സിഗ്നൽ സംവിധാനം എല്ലായിടത്തുമുണ്ട്. കാറുകളാണ് കൂടുതൽ. പൊതുഗതാഗതത്തിന് ലോ ഫ്ലോർ ബസ്സുകളും. എവിടെയും തിരക്കുകളൊന്നുമില്ല. ഹോൺ ശബ്ദങ്ങൾ കേൾക്കാനേ ഇല്ല. ട്രാഫിക് നിയമങ്ങൾ കൃത്യമായി പാലിക്കുന്നു. നടന്നുപോകുന്നവർക്ക് മുന്തിയ പരിഗണനയും, സൗകര്യവും ലഭിക്കുന്നു.

ഫുട്പാത്തുകളാണ് നമ്മെ ഏറെ ആകർഷിക്കുക. നന്നായി ഡിസൈൻ ചെയ്ത നട വഴികളാണിവയെല്ലാം. സൗജന്യ പാർക്കിങ് ഉള്ളിടങ്ങളിൽ വീതിയേറിയ ഫുട്പാത്തുകളിലേക്ക് കാറുകൾ മുഴുവനായോ ഭാഗികമായോ കയറ്റി നിർത്താം. ഇത് കഴിഞ്ഞാലും ആളുകൾക്ക് നടക്കാൻ ആവശ്യത്തിന് സ്ഥലമുണ്ട്. ചിലയിടങ്ങളിൽ റോഡിൽ തന്നെ പാർക്ക് ചെയ്യാം. പാർക്കിങ് ഫീസ് അടക്കാനുള്ള ഓട്ടോമേറ്റഡ് സംവിധാനങ്ങൾ അവിടങ്ങളിൽ കാണും.

റോഡിനും ഫുട്പാത്തിനുമിടയിൽ എട്ട് പത്ത് അടിയോളം വീതിയുള്ള പുൽത്തടങ്ങൾ. അവയിൽ അവിടവിടെ പുഷ്പസഞ്ചിതമായ മരങ്ങൾ. എല്ലാം കൃത്യമായി പരിപാലിച്ചുപോരുന്നു. അനവദ്യ സുന്ദരമായ ഇത്തരം കാഴ്ചകൾ വഴി നടത്തം കൂടുതൽ അനുഭവ സാന്ദ്രമാക്കുന്നു.

ഫുട്പാത്തിനോട് ചേർന്ന് നിരനിരയായി വീടുകൾ. വാഹനങ്ങൾ കയറ്റി പാർക്ക് ചെയ്യാനുള്ള സ്ഥലസൗകര്യം ഓരോ വീടിനുമുണ്ട്. ജംഗ്ഷനുകളിൽ നാലുഭാഗത്തും ഫുട്പാത്തുകൾക്ക് ഇരട്ടി വീതിയാണ്. ഫലമോ താരതമ്യേന ഇടുങ്ങിയ ജംഗ്ഷനുകൾ. ജംഗ്ഷനിലൂടെ വാഹനങ്ങൾ നല്ല ശ്രദ്ധയോടെ ഓടിച്ചു പോകണമെന്നതാണ് കൺസെപ്റ്റ്.

മൂന്നും നാലും വീടുകൾ ചേർന്ന കോമ്പിനേഷൻസ് ആണ് കൂടുതൽ. എല്ലാം രണ്ടുനിലകളാണ്. ഓടിട്ട മേൽക്കൂരകളാണ്. നിലവിൽ പണിത

വീട്ടുകൾ വാങ്ങുക എന്നതാണ് മിക്കവരും അനുവർത്തിക്കുന്ന രീതി. വാങ്ങിയതിന് ശേഷം കൗൺസിലിന്റെ അനുവാദത്തോടെ ചെറിയ മാറ്റങ്ങൾ വരുത്താം.

വീട്ടുകൾക്ക് പൊതുവായ ഒരു ഘടനയുണ്ട്. വലിയമാറ്റങ്ങളൊന്നും അനുവദനീയമല്ല. പിൻവശത്താണ് കൂട്ടിയെടുക്കാൻ അനുവാദം ലഭിക്കുക. നാല് മീറ്റർ വരെയുള്ള നിർമാണത്തിന് അനുവാദം ആവശ്യമില്ല.

ഈ സ്വാതന്ത്ര്യം ഉപയോഗിച്ച് പൂമുഖം എന്ന് നമ്മൾ പറയുന്ന ഭാഗം ഓരോ വീടിനും വ്യത്യസ്തമാണ്. അവയുടെ വൈവിധ്യം ഭാവനാത്മകമാണ്. പഠന വിധേയവും. ഒരാൾ പോലെ വേറെ ഒരാളില്ല എന്ന് പറയുന്നതുപോലെ ഓരോ പൂമുഖവും ഒന്നിനൊന്ന് വ്യത്യസ്തമാണ്. ഫുട്പാത്തിലൂടെ നടക്കുമ്പോൾ ഈ വൈവിധ്യം നോക്കികാണുക എന്നതായിരുന്നു ആദ്യമൊക്കെ എന്റെ പ്രധാന വിനോദം. പൂമുഖം പൊതുവിൽ വളരെ ചെറുതായിരിക്കും. അതുകൊണ്ട്തന്നെ ആരെയും വീട്ടിന് പുറത്ത് കാണാറില്ല.

വിശാലമായ മുറ്റവും, പൂന്തോട്ടവും, കാർ പാർക്കിങ് സൗകര്യവുമൊക്കെയുള്ള വലിയ ബംഗ്ലാവുകളും ചില ഭാഗങ്ങളിൽ കാണാൻ കഴിഞ്ഞു. നല്ല പഴക്കമുള്ള നമ്മുടെ നാട്ടിലെ തറവാട് വീട്ടുകൾ പോലെ തോന്നിച്ച അവയിൽ പലതും. ഫ്ലാറ്റുകൾ പൊതുവെ കുറവാണ്. ഉള്ളവ നഗര ഹൃദയങ്ങളിൽ കേന്ദ്രീകരിച്ചിരിക്കുന്നു.

വീട്ടുകൾക്ക് പിറകിലാണ് സ്ഥലമുണ്ടാവുക. മൂന്നോ നാലോ സെന്റ് വിസ്താരമുള്ള സ്ഥലം പൂന്തോട്ടമായോ, പുൽ തകിടിയായോ, പച്ചക്കറി കൃഷിക്കായോ ഉപയോഗിക്കാം, ഓരോരുത്തരുടെ വിരുത് പോലെ.

» ലണ്ടൻ കാംഡൻ ഹോൾബോണിലെ ആകർഷകമായ ചുവപ്പ് ടെറാക്കോട്ട വിക്ടോറിയൻ നിർമിതി-വാട്ടർ ഹോബ്സ് സ്ക്വയർ

» ഹില്ലിങ്ങ്ടണ്ണിലെ ഓട് മേഞ്ഞ വീടുകൾ

» ഹില്ലിങ്ങ്ടണ്ണിലെ തിരക്കൊഴിഞ്ഞ റോഡുകൾ

ഫുട്പാത്തുകളിൽ നടന്നുപോകുന്നവർ പൊതുവെ വിരളമാണ്. മിക്കവർക്കും കാറുകളുണ്ട്. കാലത്തും വൈകീട്ടും ബസ് സ്റ്റോപ്പിലേക്കോ, ട്യൂബ് സ്റ്റേഷനിലേക്കോ നടന്ന് പോകുന്നവരായി കുറച്ചുപേരെ കാണാം. നല്ല വേഗത്തിലാണ് നടത്തം. തണുപ്പിനെ പ്രതിരോധിക്കാൻ നല്ല മാർഗം.

ചില ജംഗ്ഷനോട് ചേർന്ന് ചെറിയ ടൗണുകളുണ്ട്. അത്യാവശ്യ സാധനങ്ങളൊക്കെ അവിടെ ലഭ്യമാണ്. വലിയ സൂപ്പർ മാർക്കറ്റുകളെക്കാൾ വില അൽപ്പം കൂട്ടും. എ ടി എം കൗണ്ടറുകളും, ഫോൺ ബൂത്തുകളും ഇവിടങ്ങളിൽ കാണാം. നീളം കൂടിയ പോസ്റ്റ് ബോക്സുകൾ ഒരു കൗതുക കാഴ്ചയായി തോന്നി. ഇപ്പോഴും വിശേഷ സന്ദർഭങ്ങളിൽ ആശംസാ കാർഡുകൾ അയക്കുന്ന സ്വഭാവം ഇവർ കാത്ത് സൂക്ഷിക്കുന്നു.

ആസൂത്രിതമായ മാലിന്യ നിർമാർജന പ്രവർത്തനങ്ങൾ കൗൺസിലിന്റെ പ്രധാന ഉത്തരവാദിത്വമാണ്. യാതൊരു വിട്ടുവീഴ്ചയുമില്ലാതെ അതവർ നിറവേറ്റുന്നു. ഞങ്ങൾ താമസിച്ച സ്ഥലത്ത് എല്ലാ ബുധനാഴ്ചയും രാവിലെ വണ്ടികളിൽ മാലിന്യം ശേഖരിക്കുന്നു. അടുക്കള മാലിന്യവും, പ്ലാസ്റ്റിക് മാലിന്യവും, ഗാർഡൻ വേസ്റ്റുമൊക്കെ പ്രത്യേകമായാണ് ശേഖരിക്കുക. തലേ ദിവസം ഇവയൊക്കെ വീടിന് മുൻവശം പ്രത്യേകം സഞ്ചികളിൽ കെട്ടി വെയ്ക്കാൻ എല്ലാവരും ശ്രദ്ധിക്കുന്നു. ഈ പ്രവർത്തനങ്ങളുടെ ചിട്ടയും മികവുമാണ് പരിസര ശുദ്ധിയുടെ നിറവിന് ആധാരം.

മുതിർന്ന പൗരന്മാർക്കുള്ള കരുതലും സൗകര്യവും വികസിത രാജ്യങ്ങളിൽ കൂടുതലാണല്ലോ. ഇവിടെയും സ്ഥിതി വ്യത്യസ്തമല്ല. 80 വയസ്സൊക്കെ കഴിഞ്ഞവർ ധാരാളം പുറത്തിറങ്ങി അവരവരുടെ കാര്യങ്ങൾ നിറവേറ്റുന്നു. കടകളും, മാളുകളും, പൊതുസൗകര്യങ്ങളുമെല്ലാം അവരുടെ ആവശ്യങ്ങൾക്കനുസരിച്ച്കൂടി ക്രമീകരിക്കപ്പെട്ടിരിക്കുന്നു.

സൂപ്പർ സീനിയർസ് അനായാസമായി കാറുകളോടിക്കുന്നതും വളരെ സാധാരണമാണ്.

സാമൂഹ്യ ബന്ധങ്ങൾക്ക് വലിയ പ്രസക്തിയൊന്നും ഇവിടങ്ങളിൽ ഇല്ല. തൊട്ടടുത്ത വീടുകളുമായിപോലും സമ്പർക്കം വളരെ പരിമിതം. അകലെയുള്ള ബന്ധുക്കളുമായോ സുഹൃത്തുക്കളുമായോ ഉള്ള ഒത്തുചേരലുകളിൽ പൂക്കുന്ന സൗഹൃദങ്ങൾ.

എല്ലാവരും അവനവന്റെ കാര്യങ്ങളുമായി ഒതുങ്ങി കൂടുന്നു. ബഹളങ്ങളില്ലാതെ, സമ്മർദ്ദങ്ങളില്ലാതെ, മറ്റുള്ളവരുടെ കാര്യത്തിൽ അനാവശ്യ ഇടപെടലുകളില്ലാതെ കേവലമായ ഉപചാര സമ്പുഷ്ടമായ രീതിവിശേഷണങ്ങളുമായി ജീവിതം ആസ്വദിച്ച് കഴിഞ്ഞുപോകുന്ന ജന സമൂഹം.

ലണ്ടനിലെ കാലാവസ്ഥ പ്രവചനാതീതമാണ്. വെയിൽ തെളിയുന്ന നാളുകൾ മനസ്സിലും പ്രകാശം പരത്തും. വെയിലിന് നല്ല ചൂടാണ്. സമ്മറാണെങ്കിലും ചില ദിവസങ്ങളിൽ കഠിനമായ തണുപ്പാണ്. മൂടിക്കെട്ടിയ അന്തരീക്ഷമാണ് കൂടുതലും. ചിലപ്പോൾ മഴ പെയ്യും. ഒരു നേർത്ത സംഗീതം പോലെ കാറ്റും വരും. ഈ കാലാവസ്ഥാ ഭേദങ്ങൾക്കിടയിലും ഹില്ലിങ്ടൺ വീഥികളിലൂടെ മിക്ക ദിവസവും ഞാൻ നടന്നു. ചൂടും തണുപ്പും കാറ്റുമേറ്റ്, നിശബ്ദതയുടെ സംഗീതവും ആസ്വദിച്ച് ഏകാന്ത വീഥികളിലൂടെ എത്രയോ മണിക്കൂറുകൾ നടന്നു !

» മരങ്ങളും പൂക്കളും നിറഞ്ഞ നടപ്പാതകൾ

» വിസ്തൃതമായ ജൈവ മേഖലകൾ

» വിശാലമായ പച്ചപ്പുൽ മൈതാനങ്ങൾ

ആയിരക്കണക്കിന് മൈലുകൾക്കപ്പുറത്തൊരു നാട്ടിൽ, ആരുമറിയാതെ, ആരെയുമറിയാതെ, അതി വിശാലമായ നടപ്പാതകളിലൂടെ, നിരനിരയായിനിൽക്കുന്ന വീടുകൾക്ക് മുന്നിലൂടെ, പാർക്കുകളിലൂടെ, ജൈവ വൈവിധ്യ സങ്കേതങ്ങളിലൂടെ ഏകനായി നടന്നു.

വേറിട്ടൊരു ജീവിതവും സംസ്കാരവും കണ്ടു... സ്വസ്ഥ ജീവിത സൌന്ദര്യം അനുഭവിച്ചറിഞ്ഞു. സമ്പന്നതയുടെ ഗതിവേഗങ്ങൾ അറിഞ്ഞു... ഭൗതിക സൗകര്യങ്ങളുടെ ധാരാളിത്തവുമറിഞ്ഞു...

സമ്പത്തും വിഭവങ്ങളും സാങ്കേതികമികവും കുമിഞ്ഞു കൂടിയ രാജ്യത്തിന്റെ തുടിപ്പുകളറിഞ്ഞ് ഇങ്ങനെ നടക്കുമ്പോഴും, പരിമിതികളും, ജനബാഹുല്യവും, വ്യവസ്ഥിതിയുടെ ദൗർബല്യവും കൊണ്ട് കിതക്കുന്ന വിദൂരമായ ഒരു നാടിന്റെ സ്പന്ദങ്ങൾ ഞാൻ അറിഞ്ഞുകൊണ്ടേയിരുന്നു.

2019 മാർച്ച്

മധുചഷകങ്ങൾ നുരയുന്ന നാട്ടിലൂടെ

സ്കോട്ലാൻഡ് ആരെയും വിഭ്രമിപ്പിക്കുന്ന നാടാണ്. പച്ചക്കുന്നുകളും, താഴ്വാരങ്ങളും, പുൽമൈതാനങ്ങളും, തേയിലത്തോട്ടങ്ങളും തടാകങ്ങളും നിറഞ്ഞ രാജ്യം. സ്കോച്ച് വിസ്കിയുടെയും വീഞ്ഞിന്റെയും കേന്ദ്രം.

ശരീരം കോച്ചുന്ന തണുപ്പും, തണുത്ത കാറ്റും, ചാറ്റൽ മഴയും, കനം തൂങ്ങി മൂടിക്കെട്ടിയ അന്തരീക്ഷവും ആരെയും ആദ്യം ഒന്ന് പരീക്ഷിക്കുമെങ്കിലും, പോകെ പോകെ നമ്മൾ ഈ നാടിനെ സ്നേഹിച്ചുപോകും.

ലണ്ടനിൽനിന്നുമുള്ള ഒരു പാക്കേജ് ടൂർ. ഇന്ത്യയിലെ വിവിധ സംസ്ഥാനങ്ങളിൽ നിന്നുള്ളവരായിരുന്നു യാത്രികരെല്ലാം. മലയാളികളായി ഞങ്ങൾ രണ്ടുപേർ മാത്രം. സംസ്കൃതി വൈവിധ്യത്തിന്റെ ഒരു പരിച്ഛേദമായി അങ്ങനെ ഞങ്ങൾ സ്കോട്ലാൻഡിലെത്തുകയായിരുന്നു.

ലണ്ടനിൽ നിന്നും സ്കോട്ലാൻഡിലേക്കുള്ള യാത്ര അവിസ്മരണീയമായിരുന്നു. മനോഹരമായ എട്ടു വരി റോഡുകൾ. കിറുകൃത്യമായ ദിശാസൂചകങ്ങൾ. വിശ്രമിക്കാനും ഭക്ഷണം കഴിക്കാനും വിശാലവും സർവ്വസജ്ജവുമായ സർവീസ് ഏരിയകൾ. റോഡിനിരുവശവും ഉയരഭേദങ്ങളുടെ അപൂർവ സൗന്ദര്യമായി പച്ചക്കുന്നുകൾ. വിശാലമായ പാടങ്ങൾ. ബാർലി തോട്ടങ്ങൾ. കറങ്ങുന്ന കാറ്റാടി യന്ത്രങ്ങൾ. അച്ചടക്കത്തോടെ വളരുന്ന പൈൻ മരക്കാടുകൾ. തൂവെള്ള പൂവുകൾ നിറഞ്ഞുനിൽക്കുന്ന ചെടിക്കൂട്ടങ്ങൾ.

ഉച്ചയോടെ പ്രശസ്തമായ ഗ്രെട്നാ ഗ്രീനിലെത്തി. ഒളിച്ചോട്ട വിവാഹങ്ങൾക്ക് പേരുകേട്ട സ്ഥലം. ഇംഗ്ലണ്ടിന്റെയും സ്കോട്ലാൻഡിന്റെയും അതിർത്തിയിൽ സ്ഥിതി ചെയ്യുന്ന ഗ്രെട്നാ ഗ്രീൻ ലോകത്തിലെ ഏറ്റവും പ്രശസ്തമായ 'മാര്യേജ് ഡെസ്റ്റിനേഷൻ' എന്നാണറിയപ്പെടുന്നത്.

» കമിതാക്കളുടെ പ്രണയ സാഫല്യത്തിന്റെ പ്രതീകം - ഗ്രെട്നയിലെ ശിൽപ്പം

പതിനെട്ടാം നൂറ്റാണ്ടിലെ നിയമപ്രകാരം രക്ഷിതാക്കളുടെ സമ്മതമില്ലാതെ ഇംഗ്ലണ്ടിൽ വിവാഹിതരാകാൻ ആൺകുട്ടികൾക്ക് 21 ഉം, പെൺകുട്ടികൾക്ക് 18 ഉം വയസ്സ് പൂർത്തിയാകണമായിരുന്നു. സ്കോട്ലാൻഡിലാകട്ടെ യഥാക്രമം ഇത് 14 ഉം, 12 ഉം ആയിരുന്നു. വിവാഹം നിയമവിധേയമാക്കാനുള്ള നിബന്ധനകൾ ലളിതമാണുതാനും.

രണ്ട് സാക്ഷികൾ വേണം. ഒരു സത്യ പ്രസ്താവനയും. തീർന്നു. അനുരാഗികൾക്ക് ആനന്ദലബ്ധിക്കിനിയെന്തു വേണം? 1929ൽ ഭേദഗതി വന്നെങ്കിലും 16 വയസ്സ് പൂർത്തി ആയാൽ യുവാക്കൾക്ക് സ്കോട്ലാൻഡിൽ ഇപ്പോഴും രക്ഷിതാക്കളുടെ അനുവാദം ആവശ്യമില്ല വിവാഹിതരാകാൻ. പ്രണയവിവശരായ കമിതാക്കൾ ഓടിയെത്തുന്നത് ഇവിടേക്കായിരുന്നു.

ഒന്നിച്ച് ജീവിക്കണമെന്ന ആഗ്രഹത്തോടെ ഓടിയെത്തുന്ന കമിതാക്കൾക്ക് മുന്നിൽ അധികം സമയമില്ല. ബന്ധുക്കളുടെ അന്വേഷണ ഭീതിയും, ഭീഷണിയും ഒപ്പമുണ്ട്. ഗ്രെട്നയിലെത്തിയാൽ ആശ്വാസമായി. നിയമം അവർക്കൊപ്പമുണ്ട്.

അത് നടപ്പാക്കാൻ ഏറ്റവുമടുത്ത ഒരു സങ്കേതമാണവർക്ക് വേണ്ടത്. അതിർത്തി ഗ്രാമത്തിൽ കൊല്ലപ്പണിക്കാരുടെ ഒരു ആല ഉണ്ടായിരുന്നു. ആലയെങ്കിൽ ആല. എത്രയും പെട്ടെന്ന് വിവാഹിതരാകണമല്ലോ. ഒരുക്കങ്ങളൊന്നും വേണ്ട. ക്ഷണിതാക്കൾ വേണ്ട. ആർഭാടങ്ങളും വേണ്ട. ചടങ്ങൊന്ന് നടന്ന് കിട്ടിയാൽ മതി. രേഖകൾ സംഘടിപ്പിക്കുകയും വേണം.

ഒളിച്ചോടി വന്നവർ കൊല്ലൻമാരെ അഭയം പ്രാപിച്ചു. കമിതാക്കളുടെ പ്രണയ പാരവശ്യത്തിന് മുന്നിൽ അവരുടെ മനസ്സലിഞ്ഞു. പകലെന്നോ രാവെന്നോ ഭേദമില്ലാതെ സാക്ഷികളെ കൊല്ലന്മാർ സംഘടിപ്പിച്ചുകൊടുത്തു.

അടക്കല്ലിൽ ചുറ്റികയടിച്ച് വിവാഹം നടന്നതായി കൊല്ലൻമാർ പ്രഖ്യാപിച്ചു.

കൊല്ലൻ 'അൻവിൽ പ്രീസ്റ്റ് ' ആയതും ആല ആയിരക്കണക്കിന് വിവാഹങ്ങളുടെ 'വേദി' ആയതും ചരിത്രത്തിന്റെ വിചിത്ര നിയോഗം.

വിവാഹനിയമങ്ങൾ അത്യുദാരമായതിനാൽ ഇവിടെ ധാരാളം വിവാഹകേന്ദ്രങ്ങളുമുണ്ടായിരുന്നു. ഹാളുകളും, പള്ളികളും, ഹോട്ടലുകളും എന്തിന് സത്രങ്ങൾ പോലും വിവാഹ മണ്ഡപമൊരുക്കി തയ്യാറായിനിന്നു. ഒന്നിക്കാൻ കൊതിച്ച യുവമിഥുനങ്ങൾക്ക് ഗ്രെട്നാ ഗ്രീൻ അങ്ങനെ മോഹസാക്ഷാത്കാര ഭൂമികയായി മാറി.

അന്നത്തെ കൊല്ലന്റെ ആല ഇന്നൊരു മ്യൂസിയമാണ്. വിശുദ്ധ പ്രണയ സാഫല്യങ്ങളുടെ വികാസപരിണാമ ചരിത്രം ഇവിടെ അനാവൃതമാവുന്നു. അന്നത്തെ ചുറ്റിക അടിച്ചുള്ള വിവാഹ പ്രഖ്യാപനം നടന്ന പഴയ മുറി അതേ പടി കാണാം. പരിമിതമായതോതിൽ അതിഥികൾക്ക് കൂടി പങ്കെടുക്കാൻ പറ്റുന്നരീതിയിൽ കൂട്ടി ചേർത്ത മൂന്ന് സാമ്പ്രദായിക വിവാഹ മുറികളും ഇന്ന് മ്യൂസിയത്തിന്റെ ഭാഗമാണ്.

മ്യൂസിയം വലം വെയ്ക്കുമ്പോൾ സംഭവ ബഹുലമായ ചരിത്രസന്ധികൾ തെളിയുകയായിരുന്നു മനസ്സിൽ. തീവ്ര പ്രണയം തുടിക്കുന്ന മനസ്സും ഹൃദയവുമായി എത്ര കാമുകീ കാമുകന്മാർ ഇവിടേക്കോടിയെത്തിയിരിക്കും... ബന്ധുക്കളും നാട്ടുകാരും അറിയാതെ ഇവിടെയെത്താൻ അവർ സഹിച്ച സാഹസങ്ങൾ എന്തൊക്കെയായിരിക്കും...

ഒടുവിൽ വിവാഹത്തിന്റെ നിയമ പരിരക്ഷയിൽ അവർ അനുഭവിച്ച ആനന്ദത്തിന്റെയും, ആശ്വാസത്തിന്റെയും ആഴം എത്ര വലുതായിരിക്കും...

കൊല്ലന്മാർ വിളക്കിച്ചേർത്ത വിവാഹ ബന്ധം ജീവിതം മുഴുവൻ അവരെ ഒരുമിപ്പിച്ച് നിർത്തിക്കാണുമോ... പ്രണയവല്ലരിയിൽ വിടർന്ന പുഷ്പങ്ങൾ എവിടെയൊക്കെ ആയിരിക്കും...

ജീവിത വിപര്യയങ്ങളിൽപെട്ട് ചിലരെങ്കിലും വേർപെട്ടുകാണുമോ...

» ഗ്രെറ്റ്നാ ഗ്രീൻ മ്യൂസിയം. പഴയ കൊല്ലന്റെ ആല ഇവിടെയായിരുന്നു

» മ്യൂസിയത്തിന്റെ പുറം ഭാഗം

എന്തൊക്കെയാണെങ്കിലും ഗ്രെട്നയും പഴയ കൊല്ലന്മാരുടെ ആലയും പുരാതനമായ ഗരിമയോടെ ഇന്നും നില നിൽക്കുന്നു. നൂറ്റാണ്ടുകളിൽ പടർന്നുകിടക്കുന്ന സുന്ദര മുഹൂർത്തങ്ങൾക്ക് സാക്ഷിയായ നഗരം നവ വധുവെപ്പോലെ അണിഞ്ഞൊരുങ്ങി ഇന്നും നിൽക്കുന്നു, യുവ മിഥുനങ്ങളെ തേടി, സ്വപ്ന സഞ്ചാരികളെ തേടി, സൗന്ദര്യാസ്വാദകരെ തേടി. ഇന്ന് ഗ്രെട്ന സ്കോട്ട്ലാൻഡിലെ തിരക്കേറിയ ടൂറിസ്റ്റുകേന്ദ്രമാണ്. വലിയ വിവാഹ ഹാളുകളും സ്റ്റാർ ഹോട്ടലുകളും, കോട്ടേജുകളും ഗിഫ്റ്റ് ഷോപ്പുകളും ബ്യൂട്ടി പാർലറുകളുമൊക്കെ നിറഞ്ഞിരിക്കുന്നു. വൈവിധ്യമാർന്ന വിവാഹ പാക്കേജുകളുമായി നിരവധി ഏജൻസികൾ രംഗത്ത് വന്നിരിക്കുന്നു. ഒളിച്ചോടിവരുന്നവർക്കും ബന്ധുക്കളുടെയും സുഹൃത്തുക്കളുടെയും അനുഗ്രഹാശിസ്സുകളുമായി വരുന്നവർക്കും വിപുലമായ സൗകര്യങ്ങളൊരുക്കി ഈ നഗരം കാത്തിരിക്കുന്നു ഇരു ഹൃദയങ്ങളെ ചേർക്കാൻ, പുതു ജീവിതത്തിന്റെ ശംഖനാദം മുഴക്കാൻ.

ഗ്രെട്നയിലെ ഷോർട്ട് ബ്രെഡ്ഡുകൾ പ്രസിദ്ധമാണ്. ഗോതമ്പ് പൊടിയും വെണ്ണയും പഞ്ചസാരയും മറ്റ് ചില രസക്കൂട്ടുകളും ചേർന്ന ബിസ്ക്കറ്റുകൾ ആരുടെയും മനം കവരും. മോഹസാക്ഷാത്കാരത്തിനായി ഗ്രെട്നയിലെത്തുന്ന ഏതൊരാൾക്കും ഓർത്തുവെയ്ക്കാനുള്ള മധുരസ്മരണകൾപോലെ മധുരമായി ഈ ബിസ്ക്കറ്റുകളും മാറുന്നു. ആസ്വദിച്ച് കഴിക്കാനും സമ്മാനപ്പൊതിയായി കൊണ്ടുപോകാനും.

ഗ്രെട്നയുടെ ഗ്രാമാന്തരങ്ങളിലേക്ക് പോകാൻ സമയമില്ല. സ്നേഹവും പ്രണയവും പൂക്കുന്ന നാട്ടിലെ ഉൾവഴികളിലൂടെ സഞ്ചരിക്കാൻ മനസ്സ് കൊതിച്ചിരുന്നു. പ്രണയികളുടെ മനസിൽ ആശ്വാസവും അനുഭൂതിയും നിറച്ച ഗ്രെറ്റ്നയുടെ ഹൃദയ താരള്യം അറിയാൻ ആരാണാഗ്രഹിക്കാത്തത്. പക്ഷേ കാഴ്ചകളുടെ വിരുന്നൊരുക്കി ഗ്ലാസ്ഗോ ഞങ്ങളെ കാത്തിരിക്കുകയാണല്ലോ. പാതി ദൂരം പിന്നിട്ടതേയുള്ളൂ. ഉച്ചഭക്ഷണവും കഴിച്ച് ഞങ്ങൾ യാത്ര തുടർന്നു.

2019 മെയ്

മഴയിൽ കുതിർന്ന ഗ്ലാസ്ഗോ

ഗ്ലാസ്ഗോ നഗരത്തിൽ എപ്പോഴും മഴയാണ്. തുള്ളിക്കൊരുകുടം പെയ്യുന്ന മഴയൊന്നുമല്ല. നിശബ്ദമായി പെയ്യുന്ന ചാറ്റൽ മഴ. ആരെയും നോവിക്കാതെ പാറൽ മഴ അങ്ങനെ പെയ്തുകൊണ്ടേയിരിക്കും. പക്ഷേ തണുപ്പിന് അഹങ്കാരം കൂടുതലാണ്. ഇളം കാറ്റുകൂടി വന്നാൽ പറയാനുമില്ല.

ഈ കാലാവസ്ഥയാണ് സ്കോട്ട്ലാൻഡിന്റെ മുഖമുദ്ര. പ്രകൃതിയുടെ അമൃതധാരയെ വിസ്കിയാക്കി തരുന്ന നാടല്ലേ. നാം സഹിച്ചേ പറ്റൂ. തണുപ്പിനെ സ്വീകരിക്കാൻ, പ്രതിരോധിക്കാൻ കഴിഞ്ഞാൽ ആസ്വാദ്യകരമായ കാഴ്ചകളിലേക്കും അനുഭവങ്ങളിലേക്കും കുളിരുമായി നമുക്കിറങ്ങി ചെല്ലാം.

ഗ്ലാസ്ഗോ കത്തീഡ്രലിന് മുന്നിൽ ബസ്സിറങ്ങുമ്പോൾ ഭാഗ്യത്തിന് മഴയൊന്ന് മാറിയിരുന്നു. അന്തരീക്ഷം മൂടിക്കെട്ടിത്തന്നെയായിരുന്നു. ഭംഗിയായും കലാപരമായും രൂപപ്പെടുത്തിയ റോഡുകൾ. ഇരുഭാഗത്തും വളർന്നുനിൽക്കുന്ന മരങ്ങളുടെ വശ്യസൗന്ദര്യം. ശില്പ സൗഭഗം അണിഞ്ഞുനിൽക്കുന്ന കെട്ടിടസമുച്ചയങ്ങൾ. എവിടെയും ഒരു തിരക്കും

» ഗ്ലാസ്ഗോയിലെ സെന്റ് മുംഗോ കത്തീഡ്രൽ

» ശിൽപ്പങ്ങളും ചില്ലലങ്കാര ങ്ങളുമായി കത്തീഡ്രലിന്റെ ഉൾഭാഗം

ബഹളവും കാണാനില്ല. നഗരം പതിഞ്ഞൊരു താളത്തിൽ അങ്ങനെ ഒഴുകുകയാണ്.

കത്തീഡ്രലിന്റെ ദൂരക്കാഴ്ച തന്നെ മനോഹരം. മുംഗോ കത്തീഡ്രൽ സ്കോട്ട്ലാൻഡിലെ അതിപുരാതനമായ പള്ളിയാണ്. ഗോത്തിക് നിർമാണ ശൈലിയുടെ സമസ്ത സൗന്ദര്യവും ഒത്തിണങ്ങിയ നിർമിതി. ഗ്ലാസ്ഗോ നഗരത്തിന്റെ പരിപോഷകനും രക്ഷാധികാരിയുമായ സെയിന്റ് മുംഗോവിന്റെ കല്ലറയാണ് കത്തീഡ്രലിന്റെ താഴത്തെ നിലയിൽ.

ബഹുവർണ്ണ ഗ്ലാസ്സുകൾ പതിപ്പിച്ച വലിയ ജനലുകളും, മുകൾത്തട്ടിലെ കല്ലിൽ കൊത്തിയ ശില്പങ്ങളും മനസിൽ തങ്ങി നിൽക്കും.

നൂറ്റാണ്ടുകളിലൂടെയുള്ള മഹാനഗരത്തിന്റെ വികാസ പരിണാമം മുംഗോ കത്തീഡ്രലും അനുബന്ധ മ്യൂസിയവും നമുക്ക് മുന്നിൽ അനാവരണം ചെയ്യുന്നു. ഗ്ലാസ്ഗോ സ്കോട്ട്ലാൻഡിലെ ഏറ്റവുംവലിയ നഗരമാണ്. ക്ലൈഡ് നദിക്കരയിലെ ഈ തുറമുഖ നഗരം വ്യവസായികവിപ്ലവത്തെ തുടർന്ന് വലിയ വികസന കുതിപ്പിലേക്കെത്തിയിരുന്നുവെങ്കിലും രണ്ടാം ലോകമഹായുദ്ധക്കെടുതിയിൽ ഉലഞ്ഞുപോയിരുന്നു. പക്ഷേ 1980 ന് ശേഷം അനുക്രമമായ വികാസവേഗം കൈവരിക്കുകയും, എയ്റോ സ്പേസ് ടെക്നോളജി, മറൈൻ എഞ്ചിനീയറിംഗ്, സോഫ്റ്റ് വെർ എഞ്ചിനീയറിംഗ്, പുനരുജ്ജീവന ഊർജ്ജം, ഫാർമ സ്യൂട്ടിക്കൽ ഉത്പന്നങ്ങൾ, വിവര സാങ്കേതികവിദ്യ, സിനിമ, ടെലിവിഷൻ എന്നീ രംഗങ്ങളിലെല്ലാം അത്ഭുതപൂർവമായ വളർച്ച നേടി ഇരുപത്തി ഒന്നാം നൂറ്റാണ്ടിലെ വലിയ സാമ്പത്തിക ശക്തിയായി മാറുകയും ചെയ്തു.

» ഗ്ലാസ്ഗോയുടെ മിടിക്കുന്ന ഹൃദയം. സിറ്റി സെന്റർ

എവിടെ നോക്കിയാലും സമ്പന്നതയുടെയും പ്രൗഢിയുടെയും സമൂർത്തമായ ചിത്രങ്ങൾ. വാസ്തുശില്പ വൈദഗ്ധ്യത്തിന്റെ അതിശയിപ്പിക്കുന്ന കാഴ്ചകളായി തല ഉയർത്തിനിൽക്കുന്ന ആകാശ ഗോപുരങ്ങൾ. ഓരോ നിർമിതിയും കലയും, സാങ്കേതികത്തികവും സമന്വയിക്കുന്ന അപൂർവ ശില്പങ്ങൾ. ആസൂത്രിത വികസനത്തിന്റെ ഭംഗിയും, കെട്ടുറപ്പും കൂടിയാവുമ്പോൾ ഗ്ലാസ്ഗോ എന്ന മഹാനഗരം ഒരതിശയലോകമായി നമുക്കനുഭവപ്പെടുന്നു.

സിറ്റി സെന്റർ വൈകുന്നേരമാവുമ്പോൾ ആളുകളെക്കൊണ്ട് നിറയും. സന്ദർശകർ മാത്രമല്ല, ജോലിയൊക്കെ കഴിഞ്ഞെത്തിയ ദേശവാസികളും ഇവിടെയെത്തും. ജോർജ്സ്ക്വയർ നഗര ഹൃദയമാണ്. സിറ്റി കൗൺസിലിന്റെ വലിയ ആസ്ഥാനമന്ദിരം ഇവിടെയാണ്. തൊട്ട് മുന്നിലായി വലിയൊരു ചത്വരമാണ്. ഗ്ലാസ്ഗോയിലെ സാമൂഹ്യ സാംസ്കാരിക ഭരണ നായകന്മാരുടെ വലിയ ശില്പങ്ങൾ നിറഞ്ഞിരിക്കുന്നു ഈ ചത്വരത്തിൽ. ഇവിടെ എത്തുന്ന ഏവരുടെയും മനസ്സിൽ ഈ മഹാരഥന്മാരുടെ ഐതിഹാസിക സംഭാവനകളുടെ ചരിത്രം മിന്നലാട്ടങ്ങൾപോലെ തെളിഞ്ഞുവരാതിരിക്കില്ല. ചുറ്റും റോഡുകളാണ്. ഇരുനില ബസ്സുകളും, കാറുകളും ശബ്ദ കോലാഹലങ്ങളൊന്നുമില്ലാതെ ഒഴുകിക്കൊണ്ടേയിരിക്കുന്നു.

ചത്വരത്തിലെ പുൽപ്പരപ്പിലും ബെഞ്ചുകളിലും സ്വന്തം സ്വകാര്യതയിൽ മുഴുകി വൈകുന്നേരം ആസ്വദിക്കുന്ന ഗ്ലാസ്വീജിയൻസ്. ഒപ്പം യാത്രികരും.

ഓരോ പ്രദേശവും അറിയപ്പെടുന്നത് സവിശേഷമായ ചില മഹാനിർമിതികളുടെ പേരിലായിരിക്കും. ഈഫൽ ഗോപുരം, പിസ്സാ ഗോപുരം, പിരമിഡ്, സിഡ്നി ഓപ്പേറ ഹൗസ്, ഫൗർത്ത് റെയിൽ ബ്രിഡ്ജ് എന്നൊക്കെ കേൾക്കുമ്പോൾ നമ്മുടെ മനസ്സിൽ ഓടിയെത്തുന്ന

» ഹൈഡ്രോ ഇൻഡോർ സ്റ്റേഡിയം

» ക്ലൈഡ് നദിക്കരയിലെ ആർമഡില്ലോ ഓഡിറ്റോറിയം

» ഗ്ലാസ്ഗോ യൂണിവേഴ്സിറ്റിയുടെ കവാടം

» യൂണിവേഴ്സിറ്റി ക്യാമ്പസ്

സ്ഥലങ്ങളുണ്ടല്ലോ. അതുപോലെ ഗ്ലാസ്ഗോയുടെ യശസ്സുയർത്തുന്ന നിർമിതികളാണ് ക്ലൈഡ് നദിക്കരയിലെ എസ് ഇ സി ആർമഡില്ലോ എന്ന ഓഡിറ്റോറിയവും, എസ് എസ് ഇ ഹൈഡ്രോ എന്ന ഇൻഡോർ കളിക്കളവും. ദേശീയ അന്തർദേശീയ കലാ സാംസ്കാരിക കായിക മത്സരങ്ങൾ ഇവിടെ അരങ്ങേറുന്നു.

മൂവായിരം പേർക്കിരിക്കാവുന്ന ആധുനിക സൗകര്യങ്ങളെല്ലാമുള്ള ഓഡിറ്റോറിയമാണ് ആർമഡില്ലോ. ആർമഡില്ലോ എന്നത് ഒരു മറുപിള്ള സസ്തനിയുടെ പേരാണ്. അസ്ഥി തരുണാസ്ഥികൾ ഭംഗിയായിഅടുക്കിവെച്ചുള്ള ചലനക്ഷമതയുള്ള ശരീര കവചം ഇവയുടെ പ്രത്യേകതയാണ്.

ഓഡിറ്റോറിയത്തിന്റെ മേൽഭാഗം ഈ രീതിയിൽ അലുമിനിയം ക്ലാഡ് ഷെല്ലുകൾ പാകി സംയോജിപ്പിച്ച് രൂപപ്പെടുത്തിയിരിക്കുന്നു. എന്നും മഴപെയ്യുന്ന ഗ്ലാസ്ഗോ നഗരത്തിൽ മഴവെള്ളം അനായാസം ഒഴുകി പോകാൻ ഇതിലും അനുയോജ്യമായ ഒരു ബാഹ്യരൂപ ഘടന ഇല്ല തന്നെ. രൂപ സൗന്ദര്യത്തിന്റെ അപൂർവതയും സാങ്കേതിക മികവിന്റെ സാധ്യതകളും ഒത്തുചേർന്ന ഓഡിറ്റോറിയം മനുഷ്യനിർമിതികളിൽ വേറിട്ടുനിൽക്കുന്നു.

13000 പേർക്ക് സൗകര്യമായി ഇരുന്ന് കളികൾ ആസ്വദിക്കാവുന്ന ഹൈഡ്രോ കോമൺ വെൽത്ത് ഗെയിംസ് അടക്കമുള്ള കായിക മാമാങ്കങ്ങളുടെ വേദിയാണ്. വൈപുല്യം കൊണ്ടും, സവിശേഷതകൾ കൊണ്ടും വ്യത്യസ്തമായ ഹൈഡ്രോ എഞ്ചിനീയറിംഗ് വൈദഗ്ധ്യത്തിന്റെ മഹാതിശയമാണെന്ന് നിസ്സംശയം പറയാം.

ഗ്ലാസ്ഗോ ഗ്രീനിലെ പീപ്പിൾസ് പാലസും വിന്റർ ഗാർഡനും ലോകത്തിലെ ഏറ്റവും വലിയ ടെറാക്കോട്ട ഫൗണ്ടനായ ഡൗൽടൺ ഫൗണ്ടനും കണ്ട് ഞങ്ങൾ നേരെ പോയത് ഗ്ലാസ്ഗോ യൂണിവേഴ്സിറ്റിയിലേക്ക്.

ലോകത്തിലെ ഏറ്റവും മികച്ച നൂറ് യൂണിവേഴ്സിറ്റികളിലൊന്നും യു കെ യിലെ മികച്ച പത്ത് യൂണിവേഴ്സിറ്റികളിൽ ഒന്നുമായ ഗ്ലാസ്ഗോ സർവകലാശാല. 1451 ൽ സ്ഥാപിതമായ അതിപുരാതന സർവകലാശാല. ഗിൽമോർ കുന്നുകളിലെ പ്രധാന ക്യാമ്പസ്സിലാണ് ഞങ്ങളെത്തിയത്.

വിവിധ വിഷയങ്ങൾക്ക് പ്രത്യേകം ക്യാമ്പസ്സുകൾ വേറെയുമുണ്ട്.

കലയും പാരമ്പര്യവും പ്രൗഢിയും വിളിച്ചോതുന്ന ബഹുനില കെട്ടിടങ്ങൾ. വിശാലമായ ഇടനാഴികൾ. വന്മരങ്ങൾ തണൽ വിരിക്കുന്ന വലിയ ചത്വരങ്ങൾ. ലോകോത്തരനിലവാരമുള്ള വൈവിധ്യമാർന്ന പാഠ്യ പദ്ധതികൾ. മികച്ച അധ്യാപകരുടെ തട്ടകം. ഗവേഷണ മികവിന്റെ കേന്ദ്രം. പ്രധാന ക്യാമ്പസ്സിന് നേരേ എതിർവശത്താണ് 12 നിലകളുള്ള പ്രധാന ലൈബ്രറി.

രാവിലെ 7 AM മുതൽ 2 AM വരെ തുറന്നിരിക്കുന്ന ലൈബ്രറി വർഷത്തിൽ 361 ദിവസവും പ്രവർത്തിക്കുന്നു. ബ്രിട്ടീഷ് പ്രധാനമന്ത്രിമാരിൽ ചിലരെയും, നൊബേൽ സമ്മാനിതരെയും, ലോകപ്രശസ്തരായ ശാസ്ത്രജ്ഞരെയും, പ്രഗത്ഭരായ കലാകാരന്മാരെയും, തത്വ ജ്ഞാനികളെയുമൊക്കെ സംഭാവന ചെയ്ത മഹാസ്ഥാപനത്തിൽ നിൽക്കുമ്പോൾ ചിന്തിച്ചു പോയി. ഈ മികവിന്റെ കാരണമെന്തായിരിക്കും? അത് മറ്റൊന്നുമല്ല. സർവ്വകലാശാലയെ കാലാകാലമായി നിയന്ത്രിച്ചവർ കഴിവുള്ളവർ. ഭരണാധികാരികൾ അവർക്ക് നൽകിയത് നിസ്സീമമായ

» ഗ്ലാസ്ഗോ ഗ്രീനിലെ പീപ്പിൾസ് പാലസ്സ്

» ഗ്ലാസ്ഗോ യൂണിവേഴ്സിറ്റിയിലെ സുന്ദര നിർമിതികൾ

സ്വാതന്ത്ര്യം. കഴിവും പ്രഗൽഭ്യവും മാത്രം അംഗീകാരത്തിന്റെ മാനദണ്ഡം. അധികാര ദുർവിനിയോഗവും, അഴിമതിയും നടത്താൻ വന്നതില്ല ആരും. രാഷ്ട്രീയ മത സാമുദായിക സ്വാധീനങ്ങളിൽപെട്ടുലയുന്ന നമ്മുടെ സർവ്വകലാശാലകൾക്ക് എങ്ങനെ നേട്ടങ്ങൾ കൈവരിക്കാൻ കഴിയും. അവയുടെ സ്ഥിതിയോർത്തപ്പോൾ വേദനയും സങ്കടവും തോന്നി. എന്നെങ്കിലും രക്ഷപ്പെട്ടുമോ അവ. അധികാര മോഹവും വിലകുറഞ്ഞ രാഷ്ട്രീയവും നിലനിൽക്കുന്നിടത്തോളം നമ്മുടെ വ്യവസ്ഥിതിയുടെ ദൗർബല്യം കൂടികൊണ്ടേയിരിക്കും. അപ്പോൾ സ്ഥാപനങ്ങൾക്കും അത്ര നിലവാരമേ കാണൂ.

നമ്മുടെ എല്ലാ കാര്യങ്ങളും മോശമാണെന്നല്ല. പക്ഷേ നാം ഏറെ മാറേണ്ടിയിരിക്കുന്നു. നാം മറ്റുള്ളവരിൽനിന്നും പലതും പഠിക്കേണ്ടിയിരിക്കുന്നു. ഇന്നത്തെ രാഷ്ട്രീയ ശൈലിയും മാറേണ്ടിയിരിക്കുന്നു. ആത്മാർത്ഥതയും, ആർജ്ജവവുമുള്ളവർ നേതൃ പദവിയിലെത്തണം. വിവരവും വിവേകവും ഉള്ളവർ ഭരണാധികാരികളാകണം. എങ്കിലേ നമ്മുടെ വ്യവസ്ഥിതി മെച്ചപ്പെട്ടുകയുള്ളൂ. ഗ്ലാസ്ഗോ യൂണിവേഴ്സിറ്റിയിൽനിന്നും ഹോട്ടലിലേക്കുള്ള യാത്രയിൽ ഈവിധ ചിന്തകളായിരുന്നു മനസ്സിൽ.

സ്വന്തം നാടും, അവിടുത്തെ രീതികളും നമ്മുടെ സ്വത്വത്തിന്റെ സ്ഥായീ ഭാവങ്ങളാണല്ലോ. എവിടെപ്പോയാലും അതിനോട് ചേർത്തുവെച്ചായിരിക്കും നാമെന്തും കാണുക, അറിയുക, അനുഭവിക്കുക. കാഴ്ചയുടെ പുളകം അതാണല്ലോ. തിരിച്ചറിവിന്റെ തീവ്രതയും അതാണല്ലോ. യാത്രകളുടെ ആത്യന്തിക പ്രയോജനവും മറ്റൊന്നല്ലല്ലോ.

2019 മെയ്

തടാകങ്ങളും താഴ്വാരങ്ങളും മലനിരകളും കൺനിറയെ

ഗ്ലാസ്ഗോയിൽ താമസിച്ചാണ് സ്കോട്ട്ലാൻഡ് യാത്ര പൂർത്തിയാക്കിയത്. ഗ്ലാസ്ഗോ പ്രീമിയർ ഇൻ ഹോട്ടൽ അങ്ങനെ ഞങ്ങളുടെ താവളമായി. നമ്മുടെ 4* ഹോട്ടലുകളേക്കാൾ കേമം.

വിദേശ യാത്രകളിൽ താമസിക്കുന്ന ഹോട്ടലുകൾ വൃത്തിയും വെടിപ്പും സൗകര്യങ്ങളുമൊക്കെ ഉള്ളവയെങ്കിലും ഒരു സൗഹൃദ ഭാവത്തിന്റെയും മനുഷ്യപ്പറ്റിന്റെയും അഭാവം പലപ്പോഴും തോന്നിയിട്ടുണ്ട്. ആദ്യമായി കടന്ന് ചെല്ലുമ്പോൾ നിറഞ്ഞ ചിരിയോടെ നമ്മെ സ്വാഗതം ചെയ്യുന്ന മുഖങ്ങളൊന്നും അവിടങ്ങളിൽ കണ്ടെന്ന് വരില്ല. റിസപ്ഷനിൽ മിക്കപ്പോഴും ഒരാൾ മാത്രം. ഒരു മനുഷ്യ യന്ത്രം. വളരെ പ്രൊഫെഷനലായ പെരുമാറ്റം. പെട്ടിയും തൂക്കി നമ്മൾതന്നെ ലിഫ്റ്റിൽ കയറിപോകണം. സെൻസർ കീ ഉപയോഗിച്ച് നാം തന്നെ മുറി തുറക്കണം. പക്ഷേ വേണ്ട സൗകര്യങ്ങളൊക്കെ ചിട്ടയായി ഒരുക്കിയിരിക്കും.

» വിസ്തൃത നീല വിശാല തടാകം. ലോക്ക് ലോമോണ്ട്

» തടാകത്തിലെ ബോട്ട് യാത്ര

നാട്ടിൽ ഹോട്ടലുകളിൽ താമസിക്കുമ്പോൾ ആതിഥ്യത്തിന്റെ നിറഞ്ഞ ചിരിയുമായി നമ്മെ വരവേൽക്കുന്നവരെ കാണുമ്പോൾ എന്തായാലും യാത്രാക്ഷീണമൊക്കെ മാഞ്ഞുപോകും. ചിരിയാഴങ്ങളിൽ സ്വകാര്യ നൊമ്പരങ്ങളൊക്കെ മറഞ്ഞു കിടക്കുമെങ്കിലും ചിലരുടെ സ്നേഹം തുളുമ്പുന്ന തെളിഞ്ഞ ചിരിയും ആത്മാർത്ഥതയും നമ്മെ സ്പർശിക്കും. അത് പണം കൊടുത്ത് വാങ്ങുന്നതല്ല. മനസ്സിന്റെ നൈർമ്മല്യം മറയില്ലാതെ പുറത്തേക്കൊഴുകുന്നതാണ്. അതിന് വിലയിടാനുമാവില്ല.

ചില മുഖങ്ങൾ വർഷങ്ങളേറെ കഴിഞ്ഞിട്ടും മനസ്സിൽ മായാതെനിൽക്കുന്നത് അകൃത്രിമമായ അവരുടെ പെരുമാറ്റവും മനസ്സിൽ തട്ടിയുള്ള അവരുടെ കരുതലും കൊണ്ടാണ്. വിദേശ യാത്രകളിലൊന്നും ഇത്തരം അനുഭവങ്ങൾ ഉണ്ടായില്ല എന്നതാണ് വാസ്തവം.

പക്ഷേ കുറ്റം പറയരുതല്ലോ. കോംപ്ലിമെന്ററി പ്രഭാത ഭക്ഷണ സമയത്ത് പ്രീമിയർ ഇന്നിലെ പരിചാരകരുടെ സ്നേഹവും സഹകരണവും വളരെ ഹൃദ്യമായിരുന്നു. കോണ്ടിനെന്റൽ ബ്രേക്ക് ഫാസ്റ്റ് ആണെങ്കിലും സംഗതി അത്ര ലഘുവായ പ്രാതലായിരുന്നില്ല. പ്രഭാത ഭക്ഷണം വയറ് നിറയെ കഴിച്ചില്ലെങ്കിൽ യാത്രയിൽ മിക്കപ്പോഴും കാലം തെറ്റുന്ന ഉച്ച ഭക്ഷണം വരെ പിടിച്ചു നിൽക്കാനാവില്ല. അതുകൊണ്ട് എല്ലാവരും കാര്യമായി കഴിക്കുന്നുണ്ട്. ലോക് ലോമോണ്ടിലേക്കാണ് യാത്ര. സ്കോട്ടിഷ് ഭാഷയിൽ ലോക് എന്നാൽ ലെയിക്ക്- തടാകം. ജൈവ വൈവിധ്യത്തിന്റെ കലവറയായ ട്രോസെക്സ് ദേശീയ ഉദ്യാനത്തിന്റെ ഹൃദയ ഭൂമിയിലാണ് ഈ ശുദ്ധ ജല തടാകം സ്ഥിതിചെയ്യുന്നത്. ഗ്ലാസ്ഗോയിൽനിന്നും ഒരുമണിക്കൂർ ദൂരമേയുള്ളൂ ഇവിടേക്ക്. ഹരിതാഭമായ കുന്നും മലയും കാടും തടാകവും താഴ്വാരങ്ങളുമൊക്കെ ചേർന്ന പ്രകൃതിയുടെ അനുപമമായ ഈ സ്വച്ഛസൗന്ദര്യ ഭൂമിക സൗന്ദര്യാസ്വാദകർക്ക് മാത്രമല്ല, ജലകേളിയിൽ താൽപര്യമുള്ളവർക്കും, ട്രെക്കിങ്ങിന് ആഗ്രഹമുള്ളവർക്കുമെല്ലാം ഒരുപോലെ പ്രിയതരമത്രെ.

ജലപ്രതല വിസ്താരത്തിൽ ബ്രിട്ടനിലെ ഏറ്റവും വലിയ തടാകം. 36 കിലോമീറ്ററിലേറെ നീളം. 18 കിലോമീറ്റർ വരെ വീതി. മുപ്പതിലേറെ ചെറു ദ്വീപുകളെ വലം വെയ്ക്കുന്ന ജല സമൃദ്ധി. പടിഞ്ഞാറൻ കരയിൽ ലോക് സ്ലോയ് ജല വൈദ്യുത പദ്ധതി. തെക്ക് പടിഞ്ഞാറൻ തീരത്ത് ലോക്

ലോമോണ്ട് ഗോൾഫ് ക്ലബ്. തടാകക്കരയിൽ നിരവധി ആഡംബര ഹോട്ടലുകൾ. ഹോസ്റ്റലുകൾ. റെസ്റ്റോറന്റുകൾ ക്യാമ്പ് സൗകര്യങ്ങൾ. ഇതൊരപൂർവ സുന്ദരലോകം.

ഇതൊക്കെ ലോക് ലോമോണ്ടിന്റെ ഭൗതിക സവിശേഷതകൾ. ഇതിനെല്ലാമപ്പുറത്ത് ഈ വലിയ തടാകം എത്ര മാത്രം സുന്ദരിയാണ്. എത്ര ഭംഗിയായാണ് ഈ ജലനിധി സംരക്ഷിക്കപ്പെടുന്നത്.

ആയിരക്കണക്കിന് ആളുകൾ ദിനം പ്രതി വന്നുപോകുന്ന വിനോദ കേന്ദ്രം ഇന്നും പ്രകൃതിയുടെ ഒരച്ചുംബിത മേഖല പോലെ പരിശുദ്ധം, പവിത്രം. ഇതാണെന്നെ അത്ഭുതപ്പെടുത്തിയത്. യൂറോപ്യൻ രാജ്യങ്ങളിൽ പലേടത്തും യാത്ര ചെയ്തിട്ടുണ്ടെങ്കിലും ഇത് പോലെ സൂക്ഷ്മവും മികവാർന്നതുമായ രീതിയിൽ നിലനിർത്തിയിട്ടുള്ള ഒരു ജൈവ വൈവിധ്യ മേഖല വേറെയില്ല. കരയിൽ ആകർഷകമായി രൂപകൽപന ചെയ്യപ്പെട്ട പുൽപ്പരപ്പുകൾ.

ചുറ്റും വസന്തകാല സൗകുമാര്യത്തിന്റെ നിറസമൃദ്ധി. വിശാലമായ നീല ജലാശയത്തിന്റെ അഭൗമ സൌന്ദര്യം. ഓളപരപ്പിൽ നിശബ്ദം നീങ്ങുന്ന യാത്രാ ബോട്ടുകൾ. ദൂരെ പൈൻ മരങ്ങൾ നിറഞ്ഞ മലകളുടെ ഹരിത സൗന്ദര്യം. അതിലും മേലെയായി പർവതനിരകളുടെ വിന്യാസ ഭംഗി. ഉയരെ ചെറുതായി ഇരുണ്ട ആകാശവിതാനം.

ഒളിച്ചുകളിക്കുന്ന ചാറ്റൽ മഴയും ഇളം വെയിലും. അത്യപാരമായ ഈ പ്രകൃതിസൗന്ദര്യം നുകരാൻ ബോട്ടിങ് തന്നെയാണ്അനുയോജ്യമായ മാർഗം. വിശാലമായ തടാകവും അതിലെ സ്പടിക നിർമലമായ ജലവും കരയിലെ പുൽമൈതാനങ്ങളും ചുറ്റുമുള്ള വശ്യഹരിത സമൃദ്ധിയും കണ്ടപ്പോൾ ഊട്ടിയിലെ തടാകത്തിന്റെ വേദനിപ്പിക്കുന്ന അവസ്ഥയാണ് മനസ്സിൽ വന്നത്.

» തടാകവും ഹരിത മല നിരകളും

» സന്ദർശകരെ കാത്ത് തടാകത്തിലെ ക്രൂയിസ്

തെളിനീരിന് പകരം പച്ചയും മഞ്ഞയും കലർന്നൊരു മിശ്രവർണം. പ്ലാസ്റ്റിക് കൂടുകളും കവറുകളും ഒഴുകി നടക്കുന്ന ജലപ്പരപ്പ്. ജലാശയത്തിന്റെ നല്ലൊരു ഭാഗം പായൽ മൂടിയിരിക്കുന്നു. ഊട്ടിയിലെ ഹോട്ടലുകളിലെ മലിന ജലം ചാലുകൾ വഴി ഏറെക്കുറെ ഒഴുകി എത്തുന്നതും ഈ ജല സഞ്ചയത്തിലേക്ക് തന്നെ. എത്ര മനോഹരമായിരുന്നു ഈ തടാകം വർഷങ്ങൾക്ക് മുൻപ്. ഇന്നത്തെ അവസ്ഥ ആരെയും കരയിപ്പിക്കും. നമ്മുടെ വിനോദ സഞ്ചാര കേന്ദ്രങ്ങൾ നമ്മൾ എങ്ങനെ പരിപാലിക്കുന്നു എന്നതിന്റെ പ്രകടമായ ദൃഷ്ടാന്തമാണിത്. സോഷ്യലിസവും ജനാധിപത്യവും വിളിച്ച് കൂവി നടക്കാനാണ് നമുക്ക് താൽപര്യം. ജനക്ഷേമവും പ്രകൃതി സംരക്ഷണവുമൊക്കെ പ്രയോഗവൽക്കരിക്കുന്നതിൽ നമ്മുടെ സംവിധാനങ്ങൾ അമ്പേ പരാജയപ്പെട്ടിട്ടിരിക്കുന്നു. വരും തലമുറ നമ്മളോട് പൊറുക്കുമോ...

പണത്തിനും സ്ഥാപിത താൽപര്യങ്ങൾക്കുവേണ്ടി നാം ചെയ്തുകൂട്ടിയ കാര്യങ്ങൾ അവരുടെ ജീവിതം ദുരിതപൂർണമാക്കുമോ? ഭൂമിയുടെ സൗഭാഗ്യങ്ങളും വിഭവങ്ങളും കാത്ത് സൂക്ഷിക്കുന്നതിൽ നാം കാണിച്ച അക്ഷന്തവ്യമായ കരുതലില്ലായ്മക്ക് അവർ വലിയ വില നല്കേണ്ടി വരില്ലേ ? എന്തൊക്കെ മഹാമാരികളാണ് നമ്മെ കാത്തിരിക്കുന്നത്. ദുരന്തങ്ങൾ വരുമെന്ന മുന്നറിയിപ്പ് അവഗണിക്കുന്ന നമ്മൾ ദുരന്തങ്ങളുമായി മുഖാമുഖം കണ്ടാൽ മാത്രമേ പഠിക്കൂ എന്നാണോ? അപ്പോഴേക്കും എത്ര ജീവൻ പോലിയും.

ലോക് ലോമോണ്ടിലൂടെയുള്ള ജലയാത്ര അനിർവചനീയമായ ഒരനുഭവമായിരുന്നു. കാടും മലയും തടാകവും താഴ്വാരവുമൊക്കെയായി പ്രകൃതി ഒരുക്കിയ ഈ അപൂർവ്വ സുന്ദര ഭൂവിൽ ചെലവഴിച്ച രണ്ട് മണിക്കൂർ വേറെയേതോ ലോകത്തെത്തിയ അനുഭവമായിരുന്നു. തടാകക്കാഴ്ചയിൽനിന്നും നേരെ പോയത് ബെൻ നെവിസ് പർവ്വത നിരകളുടെ ഭാഗമായ നെവിസ് കൊടുമുടിയിലേക്കായിരുന്നു.

യു കെ യുടെ ഔട്ട് ഡോർ തലസ്ഥാനമെന്നറിയപ്പെടുന്ന ഫോർട്ട് വില്യം വഴിയായിരുന്നു യാത്ര. പച്ചപ്പണിഞ്ഞ മലനിരകളും താഴ്വാരങ്ങളും മാറി മാറി വരുന്ന ദൃശ്യ ചാരുത. വലിയൊരു ക്യാൻവാസിൽ വരച്ചൊരു സുന്ദര ഛായാചിത്രം പോലെ ഫോർട്ട് വില്യം. റോഡുകളുടെ വലത് ഭാഗം ഉയർന്ന പ്രതലത്തിൽ അതിമനോഹരമായ വീടുകൾ. വീടുകൾക്ക് മുന്നിൽ ഭംഗിയായി ഒരുക്കിയിരിക്കുന്ന പൂമുഖവും പൂന്തോട്ടവും. താഴെ ഇടത് ഭാഗത്ത് വിശാലമായ ലിൻഹി തടാകം. ചിത്രം ഒന്ന് ഭാവനയിൽ കണ്ടു നോക്കൂ. ഇങ്ങനെയൊരു ഭൂപ്രദേശത്തിലൂടെയുള്ള യാത്ര മനസ്സിനെ കോരിത്തരിപ്പിക്കില്ലേ. സത്യത്തിൽ ഞങ്ങൾ അനുഭവിച്ചതതാണ്.

തുടർന്നുള്ള യാത്രയിലാണ് കമാൻഡോ മെമ്മോറിയൽ എന്ന യുദ്ധസ്മാരകത്തിൽ ഞങ്ങളെത്തിയത്. രണ്ടാം ലോകമഹായുദ്ധത്തിൽ ജീവൻ വെടിഞ്ഞ കാമാൻഡോകളുടെ ഓർമ്മക്കായി സമർപ്പിക്കപ്പെട്ട സ്മാരകം. കമാൻഡോ വേഷത്തിൽ മൂന്ന് യോദ്ധാക്കൾ ബെൻ നെവിസ് പർവ്വതത്തിന് നേരെ തിരിഞ്ഞുനിൽക്കുന്ന രീതിയിലാണ് ഈ ബ്രോൺസ് ശിൽപം നിർമിച്ചിട്ടുള്ളത്. തൊട്ടടുത്തായി രക്തസാക്ഷികളായ യോദ്ധാക്കളുടെ ചിതാ ഭസ്മം ആദരപൂർവ്വം സൂക്ഷിച്ചിട്ടുള്ള ഓർമത്തട്ടകം.

ഒടുവിൽ ഞങ്ങളെത്തി 1345 മീറ്റർ ഉയരമുള്ള എഓനാക്മോർ എന്ന നെവിസ് പർവതശിഖരത്തിന്റെ താഴ്വാരത്തിൽ. ഇനി കയറ്റം ഗോണ്ടോള കേബിൾ കാർ വഴിയാണ്. ആകാശവിതാനത്തിലേക്കുള്ള യാത്ര ആവേശകരം തന്നെയായിരുന്നു. പക്ഷേ നെവിസ് കൊടുമുടി ഞങ്ങളെ നിരാശപ്പെടുത്തി. മഞ്ഞുറഞ്ഞ ഗിരി ശൃംഗമായിരുന്നു മനസ്സിൽ. പക്ഷേ മഞ്ഞിന്റെ കണികപോലുമില്ല. തണുത്ത കാറ്റ്മാത്രം. സന്ദർശകരും കുറവാണ്. സ്വാദിഷ്ടമായ ഭക്ഷണം വിളമ്പുന്ന

» തടാകവും പച്ച മലകളും ചേരുന്ന ദ്വന്ദ്വ സൗന്ദര്യം

» സ്കോട് ലാൻഡിന്റെ ഭൂപ്രകൃതിയുടെ ഒരു പരിച്ഛേദം. നെവിസ്സ് കൊടുമുടിയിലേക്കുള്ള യാത്രയിലെ ദൃശ്യം

റെസ്റ്റോറണ്ടുകൾ പക്ഷേ സജീവം. ചുറ്റുമുള്ള ദൃശ്യങ്ങൾ അത്ര ആകർഷണീയമായി തോന്നിയുമില്ല. സ്വിറ്റ്സർലാൻഡ് യാത്രയിൽ ആൽപ്സ് പർവ്വതനിരയിലെ ഹിമസമൃദ്ധമായ മൌണ്ട് ടിറ്റ്ലിസ്സിൽ കയറിയ ഓർമ്മകൾ ഉള്ളത് കൊണ്ടായിരിക്കാം ഹിമരഹിതമായ നെവിസ് ഞങ്ങളെ നിരാശപ്പെടുത്തിയത്.

മടക്കയാത്രയിൽ എൻജിനീയറിങ് അത്ഭുതമെന്ന് വിശേഷിപ്പിക്കപ്പെടുന്ന നെപ്ട്യൂൺസ് സ്റ്റെയർ കേസ് കാണാനും കഴിഞ്ഞു. അറ്റ്ലാന്റിക്കിൽ നിന്നും നോർത്ത് സീയിലേക്ക് കാലിഡോണിയൻ കനാലിലൂടെയുള്ള ബോട്ട് യാത്ര സുഗമമാക്കാനുള്ള സംവിധാനമാണിത്. ഉയർച്ചയിൽനിന്നും താഴ്ചയിലേക്ക് ബോട്ടുകൾക്ക് ഇറങ്ങിവരാനാവില്ല എന്ന പ്രതിസന്ധി മറികടന്നത് വലിയ 8 ഗേറ്റുകൾ ചേർന്ന ലോക്കിംഗ് സംവിധാനത്തിൽ പണിത ഈ സ്റ്റെയർ കേസുകളത്രെ. ഗേറ്റുകൾ തടഞ്ഞു നിർത്തുമ്പോൾ ഉയരുന്ന ജലവിതാനത്തിലേക്ക് ബോട്ടുകൾ സാവകാശം ഇറങ്ങിയെത്തുന്നു.

ഇങ്ങനെ താഴ്ന്ന വിതാനത്തിലേക്ക് ഘട്ടം ഘട്ടമായി ബോട്ടുകൾ ഇറക്കിക്കൊണ്ടുവരുന്നു. ഒടുവിൽ ബോട്ട് കടന്നുപോകുന്നത് മുറിഞ്ഞ് മാറുന്ന പാലത്തിന്റെ ഒഴിവിലൂടെയാണെന്നതും മറ്റൊരത്ഭുതം. പതിനെട്ടാം നൂറ്റാണ്ടിന്റെ ആരംഭത്തിൽ ദാരിദ്ര്യത്തിൽ മുങ്ങിയ ഗ്രാമവാസികൾക്ക് തൊഴിൽ നൽകി പട്ടിണിമാറ്റുക എന്ന മഹത്തായ ലക്ഷ്യംകൂടി ഈ നിർമിതിയുടെ പിന്നിലുണ്ടായിരുന്നു.

17 വർഷം നീണ്ടുനിന്ന പദ്ധതിക്ക് 8,40,000 ബ്രിട്ടീഷ് പൗണ്ട് വേണ്ടിവന്നു. അന്നത്തെ കാലത്ത് ഇത് അതിഭീമമായ തുകയാണല്ലോ. ഉദ്ദേശശുദ്ധിയും ഫലപ്രാപ്തിയും സംഗമിക്കുമ്പോൾ അതിശയ യാഥാർഥ്യങ്ങൾ പിറവിയെടുക്കുന്നു. അനന്തര തലമുറകൾ അത് കണ്ട് അത്ഭുതം കൂറുന്നു. സ്കോട്ട്ലാൻഡിന്റെ രൂപസൗന്ദര്യം ആസ്വദിച്ചുകൊണ്ടുള്ള ഈ യാത്ര അവസാനിക്കരുതെന്ന് കൊതിച്ചുപോയ നിമിഷങ്ങൾ.

2019 മെയ്

എഡിൻബർറോ കാഴ്ചകൾ

ഗ്ലാസ്ഗോയിൽനിന്നും എഡിൻബർറോയിലേക്കുള്ള വഴിയാണ് ഞങ്ങൾ ഗ്ലെൻകിഞ്ചി ഡിസ്റ്റിലറിയിലെത്തുന്നത്. വിസ്കിയുടെയും വീഞ്ഞിന്റെയും നാട്ടിൽ വന്നിട്ട് ഒരു ഡിസ്റ്റിലറി വിശദമായി കാണാതെ എങ്ങനെ മടങ്ങും.

1506 കാലഘട്ടത്തിൽ സ്കോട്ട്ലാൻഡ് രാജാവായിരുന്ന ജെയിംസ് നാലാമന്റെ കാലംതൊട്ട് തന്നെ ധാന്യങ്ങളും പഴങ്ങളും വാറ്റി വിസ്കിയും വീഞ്ഞും ഉണ്ടാക്കി വർഷങ്ങളോളം സൂക്ഷിച്ചുവെക്കുന്ന സമ്പ്രദായം ഉണ്ടായിരുന്നു. ഇന്നും ഇവിടുത്തെ ഏത് വീട്ടിലും വിശിഷ്ടമായൊരു പാനീയമാണ് വിസ്കി. ആസ്വദിച്ച്കഴിക്കാനും അതിഥികളെ സൽക്കരിക്കാനും.

» എഡിൻബറോ കാസിൽ

» കാസിലിന്റെ നടുത്തളം

ഹൃദയാഘാതം, ചിക്കൻപോക്സ്, ക്ഷയം, പ്ലേഗ് എന്നീ രോഗങ്ങളെ ചെറുക്കാൻ വിസ്കി സഹായിക്കുമെന്ന് ചരിത്രാതീതകാലം മുതലേ ഇവർ വിശ്വസിച്ചുപോരുന്നു.

ഗ്ലെൻകിഞ്ചി ഡിസ്റ്റിലറി 1825 ൽ സ്ഥാപിതമായതാണ്. വലിയ സ്വീകരണമായിരുന്നു ഞങ്ങൾക്കവിടെ ലഭിച്ചത്. സിംഗിൾ മാൾട്ട് വിസ്കി നിർമാണപ്രക്രിയയുടെ വിവിധ ഘട്ടങ്ങൾ ഗൈഡ് വിശദമായി ഞങ്ങൾക്ക് കാണിച്ചുതന്നു. ധാന്യങ്ങൾ പൊടിച്ച്, പുളിപ്പിച്ച്, സ്വേദനം ചെയ്തെടുത്ത് കരിഞ്ഞ ഓക്ക് തടിയുടെ വീപ്പകളിൽ വർഷങ്ങളോളം സൂക്ഷിച്ച് പൂരിതമാക്കിയെടുക്കുന്ന പ്രക്രിയ കണ്ടപ്പോൾ മദ്യത്തോട് താൽപര്യമില്ലാത്തവർക്കും ഈ പാനീയം കൊള്ളാമല്ലോ എന്ന് തോന്നിയത് സ്വാഭാവികം.

മരവീപ്പകളിൽ വർഷങ്ങളോളം സൂക്ഷിക്കുമ്പോൾ സത്തെടുക്കൽ (extraction), ബാഷ്പീകരണം (evaporation), ഓക്സിജൻ കലർത്തൽ (oxidation), സംയോജനം (concentration), ഊറ്റി ശുദ്ധിയാക്കൽ (filtration) തുടങ്ങി വിവിധങ്ങളായ ജൈവ രാസ മാറ്റങ്ങൾക്കും, രുചി വർണ സങ്കലനങ്ങൾക്കും വിധേയമാകുന്ന പാനീയം ഒടുവിൽ വില കൂടിയ വിസ്കിയായി നമ്മുടെ മുന്നിലെത്തുന്നു.

വിസ്കിയുടെ പ്രായം എന്ന് പറയുന്നത് ഡിസ്റ്റിലേഷനും കുപ്പികളിൽ നിറക്കുന്നതിനുമിടയിലെ കാലയളവാണ്. ബാർലി കൂടാതെ വരക്, ഗോതമ്പ്, ചോളം, ബക്ക് വീറ്റ് എന്നീ ധാന്യങ്ങളുപയോഗിച്ച് പ്രത്യേകം ഡിസ്റ്റിൽ ചെയ്ത് യോജിപ്പിച്ചാണ് ബ്ലെൻഡഡ് വിസ്കി രൂപപ്പെടുത്തുന്നത്. സ്കോച്ച് വിസ്കി, ഐറിഷ് വിസ്കി, കനേഡിയൻ വിസ്കി ഇവയൊക്കെ ഈ ഗണത്തിൽ പെടുന്നു.

ഡിസ്റ്റിലറി വിസിറ്റ് വിസ്കിയെകുറിച്ചുള്ള മതിപ്പ് വർദ്ധിപ്പിക്കാൻ സഹായിച്ച എന്ന് പറയേണ്ടതില്ലല്ലോ. ഒടുവിൽ ഞങ്ങളെത്തി വിസ്കി രുചിക്കാനുള്ള എക്സിക്യൂട്ടീവ് ബാറിൽ. ഗൈഡ് കാതറിൻ സ്നേഹത്തോടെ പകർന്നു നൽകിയ സാമ്പിൾ മിക്കവരും ആസ്വദിച്ചു. സ്വാദ് ഇഷ്ടപ്പെട്ടെങ്കിൽ ഒരു സാമ്പിൾ കൂടിയാവാം.

കാതറിന്റെ ക്ഷണം നിരസിച്ചവർ ചുരുക്കം. മൂടിക്കെട്ടിപ്പെയ്യുന്ന ചാറ്റൽ മഴയെയും ദേഹത്ത് കുത്തിക്കയറുന്ന കൊടും തണുപ്പിനെയും പ്രതിരോധിക്കാൻ വിസ്കിയെക്കാൾ കൊള്ളാവുന്നൊരു 'ഡ്രിങ്ക് ' വേറെയേതുണ്ട് ?

എഡിൻബറോയിലേക്കാണിനി യാത്ര. 1767 ൽ ജെയിംസ് ക്രെയ്ഗ് എന്ന വാസ്തു ശില്പി രൂപകൽപന ചെയ്ത സ്കോട്ട്ലാൻഡിന്റെ തലസ്ഥാനനഗരി. 'നവോത്ഥാന'ത്തിന്റെ പ്രധാന കേന്ദ്രങ്ങളിലൊന്നായ എഡിൻബറോ 'വടക്കിന്റെ ഏഥൻസ്' എന്ന് കൂടി അറിയപ്പെടുന്നു.

നാഷണൽ മ്യൂസിയം, നാഷണൽ ലൈബ്രറി, നാഷണൽ ഗാലറി, ലോകപ്രശസ്തമായ എഡിൻബറോ യൂണിവേഴ്സിറ്റി എന്നിവയുടെയൊക്കെ ആസ്ഥാനം. അന്താരാഷ്ട്ര കലാ മാമാങ്കമായ എഡിൻബറോ ഫ്രിഞ്ച്, ചലച്ചിത്ര മേള, പുസ്തകമേള, എഡിൻബറോ മിലിറ്ററി ടാറ്റൂ ഇവയൊക്കെ ചേർന്ന എഡിൻബറോ ഫെസ്റ്റിവൽ അരങ്ങേറുന്ന നഗരം. നോവലിസ്റ്റ് സാർ വാൾട്ടർ സ്കോട്ടിന് ജന്മം നൽകിയ നഗരം. 1.3 കോടി സന്ദർശകർ വർഷം തോറും വന്നെത്തുന്ന ചരിത്ര പ്രസിദ്ധമായ നഗരം.

» കാസിലിലെ പൂന്തോട്ടം

ഓൾഡ്ടൌൺ, ന്യൂടൌൺ ജില്ലകൾ 1995 ൽ യുനെസ്കോ ലോകപൈതൃക കേന്ദ്രങ്ങളാക്കി പ്രഖ്യാപിച്ചത് എഡിൻബറോയുടെ സാംസ്കാരിക പാരമ്പര്യത്തിന്റെ നിദർശനമാണ്.

എഡിൻബറോയിലെത്തുമ്പോൾ മരം കോച്ചുന്ന തണുപ്പായിരുന്നു.

മഴയും ശീതക്കാറ്റും. ഇരുണ്ട് വിങ്ങിയ അന്തരീക്ഷം. നല്ല തിരക്കും. പക്ഷേ

» പതിനഞ്ചാം നൂറ്റാണ്ടിലെ പീരങ്കി. മോൺസ് മെഗ്

മനോഹരമായ കെട്ടിട സമുച്ചയങ്ങളും, വീതിയുള്ള നടപ്പാതകളും, വർണ്ണക്കുടകൾ ചൂടി നടന്ന് നീങ്ങുന്ന സഞ്ചാരികളും, പരമ്പരാഗത വേഷമണിഞ്ഞ് ബാഗ്പൈപ്പിൽ മധുരഗാനമാലപിക്കുന്ന തെരുവ് ഗായകരുമൊക്കെ ചേർന്നപ്പോൾ കാഴ്ചയുടെയും, കേൾവിയുടെയും ഒരു വസന്ത സംഗമം.

സന്ദർശകരുടെ തിരക്കൊഴിയാത്ത എഡിൻബറോ കാസിലാണ് നഗരത്തിന്റെ പ്രധാന കരക്കുറി. സ്കോട്ട്ലാൻഡിലെ രാജാക്കൻമാർ ആ നഗരം കാത്തത് ഈ കുന്നിൻ മുകളിൽ കെട്ടിയ കോട്ടയിലിരുന്നു കൊണ്ടായിരുന്നു. സംഭവബഹുലമായ ഭൂതകാലത്തെ ഓർമിപ്പിച്ചുകൊണ്ട് പഴമയുടെ ഗരിമയോടെ, എഞ്ചിനീയറിംഗ് വൈഭവത്തിന്റെ മകുടോദാഹരണമായി ഈ കോട്ട എഡിൻബറോ ആകാശവിതാനത്തിൽ തല ഉയർത്തി നിൽക്കുന്നു. കോട്ടയുടെ പ്രവേശന വഴി ആളുകളെ കൊണ്ട് നിറഞ്ഞിരിക്കുന്നു. തിരക്കിലലിഞ്ഞ് ഞങ്ങളും കോട്ടയുടെ വിശാലമായ പ്രാങ്ഗണത്തിലെത്തി.

കാസിൽ ഒരു ദേശീയ ചരിത്ര സ്മാരകമാണ്. പതിനാലാം നൂറ്റാണ്ടിലെ സ്വാതന്ത്ര്യ പോരാട്ടങ്ങളുടെയെയും, പതിനേഴാം നൂറ്റാണ്ടിലെ ഐതിഹാസിക മുന്നേറ്റങ്ങളുടെയും സിരാ കേന്ദ്രം. ലോക ചരിത്രത്തിൽ ഇത്രയും തവണ ആക്രമണങ്ങൾക്കും ഉപരോധങ്ങൾക്കും വിധേയമായ മറ്റൊരു കോട്ട ഉണ്ടാവില്ല.

ടിക്കറ്റിനോടൊപ്പം ഓഡിയോ ഗൈഡ് വേണമെങ്കിൽ വാങ്ങിക്കാം. ദേശീയ യുദ്ധ സ്മാരകം, വാർ മ്യൂസിയം, സ്കോട്ടിഷ് രാജാധികാര ചിഹ്നങ്ങളും, രത്ന ശേഖരങ്ങളുമൊക്കെ സൂക്ഷിച്ചിരിക്കുന്ന റിഗാലിയാ, റെജിമെന്റൽ മ്യൂസിയം ഇവയൊക്കെ കണ്ടതിനു ശേഷം ക്രൗൺ സ്ക്വയറിലേക്ക് പോകാം. ഈ ചത്വരത്തിന്റെ കിഴക്കായി റോയൽ പാലസ്, തെക്ക് ഭാഗത്ത് ഗ്രേറ്റ് ഹാൾ, പടിഞ്ഞാറ് ക്വീൻ ആനി ബിൽഡിംഗ്, വടക്കായി നാഷണൽ വാർ മെമ്മോറിയൽ. ഗ്രേറ്റ് ഹാളിലെ കൊത്തുപണികളും,

» കാസിലിൽനിന്നുള്ള എഡിൻബറോ കാഴ്ച

» കാന്റി ലിവർ റെയിൽ പാലം. ഫൗർത് ബ്രിഡ്ജ്

» ഫാൾകിർക്ക് വീൽ. കറങ്ങുന്ന ബോട്ട് ലിഫ്റ്റ്

മധ്യകാല വാസ്തു ശില്പ വൈദഗ്ധ്യത്തിന്റെ അത്ഭുതക്കാഴ്ചകളും നമ്മെ വിസ്മയിപ്പിക്കും.

ഗ്രേറ്റ് ഹാളിന് പുറത്തായി, നോർമാൻ വാസ്തു ശൈലിയിൽ പണിത എഡിൻബറോയിലെ ഏറ്റവും പഴക്കംചെന്ന സെന്റ് മാർഗരറ്റ്സ് ചാപ്പലും, തൊട്ടടുത്തായി ഉപരോധങ്ങളെ തടയാൻ പതിനഞ്ചാം നൂറ്റാണ്ടിലുപയോഗിച്ച ഭീമാകാരമായ പീരങ്കിയും കാണാം (Mons Meg). 158 വർഷങ്ങൾക്ക് മുൻപ് കാസിലിൽ സ്ഥാപിച്ച വൺ ഒ ക്ലോക് ഗൺ നമ്മുടെ ശ്രദ്ധ പിടിച്ചുപറ്റാതിരിക്കില്ല. ലീത്ത് തുറമുഖത്തും, ഫോർത്ത് നദീ മുഖത്തും തമ്പടിക്കുന്ന കപ്പലുകൾക്ക് കൃത്യം ഉച്ചയ്ക്ക് ഒരു മണിക്ക് വൻ വെടിയൊച്ചയോടെ സമയസൂചന നൽകാനുള്ള സംവിധാനമാണിത്.

ക്രൗൺ സ്ക്വയറിന് താഴെയായി നിർമിക്കപ്പെട്ട യുദ്ധ തടവറകൾ കാണുമ്പോൾ ഇരുണ്ട ഇടുങ്ങിയ അറകളിൽ ആയിരങ്ങൾ അനുഭവിച്ച വേദനകളുടെ ആഴം നമുക്കൂഹിക്കാൻ പറ്റും.

രാജാക്കന്മാർക്കും, രാജ്ഞിമാർക്കും അന്തപുരമായും, വർഷങ്ങളോളം അഭയകേന്ദ്രമായും, പട്ടാള കേന്ദ്രമായും വർത്തിച്ച കോട്ടയും സൗധങ്ങളും ഇന്ന് ഗതകാല ചരിത്രത്തിന്റെ പ്രൗഢ സ്മാരകങ്ങളായും, അമൂല്യമായ നിധി ശേഖരങ്ങളായും നമ്മെ സംഭ്രമജനകമായ ചരിത്രത്തിന്റെ ഇടനാഴികളിലേക്ക് കൂട്ടിക്കൊണ്ടുപോകുന്നു. കാസിൽ സന്ദർശനം കഴിഞ്ഞപ്പോൾ എഡിൻബറോ നഗരത്തിലൂടെ ഒരോട്ടപ്രദാക്ഷിണത്തിന് മാത്രമേ സമയം ബാക്കിയുണ്ടായിരുന്നുള്ളൂ.

ഗ്ലാസ്ഗോയിലേക്കുള്ള മടക്കയാത്രയിൽ രണ്ട് യന്ത്രശാസ്ത്ര അത്ഭുതങ്ങൾ കാണാൻ കഴിഞ്ഞതും അധിക സന്തോഷമായി. ഒന്ന് ഫോർത് കനാലിനെയും, ക്ലയിഡ് കനാലിനെയും യൂണിയൻ കനാലുമായി സംയോജിപ്പിക്കുന്ന കറങ്ങുന്ന ബോട്ട് ലിഫ്റ്റ് ആയ ഫാൾകിർക് വീൽ. ഈ വലിയ വീൽ ബോട്ടുകളെ 24 മീറ്ററോളം ഉയർത്താൻ പര്യാപ്തമത്രെ. രണ്ടാമത്തേത്, ഫോർത് നദീമുഖത്ത്, സൗത്ത് ക്യൻസ്ബെറിയെയും നോർത്ത് ക്യൻസ്ബെറിയെയും ബന്ധിപ്പിക്കുന്ന കാൻടിലിവർ റെയിൽ ബ്രിഡ്ജായ ഫോർത് ബ്രിഡ്ജ്. ഈ ഗണത്തിൽ ലോകത്തിലെ രണ്ടാമത്തെ നീളം കൂടിയ പാലമാണിത്.

തടാകനാട്ടിലേക്ക്

സ്കോട്ട്ലാൻഡ് യാത്ര അവസാനിക്കുകയാണ്. ഗ്ലാസ്ഗോയിൽനിന്നും ലെയിക് ലാൻഡ് വഴിയാണ് മടക്കം. നോർത്ത് വെസ്റ്റ് ഇംഗ്ലണ്ടിലെ ലെയിക്ക് ഡിസ്ട്രിക്ട് നാഷണൽ പാർക്ക് യുനെസ്കോ ലോക പൈതൃക

പദവിയുള്ള വിനോദ സഞ്ചാര കേന്ദ്രമാണ്. നിരവധി സുന്ദര തടാക ങ്ങളുടെയും പർവ്വതങ്ങളുടെയും താഴ്വരകളുടെയും പാറക്കെട്ടുകളുടെയും വനങ്ങളുടെയും നാടാണ് ലെയിക്ക് ഡിസ്ട്രിക്ട്. മനോഹരമായി രൂപക ല്പന ചെയ്ത കെട്ടിടങ്ങളും, വിശ്രമ കേന്ദ്രങ്ങളും, വിശാലമായ പുൽത്ത കിടികളും അരുവികളും മേച്ചിൽപ്പുറങ്ങളും തണൽ മരങ്ങളുമൊക്കെ ചേരുമ്പോൾ അന്യാദൃശവും സ്വച്ഛ സുന്ദരവുമായൊരു ലോകം നമ്മുടെ മുന്നിൽ അനാവൃതമാവുകയായി. പർവ്വതഗാംഭീര്യവും വനചാരുതയും തെളിനീർ തടാകങ്ങളും തടാകക്കരയിലെ അരയന്നങ്ങളും അലസ ഗമനം ചെയ്യുന്ന യാനങ്ങളും ലെയിക് ലാൻഡിന് അപൂർവമായൊരു ചാരുത നൽകുന്നു.

2292 ചതുരശ്ര കിലോമീറ്റർ വിസ്തൃതിയുള്ള ഈ തടാകനാട്ടിന്റെ 99 ശതമാനവും നാഷണൽ ട്രസ്റ്റ് പോലുള്ള സംഘടനകളുടെയും സ്വകാര്യ വ്യക്തികളുടെയും ഭൂമിയാണെന്നറിയുമ്പോൾ നമ്മുടെ അത്ഭുതം പർവ്വ തസീമകളെപ്പോലും അതിലംഘിക്കും. ഉടമകളെല്ലാം പരിസ്ഥിതി തത്വ ങ്ങളും സംരക്ഷണ മാർഗ്ഗങ്ങളും അംഗീകരിക്കുക മാത്രമല്ല, വിനോദ സാഞ്ചാരികൾക്ക് അവരവരുടെ സ്ഥലങ്ങളിലൂടെ യാത്രചെയ്യാനുള്ള സ്വാതന്ത്ര്യവും, വഴി അവകാശവും നൽകിയിരിക്കുന്നു! ഉടമസ്ഥരുടെ സ്വകാര്യത മാനിക്കണം. അവരുടെ വളർത്തുമൃഗങ്ങളെയും പൂന്തോപ്പ കളെയും അലോസരപ്പെടുത്തരുത്. മാലിന്യങ്ങളൊന്നും നിക്ഷേപിക്ക രുത്. അത്രമാത്രം. സന്ദർശകരെല്ലാം ഈ നിഷ്കർഷകൾ കൃത്യമായി പാലിക്കുന്നു. മാതൃകാപരമായ കാര്യം. അല്ലേ.

യാത്രാപദ്ധതിയിലെ അവസാനദിവസമായതിനാൽ തടാകനാടി ന്റെ ഉൾവിശാലതകളിലേക്കും വൈവിധ്യസൗന്ദര്യങ്ങളിലേക്കും കടന്നു ചെല്ലാൻ വാസ്തവത്തിൽ സമയം ഉണ്ടായിരുന്നില്ല. വിഖ്യാത കവി വില്യം വേർഡ്സ് വർത്തിന്റെ നഗരമധ്യത്തിലെ ഡോവ് കോട്ടേജും, മലമുക ളിലെ റെയ്ഡൽ മൗണ്ടെന്ന വീടുമൊക്കെ കാണണമെന്നുണ്ടായിരുന്നു.

» ഹാവെർ വെയിറ്റ് റെയിൽവേ സ്റ്റേഷനിലെത്തുന്ന പൈതൃക തീവണ്ടി.

» നിർമലമായ തടാകമാവും വന വന്യതയും

ഒന്നും സാധിച്ചില്ല. ഒരു പകൽപ്പകുതിയിൽ അഭിരമിപ്പിക്കുന്ന തടാക സൗന്ദര്യം ആവോളം കോരിക്കുടിക്കുക. ഇതായിരുന്നു ഗൈഡിന്റെ മതം.

വിൻഡർമിയർ തടാകത്തിലൂടെയുള്ള റിവർ ക്രൂയിസ് ജീവിതത്തിലെ മറക്കാനാവാത്ത അനുഭവങ്ങളിലൊന്നായിരുന്നു. പരിശുദ്ധമായ തടാകം. ഇരുകരയിലും ഉയരഭേദങ്ങളിലെ ഹരിതസമൃദ്ധി.

വന വന്യതയുടെ ഉത്സാഹ ചാരുതയിലേക്ക് കേന്ദ്രീകരിച്ച മനസ്സുമായി ഒന്നര മണിക്കൂർ ജല യാത്ര. ഒടുവിൽ ലെയിക് സൈഡ് റെയിൽവേ സ്റ്റേഷനിൽനിന്നും ഹാവർത്ത് വെയ്റ്റ് റെയിൽവേ സ്റ്റേഷൻവരെ പൈതൃക തീവണ്ടിയിൽ മറ്റൊരു കൗതുക യാത്ര. ഞങ്ങളുടെ ബസ്സ് അവിടെ കാത്ത് നിൽപ്പുണ്ടായിരുന്നു.

കാഴ്ചകൾ അവസാനിക്കുന്നില്ല. അവ മനസ്സിന്റെ അണിയറയിലേക്ക് മാറിനിൽക്കുന്നു, വസന്തസ്മൃതികളായി പുനർജനിക്കാൻ. സ്വച്ഛ സായാഹ്നങ്ങളിൽ അനുഭൂതികളായി അയവിറക്കാൻ. ഇനി മടക്കയാത്ര, ലണ്ടൻ എന്ന മഹാനഗരത്തിലേക്ക്. ഹില്ലിങ്ങ്ടണിന്റെ സ്വസ്ഥ സ്വകാര്യതയിലേക്ക്.

2019 മെയ്

അതിശയങ്ങളുടെ ചൈന

ചൈന ഒരു മോഹമായിരുന്നു. പാമ്പും പാറ്റയുമൊക്കെ തിന്നുന്ന ജനങ്ങളെപ്പറ്റി കേൾക്കുമ്പോൾ, ശാസ്ത്ര സാങ്കേതികരംഗത്ത് അവരുടെ മുന്നേറ്റം വാർത്തയാകുമ്പോൾ, മറ്റ് രാജ്യങ്ങൾ കാണുന്ന സ്വപ്നങ്ങൾ ഏറ്റവുമാദ്യം യാഥാർഥ്യമാക്കുന്ന അവരുടെ മിടുക്ക് കേൾക്കുമ്പോൾ, അവരുടെ ഉൽപ്പന്നങ്ങൾ ലോക വിപണിയാകെ കീഴടക്കുമ്പോൾ ആ രാജ്യമൊന്ന് കാണണമെന്ന ആവേശം കനത്തുവരികയായിരുന്നു.

ഒടുവിൽ 2019 സെപ്തംബറിൽ ഒരു പാക്കേജ് ടൂർ തരപ്പെട്ടപ്പോൾ മറ്റൊന്നും ആലോചിച്ചില്ല, ഞങ്ങൾ ചൈനയിലേക്ക് പുറപ്പെട്ടു.

കൊച്ചിയിൽ നിന്നും സിംഗപ്പൂർ വഴി ബീജിങ്ങിലെത്തുമ്പോൾ നല്ല തെളിഞ്ഞ കാലാവസ്ഥയായിരുന്നു. എയർ ക്രാഫ്റ്റ് റേറ്റിംഗിൽ ലോകത്തെ ആറാം സ്ഥാനമുള്ള ബീജിംഗ് ക്യാപിറ്റൽ ഇന്റർനാഷണൽ എയർ പോർട്ട്.

» മനുഷ്യാധ്വാനത്തിന്റെ മഹാനിദർശനം . ചൈനാ വൻമതിൽ

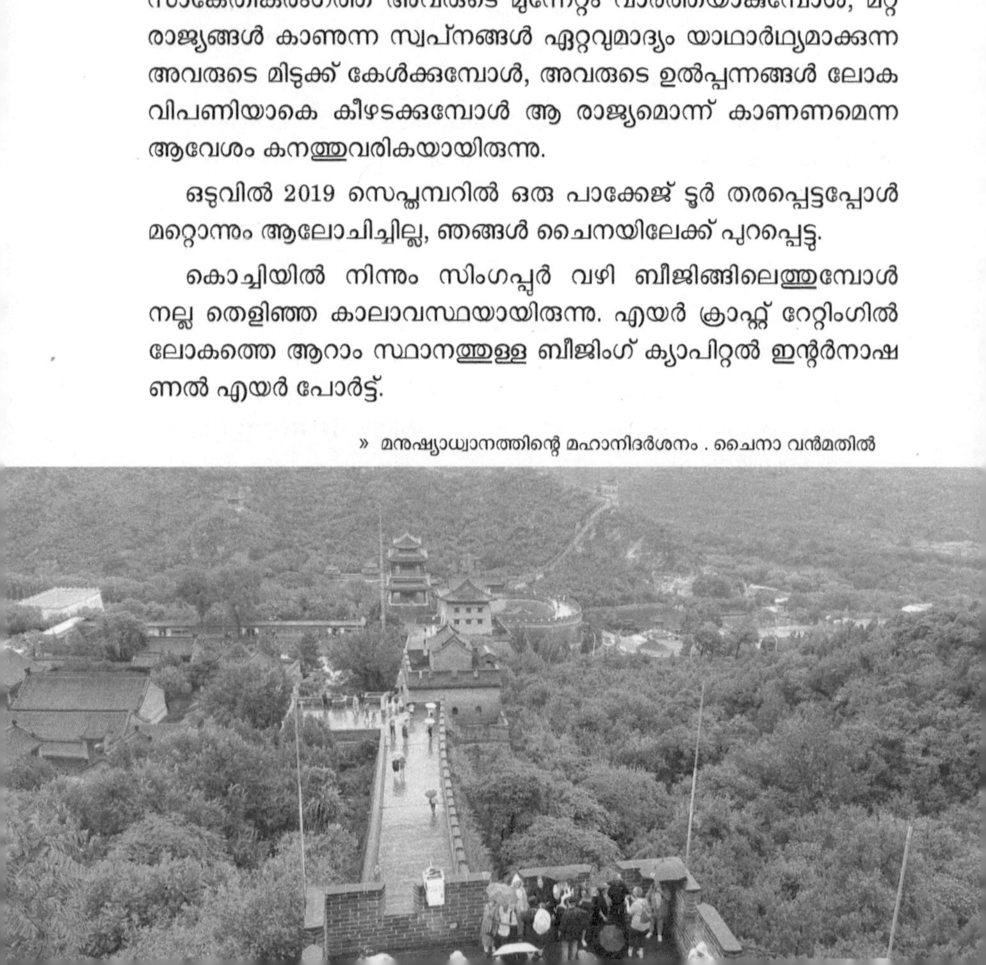

» പ്രകൃതിയെയും കാലത്തെയും വരുതിയിലാക്കിയ ചൈനയുടെ സാംസ്കാരിക സ്മാരകത്തിന്റെ നിറുകയിലേക്ക്.

തലസ്ഥാന നഗരമായ ബീജിങ്ങിലേക്ക് 32 കിലോമീറ്റർ ദൂരമുണ്ട്. ഗൈഡും ശീതീകരിച്ച ബസ്സും റെഡി. നേരെ ബീജിങ്ങിലേക്ക്. ആധുനിക വികസനത്തിന്റെ അത്ഭുത സാക്ഷ്യങ്ങൾ വഴി നീളെ. എവിടെ നോക്കിയാലും ഫ്ലാറ്റ് സമുച്ചയങ്ങൾ. അവയുടെ ഇടനിലങ്ങളിലെല്ലാം ഇടതൂർന്ന പച്ചപ്പ്. തലങ്ങും വിലങ്ങും ഫ്ലൈ ഓവറുകൾ.

വാഹനങ്ങളുടെ പെരുപ്പം നഗര ഗതാഗതത്തെ ശരിക്കും ബാധിക്കുന്നുണ്ട്. ലോകത്തെ ഏറ്റവും ജന സംഖ്യ ഉള്ള രാജ്യമാണെങ്കിലും റോഡിൽ പക്ഷേ തിരക്കൊന്നും കാണാനില്ല. ഒരു മണിക്കൂർ സമയം വേണ്ടി വന്നു ഹോട്ടലിലെത്താൻ. ഹോട്ടൽ ചെക് ഇൻ ഒക്കെ വേഗത്തിൽ കഴിഞ്ഞു.

സ്വീകരണ മുറിയും, കിടപ്പ് മുറിയും ചേർന്ന വിശാലമായ താമസ സൗകര്യം. രണ്ടര മണിക്കൂർ വിശ്രമം കൊണ്ട് വേണം ദീർഘ യാത്രയുടെ ക്ഷീണം കുടഞ്ഞ് കളയാൻ. താമസിക്കുന്ന ഹോട്ടലുകൾക്ക് പുറത്താണ് രാത്രിഭക്ഷണം. ഒരു മണിക്കൂർ യാത്രയുണ്ട്. നല്ല ട്രാഫിക്കുമുണ്ടാകും. ഗൈഡിന്റെ മുന്നറിയിപ്പ് വന്നു. എന്തിനും തയ്യാറായിട്ടാണല്ലോ ചൈനയിലെത്തിയത്. ഭക്ഷണം കഴിഞ്ഞ് മുറിയിലെത്തുമ്പോൾ രാത്രി പത്തര മണി. തലേന്ന് രാവിലെ തുടങ്ങിയ യാത്രയാണ്. ഊണുമുറക്കവുമെല്ലാം താളം തെറ്റിയിരുന്നു. എല്ലാം മറന്നുറങ്ങി. മഹാകവി ജി.യുടെ ഭാഷയിൽ സർവ്വാലസ്യഹരമായ ഒരുറക്കം.

അടുത്ത ദിവസം രാവിലെ 8 മണിക്ക് തന്നെ യാത്ര തുടങ്ങി. ചൈനാവൻ മതിലാണ് ലക്ഷ്യം. പോകും വഴി ഒരു ജെയ്ഡ് ഫാക്ടറി സന്ദർശനം തരപ്പെട്ടു. ആഭരണങ്ങളും ശില്പങ്ങളും മറ്റുമുണ്ടാക്കാൻ ഉപയോഗിക്കുന്ന പച്ച നിറമുള്ള വില കൂടിയ കല്ലാണ് ജെയ്ഡ്.

വലിയ തോതിൽ ജെയ്ഡ് ശേഖരമുള്ള രാജ്യമത്രെ ചൈന. പൗരാണിക കാലം മുതൽ തന്നെ രാജാക്കന്മാരുടെ കൊട്ടാരങ്ങളെ അലങ്കരിച്ചിരുന്ന ജെയ്ഡ് ശിൽപ്പങ്ങൾ. പാശ്ചാത്യ നാടുകളിൽ സ്വർണവും ഡയമൊണ്ടും വിലസുമ്പോൾ ചൈനയിൽ ജെയ്ഡ് ആയിരുന്നു താരം. അടുക്കാനാവാത്ത വിലയാണ് ജെയ്ഡ് ഉൽപ്പന്നങ്ങൾക്ക്. നല്ല ഭാരവും. ഒന്നും വാങ്ങിയില്ല. കൺനിറയെ കണ്ടു. മനസ്സ് നിറഞ്ഞു. ചിലത് അങ്ങനെയാണല്ലോ. സ്വന്തമാക്കാൻ കഴിഞ്ഞില്ലെങ്കിലും കേവലമായ കാഴ്ചകൾ നമ്മുടെ തൃഷ്ണകളെ ശമിപ്പിക്കും.

ചൈനാ വന്മതിൽ കാണാനും കയറാനും പ്രത്യേകം സൗകര്യ കേന്ദ്രങ്ങളുണ്ട്. ബീജിങിലുള്ള ജുയോങ് പാസ്സ് വഴി കയറുന്നതാണ് ഏറ്റവും ഹൃദയാവർജ്ജകമെന്ന് പറഞ്ഞ് കേൾക്കുന്നു. 2300 വർഷം പഴക്കമുള്ള വൻ മതിൽ മിങ് ഡയനാസ്റ്റി കാലത്താണ്, നേരത്തെയുള്ള മതിലുകളെ സംയോജിപ്പിച്ച് സമഗ്രമായി പണിതുയർത്തിയതെന്ന് കരുതപ്പെടുന്നു. സുരക്ഷക്കായുള്ളൊരു മതിൽക്കെട്ടായും, മംഗോളിയയിൽ നിന്നുമുള്ള കടന്നുകയറ്റം തടയാനും വേണ്ടിയാണ് മലകളുടെ ഉച്ചിയിൽ മതിൽ പണിഞ്ഞത്. സത്യത്തിൽ ഇതിന് വേണ്ടി മാത്രമല്ല മതിൽ രൂപകൽപ്പന ചെയ്യപ്പെട്ടത്. അന്യോന്യം സന്ദേശങ്ങൾ കൈമാറാൻ മലമുകളിൽ പണിത കോട്ടകളും മതിലിന്റെ ഭാഗമാണ്. കൂടാതെ സേനാവിഭാഗങ്ങൾക്ക് ഭക്ഷണവും മരുന്നും മറ്റ് യുദ്ധസാമഗ്രികളും വേഗത്തിൽ എത്തിക്കാനുതകുന്ന പാതയും മതിലിന് മുകളിലായുണ്ട്.

സപ്താത്ഭുതങ്ങളിലൊന്നായ വൻ മതിൽ കേവലമൊരു മതിൽ മാത്രമല്ലെന്ന് സാരം. കോട്ടകളും, അമ്പലങ്ങളും, നോക്ക് ഗോപുരങ്ങളുമൊക്കെയായി പർവ്വതനിരകൾ ചുറ്റി,കയറ്റങ്ങൾ കയറിയും ഇറങ്ങിയും, ഘോരവനങ്ങളുടെ നടുവിലൂടെയും വളഞ്ഞ് പുളഞ്ഞ് കണ്ണെത്താദൂരം കടന്ന് പോകുന്ന ഒരപൂർവ നിർമിതിയാണിത്.

» സമ്മർ പാലസ്സിനെ വലം വെയ്ക്കുന്ന കുൻമിംങ് തടാകം

ചൈനയുടെ ഉത്തരമേഖലയിലെ ബൊഹോയ് ഉൾക്കടലിന് സമീപമുള്ള ഷാൻഹായ് ഗുവാനിൽ തുടങ്ങി ഹാബേയ്, ഷൻസി, നിങ്സിയാ, ഗൻസു, എന്നീ പ്രവിശ്യകളിലൂടെയും മംഗോളിയയും കടന്ന് ഗോബി മരുഭൂമിയിലെ ജിയായു ഗുവാനിൽ മതിൽ അവസാനിക്കുന്നു. മനുഷ്യനിർമിതമായ ഈ മഹാത്ഭുതം പൂർത്തിയാകാൻ 2500 വർഷങ്ങളെടുത്തു. നിർമാണത്തിന് നിയോഗിക്കപ്പെട്ടവരിൽ ദശ ലക്ഷക്കണക്കിന് ആളുകൾ രോഗവും അപകടവും അമിതാദ്ധ്വാനവും കാരണം മരണമടഞ്ഞു. കർഷകരുടെയും, തൊഴിലാളികളുടെയും, കുറ്റവാളികളുടെയുമൊക്കെ അദ്ധ്വാനവും, രക്തവും വിയർപ്പും, കണ്ണുനീരും നിവേദിക്കപ്പെട്ട് പണിതുയർത്തിയ വൻ മതിൽ ചൈനയുടെ അഭിമാന സ്തംഭമായി, സന്ദർശകരുടെ നിലയ്ക്കാത്ത കൗതുകമായി നീണ്ട് നീണ്ടങ്ങിനെ കിടക്കുന്നു. വന്മതിലിന്റെയും അനുബന്ധ ശാഖകളുടെയും നീളം 20,000 കിലോമീറ്ററാണെന്ന് വിശ്വസിക്കാൻ പ്രയാസം.

ചാങ്പിങ് ജില്ലയിലെ മതിൽ കയറാനുള്ള കേന്ദ്രത്തിൽ ഞങ്ങളെത്തുമ്പോൾ ചാറ്റൽ മഴ പെയ്യുന്നുണ്ടായിരുന്നു. ചെറിയ തണുപ്പുമുണ്ട്. റസ്റ്റോറന്റുകളും, കരകൗശല സ്റ്റാളുകളും വിശ്രമസങ്കേതങ്ങളുമൊക്കെ സജീവം. അങ്ങ് മുകളിൽ പടികളും, ഗോപുരങ്ങളും, മെല്ലെ മെല്ലെ മല കയറുന്ന ആൾക്കൂട്ടങ്ങളും.

കുത്തനെയുള്ള കയറ്റമാണ് മലമുകളിലേക്ക്. കയറി പോകാനുള്ള പടികൾ ഉയരത്തിലും വീതിയിലും വ്യത്യസ്തങ്ങളാണ്. നടന്ന് കയറുക തന്നെ വേണം. വശങ്ങളിൽ സ്റ്റീൽ കൈവരികളൊക്കെയുണ്ട്. ഇടയ്ക്ക് വിശ്രമിക്കാൻ വാസ്തുശില്പ ചതുരമായ കോട്ടകളും ഇടത്താവളങ്ങളുമുണ്ട്. ചാറ്റൽ മഴ തുടരുകതന്നെയായിരുന്നു. കുടയും പിടിച്ചുകൊണ്ട് വേണം കയറാൻ. മുകളിൽവരെ എത്തുക അസാധ്യമെന്നറിഞ്ഞുകൊണ്ട് തന്നെ കയറാൻ തുടങ്ങി. കൂടുതൽ ഉയരത്തിലെത്തുമ്പോൾ ചുറ്റുമുള്ള കാഴ്ച മനോഹരമായിരുന്നു. മലനിരകളും മരനിരകളും ചേരുന്ന ദ്വന്ദ്വസൗന്ദര്യം വാക്കുകൾക്കതീതമത്രെ.

13 കോട്ടകളിൽ മൂന്നെണ്ണം വരെ കയറി. ഇനി വയ്യ. ഈ ഉയരത്തിലും ചുറ്റുമുള്ള നഗര കാഴ്ച ആവേശകരമായ ഒരനുഭവമായിരുന്നു. മലമുകളിലെത്തി മതിൽതൊട്ട യുവസാഹസികരുടെ സന്തോഷം വാക്കുകളിലും ശരീര ഭാഷയിലും പ്രകടമായിരുന്നു. അവരോട് മത്സരിക്കാൻ ആവാത്തതിൽ വിഷമമൊന്നും തോന്നിയില്ല. നമ്മുടെ പരിമിതികൾ തിരിച്ചറിഞ്ഞ് വേണമല്ലോ പ്രവൃത്തിക്കാൻ. തിരിച്ചിറക്കവും ശ്രമകരം തന്നെയാണ്.

“വൻ മതിലിൽ എത്തിയില്ലെങ്കിൽ നിങ്ങളൊരു അപൂർണ മനുഷ്യനാണ്” മാവോവിന്റെ വാക്കുകൾ ശിലാ ലിഖിതങ്ങളായി താഴെ

പ്രദർശിപ്പിച്ചിരിക്കുന്നു. ഇതാ മതിൽവരെ എത്തിയിരിക്കുന്നു. മുകളറ്റംവരെ കയറാൻ ആവതില്ല. പാതി വഴിവരെ കയറി ബീജിങ്ങ് എന്ന മഹാനഗരത്തെ കൺകുളിർക്കെ കണ്ടു. അത് തന്നെ ധാരാളം.

ബീജിങ്ങിലെ മറ്റൊരപൂർവ്വ കാഴ്ചയിലേക്കായിരുന്നു അടുത്ത യാത്ര. പ്രകൃതിയുടെ അത്ഭുത ലാവണ്യവും മനുഷ്യ നിർമിതിയുടെ അനവദ്യ സൗന്ദര്യവും ഒത്തുചേർന്ന സമ്മർ പാലസ്. ക്വിങ് ഡയനാസ്റ്റിയുടെ രാജകീയ കൊട്ടാര ഉദ്യാനം. ലോഞ്ചിവിറ്റി കുന്നുകളുടെ താഴ്വാരത്തിൽ, കുൻമിംങ് തടാകത്തെ വലം വെച്ചുള്ള വിസ്തൃത ഭൂമിയിലെ പാലസ് സത്യത്തിൽ മരങ്ങളും, പൂന്തോപ്പുകളും, കൊട്ടാരങ്ങളും, കൂടാരങ്ങളും, നീണ്ട ഇടനാഴികളും, ക്രീഡാഗൃഹങ്ങളുമൊക്കെ ചേർന്ന ഒരു വലിയ ലോകമാണ്.

നാൻഹു, സായോജിയാൻടങ്, ഷിജിൻജെ. എന്നീ മൂന്ന് വലിയ ദ്വീപുകളുണ്ട് ഈ തടാകത്തിൽ. ചെറിയൊരു ബോട്ട് യാത്ര ലോഞ്ചിവിറ്റി കുന്നുകളുടെ സൗന്ദര്യവും, പാലസിന്റെ ആകാരഭംഗിയും, നിബിഡവൃക്ഷസൗന്ദര്യവും ആസ്വദിക്കാൻ ഏറെ സഹായകമായി. തടാകത്തിലെ മാർബിൾ ബോട്ടും, കരയിലെ ഡ്രാഗൺ കിംഗ് ടെമ്പിളും, സുസ്ഹൌ സ്ട്രീറ്റും, 17 ആർച്ച് ബ്രിഡ്ജും, ഗാർഡൻ ഓഫ് വെർച്യു & ഹാർമണിയുമൊക്കെ കാഴ്ചയുടെ വസന്തമായി.

ഭരണ സിരാകേന്ദ്രമായും, വിശ്രമ വിനോദ സങ്കേതമായും, ആത്മീയാന്വേഷണ സ്ഥലിയുമായൊക്കെ ഒരേ സമയം മാറുന്ന പാലസ് യഥാർത്ഥത്തിൽ പ്രകൃതിയും മനുഷ്യനും തമ്മിലുള്ള പാരസ്പര്യത്തിന്റെയും, താദാത്മ്യത്തിന്റെയും ചൈനീസ് മാതൃകയത്രേ.

റോഡുകളിലും, കെട്ടിടങ്ങളിലുമൊക്കെ തൂക്കിയിട്ടിട്ടുള്ള സവിശേഷ അലങ്കാരങ്ങൾ വരാനിരിക്കുന്ന ദേശീയ ദിനാഘോഷത്തിന്റെ ഭാഗമാണെന്ന് പിന്നീടാണറിഞ്ഞത്. 4000 വർഷത്തെ രാജഭരണം അവസാനിപ്പിച്ച് ചൈന ഒരു ജനകീയ റിപ്പബ്ലിക്ക് ആയി മാറിയത് 1949 ഒക്ടോബർ ഒന്നിനായിരുന്നു. ഒക്ടോബർ ആദ്യ വാരം ചൈനയിൽ പൊതു അവധിയാണ്. ആഘോഷത്തിന്റെ കാലവും.

2008 ലെ ഒളിംപിക്സിന്റെ മുഖ്യവേദിയായിരുന്നു ബീജിങ്ങിൽ പണിത നാഷണൽ സ്റ്റേഡിയം. പുറത്ത് നിന്ന് നോക്കുമ്പോൾ ഒരു ഭീമൻ പക്ഷിക്കൂട്പോലെയും അകത്ത് കടക്കുമ്പോൾ വലിയൊരു സിറാമിക് പ്ലെയ്റ്റിന്റെ ആകൃതിയുമുള്ള ഈ നിർമിതി ഒരു വാസ്തുശില്പ വിസ്മയമത്രെ. ഘടനാപരമായി സ്റ്റേഡിയം രൂപകല്പനചെയ്തത് സ്വിറ്റ്സർലാൻഡിലെ വാസ്തുശില്പികളായിരുന്നെങ്കിലും, രചനാ സങ്കല്പനം നടത്തിയത് ചൈനയിലെത്തന്നെ വിഖ്യാതനായ ശിൽപ്പിയും

» ക്വിങ്ങ് രാജവംശത്തിന്റെ വേനൽക്കാല വസതി

ചിത്രകാരനുമായ ഐ വെയ് വെയ് ആയിരുന്നു. അദ്ദേഹത്തിന്റെ പേരിലും സ്റ്റേഡിയം അറിയപ്പെടുന്നു. എടുത്തുപറയേണ്ട ഒരു കാര്യമുണ്ടിവിടെ. ചൈനീസ് ഭരണകൂടത്തിന്റെ ജനാധിപത്യവിരുദ്ധമായ പല നടപടികൾക്കും മനുഷ്യാവകാശ ലംഘനത്തിനുമെതിരെ നിരന്തരം പോരാടുന്ന ഐവെയ് വെയ് കലാകാരന്മാരിലെ ഒരു ആക്ടിവിസ്റ്റ് കൂടിയാണ്. അഴിമതിക്കും സ്വേച്ഛാധിപത്യത്തിനുമെതിരെ ശബ്ദിക്കുന്ന അദ്ദേഹത്തിന്റെ ബ്ലോഗ് നിരോധിക്കുകയും അദ്ദേഹത്തെ ശാരീരികമായി പീഢിപ്പിക്കുകയും തടങ്കലിൽ പാർപ്പിക്കുകയുമൊക്കെ ചെയ്തിട്ടുണ്ട് ഭരണകൂടം. അദ്ദേഹത്തിന് നമ്മുടെ കൊച്ചി മുസാരിസ് ബിനാലെയിൽ പങ്കെടുക്കാൻ ചൈനീസ് ഭരണകൂടം അനുമതി നിഷേധിച്ചിരുന്നു എന്ന്കൂടി ചേർത്തു വായിക്കേണ്ടതാണ്.

ശാരീരിക ക്ഷമതയുടെയും, മെയ്‌വഴക്കത്തിന്റെയും കലയായ ചൈനീസ് അക്രോബാറ്റിക് പ്രദർശനമായിരുന്നു ആദ്യദിവസത്തെ ബീജിങ് സന്ദർശനത്തിന്റെ അവസാന ഇനം.

ടിയാനെൻമെൻ സ്ക്വയർ

ആവേശത്തോടെ കാത്തിരിക്കുകയായിരുന്നു അടുത്ത പ്രഭാതത്തെ. ടിയാനെൻമെൻ സ്ക്വയറും, ഫോർബിഡൻ സിറ്റിയും കാണാനുള്ള സമയം അടുത്തു വരുന്നു.

ടിയാനെൻമെൻ സ്ക്വയർ 440000 ചതുരശ്ര മീറ്റർ വിസ്തൃതിയുള്ള അതി വിശാലമായ മൈതാനമാണ്. പുരാതന ബീജിങ്ങിലെ ഇമ്പീരിയൽ സിറ്റിയുടെ വടക്ക് ഭാഗത്താണ് ഈ മഹാ ചത്വരം സ്ഥിതിചെയ്യുന്നത്. 1900ൽ വിദേശാധിപത്യത്തിനും കൃസ്തുമത പ്രചാരണത്തിനുമെതിരെ നടന്ന ബോക്സർ വിപ്ലവം മുതൽ നിരവധി യുവജന ബഹുജന

കൂടിച്ചേരലുകൾക്കും പ്രതിഷേധങ്ങൾക്കും വേദിയായ ഇടമാണിത്..

സംപൂർണ്ണ ജനാധിപത്യ അവകാശങ്ങൾക്കുവേണ്ടി 1989 ൽ ബീജിങ്ങിൽ നടന്ന സർക്കാർ വിരുദ്ധ പ്രക്ഷോഭങ്ങളുടെ പാരമ്യത്തിൽ സംഘടിച്ചെത്തിയ വിദ്യാർത്ഥികൾക്ക് നേരെ നടന്ന ക്രൂരമായ കൂട്ടക്കൊലയുടെ പേരിൽ ലോകശ്രദ്ധ പിടിച്ചുപറ്റിയ സ്ഥലമാണ് ടിയാനെൻമെൻ സ്ക്വയർ.

1980 ലെ പരിഷ്കാരങ്ങളുടെ തുടർച്ചയായി ഒരുപറ്റം ആളുകളിൽ സമ്പത്ത് കേന്ദ്രീകരിക്കുകയും ഭൂരിപക്ഷം ആളുകളുടെ സ്ഥിതി മോശമാവുകയും ചെയ്തപ്പോൾ, പണപ്പെരുപ്പത്തിനും, അഴിമതിക്കും, സ്വജനപക്ഷപാതത്തിനുമെതിരെ യുവശക്തി ഉണരുകയായിരുന്നു. വിദ്യാർത്ഥികളോടൊപ്പം അദ്ധ്യാപകരും ഫാക്ടറി തൊഴിലാളികളും സാധാരണ ജനങ്ങളും പുരോഗമന ജനാധിപത്യവാദികളും പ്രക്ഷോഭത്തിൽ അണിചേർന്നു. തുടക്കത്തിൽ പ്രക്ഷോഭം തണുപ്പിക്കാൻ ഭരണകൂടം അനുരഞ്ജനത്തിന്റെ പാത സ്വീകരിച്ചെങ്കിലും, സമരക്കാർ വഴങ്ങുന്നില്ലെന്ന് കണ്ടപ്പോൾ പ്രക്ഷോഭത്തെ അടിച്ചമർത്താൻ അതിശക്തമായ നടപടികൾ തുടങ്ങി. ക്രമാനുഗതമായി വ്യാപിച്ച പ്രക്ഷോഭം വലിയൊരു കൊടുംകാറ്റായി മാറിയതിനെത്തുടർന്ന് ഭരണകൂടം ശക്തമായ പട്ടാള നടപടികൾ സ്വീകരിച്ചു. മൂന്ന് ലക്ഷത്തോളം പട്ടാളക്കാരെ ബീജിങ്ങിൽ വിന്യസിച്ചു എന്നാണറിവ്. മൈതാനം വിട്ടുപോകാൻ വിദ്യാർത്ഥികൾക്ക് അന്ത്യശാസനം നൽകി. വിദ്യാർത്ഥികൾ വഴങ്ങിയില്ലെന്ന് മാത്രമല്ല, നഗരത്തിന്റെ വിവിധ ഭാഗങ്ങളിൽ പ്രതിഷേധവും കലാപവും തുടങ്ങി. ഒടുവിൽ 1989 ജൂൺ നാലാംനാൾ ടിയാനെൻമെൻ സ്ക്വയറിൽ സൈനിക പ്രതിരോധങ്ങളെ ചെറുത്ത ലക്ഷക്കണക്കിന് വിദ്യാർത്ഥികൾക്ക് നേരെ തോക്കുകളും പട്ടാള ടാങ്കുകളുമുപയോഗിച്ച് അതിക്രൂരമായ ആക്രമണം നടന്നു.

ആയിരക്കണക്കിന് ചെറുപ്പക്കാർ വധിക്കപ്പെടുകയും, പതിനായിരങ്ങൾക്ക് പരിക്കേൽക്കുകയും ചെയ്തു. അങ്ങനെ 'സ്വർഗീയ സമാധാനത്തിന്റെ കവാട'മെന്നർത്ഥമുള്ള സ്ക്വയർ രക്തപങ്കിലമായ സംഘർഷഭൂമിയായി മാറി. ലോക രാഷ്ട്രങ്ങളൊക്കെ അപലപിച്ച ഭരണകൂട നടപടിയായിരുന്നു ഇത്.

എതിർപ്പുകളും പ്രതിരോധങ്ങളും ചെറുക്കാൻ പിന്നീട് കടുത്ത മാധ്യമനിയന്ത്രണവും, അഭിപ്രായ സ്വാതന്ത്ര്യ നിഷേധവും ചൈനയിൽ നിലവിൽ വന്നു. ഇന്നും അത് ഒരു പരിധിവരെ തുടരുന്നു. ടിയാനെൻമെൻ സ്ക്വയർ സംഭവം ചർച്ച ചെയ്യാനോ, അതിന്റെ വിശദാംശങ്ങൾ നൽകാനോ ഭരണ നേതൃത്വം ഒരിക്കലും തയ്യാറായില്ല. സോഷ്യലിസ്റ്റ് സർക്കാരിനെ അട്ടിമറിക്കാൻ ഒരുകൂട്ടം ദേശദ്രോഹികൾ നടത്തിയ

» ലോകപ്രസിദ്ധമായ ടി യാനെൻമെൻ സ്ക്വയർ

വിധ്വംസകപ്രവർത്തനമായിട്ടാണ് ചൈനീസ് കമ്മ്യൂണിസ്റ്റ് പാർട്ടി ഈ ജനാധിപത്യമുന്നേറ്റത്തെ വിലയിരുത്തിയത്.

ഈ യുവജന പ്രക്ഷോഭത്തിന്റെ ഓർമ്മക്കായി ഒരു സ്മാരകം മാത്രം ടിയാനെൻമെൻ സ്ക്വയറിൽ ഒരു ഭാഗത്ത് ഒതുങ്ങി നിൽക്കുന്നു. വിസ്തൃതമായ ചത്വരത്തിന്റെ കിഴക്കും പടിഞ്ഞാറുമായി ചൈനയുടെ ദേശീയ മ്യൂസിയവും ഗ്രേറ്റ് ഹാൾ ഓഫ് ദി പീപ്പിൾസും ഉയർന്നു നിൽക്കുന്നു. മറ്റിടങ്ങളിൽ സർക്കാർ ഓഫീസുകളും സൈനിക സംവിധാനങ്ങളും. തൊട്ടടുത്തായി ഫോർബിഡൻ സിറ്റിയും.

പ്രാദേശിക ഗൈഡിനോട് ചോദിച്ചപ്പോൾ കൂടുതലായി ഒന്നും വിശദീകരിക്കാൻ അദ്ദേഹത്തിന് താല്പര്യമില്ല. പൊതുവെ ആളുകൾ ഈ സംഭവത്തെക്കുറിച്ച് സംസാരിക്കാൻ വിമുഖരാണെന്നും പറഞ്ഞു. പഴയൊരു കാര്യമായി കരുതി പുതിയ ജീവിത രീതികളുമായി അവർ പൊരുത്തപ്പെടുന്നു. ജീവിതാവശ്യങ്ങൾ നിറവേറ്റുവാനുള്ള അത്യാവശ്യ വരുമാനവും അടിസ്ഥാന സൗകര്യങ്ങളും താഴെ തട്ടിലുള്ളവർക്ക് പോലുമുണ്ട്. മധ്യവർഗ്ഗവും, സമ്പന്നരും, അതിസമ്പന്നരും ഉണ്ടെങ്കിലും, ദരിദ്രൻ കൂടുതൽ ദരിദ്രനാകുന്ന അവസ്ഥ ഇല്ലെന്ന് പറയാം. മുതലാളിത്വത്തിന്റെ ഗുണഫലങ്ങളെല്ലാം കൈപ്പിടിയിലൊതുക്കിയുള്ള അതിതീവ്രവികസനം, അതാണ് ചൈന ആഗ്രഹിക്കുന്നത്.

വൃത്തിയും വെടിപ്പുമുള്ള നഗരവീഥികൾ. പൊതു ഇടങ്ങൾ. ഒരിടത്തും യാതൊരുവിധ മാലിന്യങ്ങളും കാണാനില്ല. ഖരമാലിന്യങ്ങളും പ്ലാസ്റ്റിക്

മാലിന്യങ്ങളും നിറഞ്ഞ നമ്മുടെ നഗരങ്ങൾ ഓർത്തുപോയി. മലിനീകരണ നിയന്ത്രണ സംവിധാനങ്ങൾ വളരെ സജീവമാണിവിടെ. മാലിന്യനിർമ്മാർജ്ജനത്തിൽ ഓരോ വ്യക്തിക്കും നിയതമായ ഉത്തരവാദിത്വമുണ്ട്. നിയമം അതനുശാസിക്കുന്നു. ജനങ്ങൾ അതനുസരിക്കുന്നു.

വൈവിധ്യപൂർണവും, വിപുലവുമായ ഗതാഗത സംവിധാനങ്ങൾ. എവിടെയും. വ്യവസായികവും സാങ്കേതികവുമായ മുന്നേറ്റം പ്രകടം. ലോകനിലവാരമുള്ള സർവ്വകലാശാലകൾ. ആധുനിക വികസനത്തിന്റെ വൻ മുന്നേറ്റം എല്ലാ ഇടത്തും, എല്ലാ രംഗങ്ങളിലും ദൃശ്യമാണ്. നിയമങ്ങൾ കർക്കശമാണ്. അവ നടപ്പാക്കുന്നതിൽ ഇച്ഛാശക്തിയും. വ്യക്തിയുടെയും രാജ്യത്തിന്റെയും സുരക്ഷിതത്ത്വത്തിൽ ഒരു വിട്ടുവീഴ്ചയുമില്ല. ഭരണ സംവിധാനങ്ങളെ എതിർക്കാനും വിമർശിക്കാനുമുള്ള സ്വാതന്ത്ര്യം പക്ഷേ ആർക്കുമില്ല. ധൈര്യവും. സംഘടിച്ച് അവ്യവസ്ഥ സൃഷ്ടിക്കാൻ ആർക്കുമാവില്ല. സുഘടിതമായ പാർട്ടിയും ശക്തമായ ഭരണവും. ഇതാണ് ചൈന. ഈ അവസ്ഥയിൽ ജനങ്ങൾ തൃപ്തരാണോ എന്ന് ചോദിച്ചപ്പോൾ സ്വാതന്ത്ര്യത്തിന്റെ കുറവുണ്ടെങ്കിലും ജീവിച്ച് പോകാമല്ലോ എന്നാണ് ഗൈഡ് പറഞ്ഞത്.

സ്വാതന്ത്ര്യം ആവശ്യത്തിൽ കൂടുതലുണ്ടായിട്ടും സാധാരണക്കാരന് ജീവിച്ചുപോകാനാവാത്ത നാട്ടിൽ നിന്നാണല്ലോ ഞങ്ങൾ വരുന്നതെന്ന് പറയാൻ തോന്നിയെങ്കിലും പറഞ്ഞില്ല. ജനാധിപത്യത്തിന്റെ വൈകൃതങ്ങൾ പെരുകി സോഷ്യലിസം മെലിഞ്ഞുപോകുന്ന നാട്ടിൽ സ്വാതന്ത്രത്തിന്റെ ലഹരി ആർക്ക് വേണം? ചൈന വ്യത്യസ്തമാകുന്നതിവിടെയാണ്.

ഫോർബിഡൻ സിറ്റി

മിങ്, ക്വിങ് ചക്രവർത്തിമാരുടെ രാജകീയ കൊട്ടാര സമുച്ചയമായിരുന്ന ഫോർബിഡൻ സിറ്റി. 500 ഓളം വർഷങ്ങൾ രാജാക്കന്മാർ അവരുടെ പരിവാരങ്ങളോടെ ഇവിടെ വാണിരുന്നു. സിജിൻ ചെങ് (Zijin Cheng) എന്ന ചൈനീസ് പ്രയോഗത്തിന്റെ മൊഴിമാറ്റമാണ് ഫോർബിഡൻ സിറ്റി അഥവാ വിലക്കപ്പെട്ട നഗരം. സി (Zi) ധ്രുവനക്ഷത്രത്തെ സൂചിപ്പിക്കുന്നു. ധ്രുവ നക്ഷത്രം സ്വർഗത്തെയും. സ്വർഗ്ഗത്തിലെപ്പോലെ ഭൂമിയിലും ചക്രവർത്തിമാരുണ്ടെന്നും അവരുടെ വാസസ്ഥലം മറ്റുള്ളവർക്ക് അപ്രാപ്യമാണെന്നും ജനം വിശ്വസിച്ചു. അങ്ങനെയാണ് കൊട്ടര സമുച്ചയം വിലക്കപ്പെട്ട നഗരമായത്. ചക്രവർത്തിയുടെ അനുമതിയില്ലാതെ ഒരാൾക്കും കൊട്ടാരത്തിലേക്ക് പ്രവേശിക്കാനോ പുറത്തേക്ക് പോകാനോ ആവില്ല.

ഇന്നിത് പാലസ് മ്യൂസിയമാണ്. നാലാം കോർട്ട് യാർഡ് വരെ സന്ദർശകർക്ക് പോകാം. ശേഷമുള്ള കൊട്ടാരങ്ങൾ ഇന്നും അറിയപ്പെടാത്ത അതിശയങ്ങളും പേറി തല ഉയർത്തി നിൽക്കുന്നു. 180 ഏക്കറിൽ വ്യാപിച്ചു കിടക്കുന്ന 27,50,000 സ്ക്വയർ ഫീറ്റ് വിസ്തൃതിയുള്ള ഈ രാജവസതി സമുച്ചയം 14 വർഷങ്ങൾ ഒരു മില്യൺ ജോലിക്കാർ അഹോരാത്രം പണിയെടുത്ത് പൂർത്തിയാക്കിയത് ചരിത്രം.

രാജകൽപ്പന കല്ലിൽ കൊത്തിവെച്ച ലിഖിതങ്ങൾ പോലെയാണല്ലോ. അധികാരപ്രയോഗമായാലും ആഡംബര ജീവിതമായാലും അവയുടെ യുക്തിയും അതിരും നിശ്ചയിക്കുന്നത് രാജാവ് തന്നെയാണല്ലോ. പ്രജകൾ എല്ലാറ്റിനും മൂക സാക്ഷികൾ.

3.4 കിലോ മീറ്റർ ദൈർഘ്യത്തിൽ 10 മീറ്റർ ഉയരമുള്ള മതിൽക്കെട്ട് പാലസ്സിന്റെ വൈചിത്ര്യം വിളിച്ചോതുന്നു. പതിനഞ്ചോളം കൊട്ടാരങ്ങളും അത്രതന്നെ അലംകൃത ഗോപുരകവാടങ്ങളും ഇരുപത്തഞ്ചോളം വലിയ മണ്ഡപങ്ങളും നൂറുകണക്കിന് മാളികകളും ഒൻപതിനായിരം മുറികളും നിരവധി മഹാചത്വരങ്ങളും നടുമുറ്റങ്ങളും ഉദ്യാനങ്ങളും നടപ്പാതകളും ഒക്കെയുള്ള പാലസ് ലോകത്തിലെ ഏറ്റവും വലിയ രാജകൊട്ടാരമാണെന്ന് പറയേണ്ടതില്ലല്ലോ. ഒപ്പം വാസ്തുശിൽപ്പ വൈഭവത്തിന്റെയും കൃത്യതയാർന്ന ക്ഷേത്രഗണിതത്തിന്റെയും മഹത്തായ മാതൃകയും.

രാജ്യഭരണവും അധികാരവും കേന്ദ്രീകരിച്ച ഈ വലിയ കൊട്ടാരക്കെട്ടിനുള്ളിൽ എന്തെല്ലാം നടന്നിരിക്കണം. 500 സംവത്സരങ്ങൾ ഭരണ ചക്രം കറങ്ങിയത് ഈ കൊട്ടാരം സാക്ഷിയായല്ലോ. ചോദ്യം ചെയ്യപ്പെടാത്ത തീരുമാനങ്ങൾ എടുത്തതും, വീരേതിഹാസങ്ങൾ രചിക്കപ്പെട്ടതും ഇവിടെയാണല്ലോ.

കാമവും, ക്രോധവും, മോഹവും, സുഖലോലുപതയും, പകയും സംഘർഷവുമൊക്കെ മദിച്ചുയർന്നതും ഇതിനുള്ളിലാണല്ലോ. സേവകരായ നപുംസകങ്ങളടക്കം പതിനായിരങ്ങളുടെ നിസ്സഹായ നിശ്വാസങ്ങൾ ആരുമറിയാതെ ഒടുങ്ങിപ്പോയതും ഈ അരമനക്കെട്ടിലാണല്ലോ.

ടിയാനെൻമെൻ സ്ക്വയറിൽ നിന്നും 'ഗേറ്റ് ഓഫ് ഹെവൻലി പീസി'ലൂടെ നമുക്ക് കൊട്ടാരസമുച്ചയത്തിലേക്ക് കടക്കാം. വലിയ ചത്വരത്തിനഭിമുഖമായി നമ്മുടെ മുന്നിൽ 'മെറിഡിയൻ ഗേറ്റ്'. അതായത് വിലക്കപ്പെട്ട നഗരത്തിന്റെ മുഖ്യ പ്രവേശന കവാടം.ഇനിയങ്ങോട്ട് കൊട്ടാരസമുച്ചയമാണ്. ഔട്ടർ കോർട്ട് എന്നും ഇന്നർ കോർട്ട് എന്നും രണ്ട് ഭാഗങ്ങളായി വ്യാപിച്ച് കിടക്കുന്ന കെട്ടിട സമുച്ചയങ്ങൾ. ഔട്ടർ കോർട്ട് ഭരണനിർവഹണത്തിനും ഔദ്യോഗിക ചടങ്ങുകൾക്കുമുള്ളതാണ്. ഇന്നർ കോർട്ട് ആകട്ടെ രാജാവിന്റെയും പരിവാരങ്ങളുടെയും വാസസ്ഥലവും.

കൊട്ടാരങ്ങളും അനുബന്ധ നിർമിതികളും സവിശേഷമായ ചൈനീസ് വാസ്തുവിദ്യയുടെ ഉദാത്ത മാതൃകകളാണ്. മേൽക്കൂരയും മേൽത്തട്ടും ഭിത്തിയും വാതിലുകളും തറയും കവാടങ്ങളും, തൂണുകളും ശിൽപ വൈവിധ്യംകൊണ്ട് ആരെയും വിസ്മയിപ്പിക്കും. ഉദ്യാനപാതകളിൽ പതിച്ച തറയോടുകളിൽപ്പോലും അലങ്കാര ചിത്രങ്ങൾ മുദ്രണം ചെയ്തിരിക്കുന്നു. പാലസ്സിലെ ട്രെഷർ ഹൗസ് അമൂല്യമായ സെറാമിക്, പോർസിലിൻ, ജെയ്ഡ് ശിൽപങ്ങളാലും, പഴയ കാലത്തെ സ്വർണം വെള്ളി നാണയങ്ങളാലും, ആൻടിക് ഫർണിച്ചർ സമ്പന്നതയാലും നമ്മെ അമ്പരപ്പിക്കും.

രാജകൊട്ടാരം അതിശയങ്ങളുടെ മറ്റൊരു 'സാമ്രാജ്യ'മാകുന്ന കാഴ്ചയാണ് ഫോർബിഡൻ സിറ്റി നമ്മുടെ മുന്നിൽ അനാവരണം ചെയ്യുന്നത്. 1860 ൽ ബീജിങ്ങ് കീഴ്പ്പെടുത്തിയ ബ്രിട്ടീഷ് ഫ്രഞ്ച് സൈന്യം വിലക്കപ്പെട്ട നഗരം ചുട്ട് ചാമ്പലാക്കാൻ തീരുമാനിച്ചിരുന്നു. പക്ഷേ ചക്രവർത്തിയുടെ പഴയ കൊട്ടാരമാണ് ഒടുവിൽ കത്തിച്ച് ചാമ്പലാക്കിയത്. എന്തോ ഭാഗ്യം കൊണ്ട് വിലക്കപ്പെട്ട നഗരം രക്ഷപ്പെടുകയായിരുന്നു. സൈന്യത്തിന്റെ വീണ്ടുവിചാരം ബാക്കിയാക്കിയത് വാസ്തുശില്പവിസ്മയത്തിന്റെ വിസ്തൃത സൗന്ദര്യം. അതിശയങ്ങൾ ഒഴിയാത്ത രാജകൊട്ടാരത്തിൽനിന്നും ഇറങ്ങി സിൽക്ക് ഫാക്ടറിയും, ക്ലോയ്സോണി ആർട്ട് ഗാലറിയും കണ്ട് സ്വർഗ്ഗപുത്രന്റെ ആരാധനാലയത്തിലേക്ക് ഞങ്ങൾ നീങ്ങി..

ടെംപിൾ ഓഫ് ഹെവൻ

ബീജിങ്ങിലെ മറ്റൊരു സവിശേഷ അനുഭവമായിരുന്നു 267 ഹെക്ടറിൽ പരന്ന് കിടക്കുന്ന സ്വർഗ്ഗക്ഷേത്രം. നാടിന്റെ ഐശ്വര്യത്തിനും നല്ല ശൈത്യകാല വാർഷിക വിളവെടുപ്പിനുംവേണ്ടി രാജാവ് പ്രാർത്ഥിക്കുകയും, പ്രത്യേക പൂജകൾ നടത്തുകയും ചെയ്യുന്ന ക്ഷേത്രസമുച്ചയം. ആനകളുടെയും, കുതിരകളുടെയും തേരുകളുടെയും, ആലവട്ടങ്ങളുടെയും, പരിവാരങ്ങളുടെയുമൊക്കെ അകമ്പടിയോടെ പാലസ്സിൽനിന്നും ഇവിടേക്കുള്ള രാജാവിന്റെ യാത്ര അതി വിശേഷമായിരുന്നപോൽ. സാധാരണജനങ്ങൾക്ക് ഈ രാജകീയ യാത്ര കാണാൻ അനുവാദമില്ലായിരുന്നു.

ഭൂമിയിലെ കാര്യങ്ങൾ നടത്താൻ നിയോഗിക്കപ്പെട്ട ചക്രവർത്തി സ്വർഗ്ഗത്തിന്റെ പുത്രനാണെന്നാണ് പൗരാണിക ചൈനീസ് വിശ്വാസം. സ്വർഗ്ഗാരാധനയുടെ തത്വശാസ്ത്രം ഈ സങ്കൽപ്പത്തെ അടിസ്ഥാനമാക്കിയാണ്.

» 'വിലക്കപ്പെട്ട നഗര'ത്തിനുള്ളിലെ ചത്വരത്തിൽ.

വലിയൊരു ചുറ്റുമതിൽക്കെട്ടിനകത്താണ് ക്ഷേത്രം. ഭൂമിയെ ചതുരമായും, സ്വർഗത്തെ വൃത്തമായും സങ്കല്പിച്ചിരിക്കുന്നു. ആകയാൽ ക്ഷേത്രത്തിന്റെ തെക്ക് ഭാഗം സമചതുരാകൃതിയിലും, ഉച്ചസ്ഥായിയായ വടക്ക് ഭാഗം വൃത്താകൃതിയിലുമാണ്. ഇവയെ പരസ്പരം ബന്ധിപ്പിക്കുന്നത് വെർമീലിയോൺ പടിപ്പാലമെന്ന് വിശേഷിപ്പിക്കപ്പെടുന്ന 360 മീറ്റർ നീളമുള്ള ദാൻബീ പാലം വഴിയാണ്. പാലത്തിന്റെ വടക്കേ അറ്റം സ്വാഭാവികമായും ഉയർന്ന പ്രതലത്തിലാണ്. സ്വർഗത്തിലേക്കുള്ള പ്രയാണം ഉയർച്ചയിലേക്കുള്ള യാത്രയാകണമല്ലോ.

വന്മതിലിനുള്ളിൽ മൌണ്ട് അൾത്താർ(Mount of Altar), രാജകീയ വർത്തുള മാളിക(Imperial Vault of heaven), പ്രാർത്ഥനാ മന്ദിരം(Hall of Prayer) എന്നിവ ഉൾക്കൊള്ളുന്ന കേന്ദ്രഭാഗവും പുറം ഭാഗത്തിൽ അനുബന്ധ നിർമിതികളുമാണ്. അലങ്കാരങ്ങളും, അനുഷ്ഠാന അനുസൂചികാ നിർമിതികളും നിറഞ്ഞ സ്വർഗ്ഗക്ഷേത്രം പ്രാചീന ചൈനീസ് സൃഷ്ടി നിയമശാസ്ത്ര സിദ്ധാന്തങ്ങൾക്കനുസരിച്ച് രൂപപ്പെടുത്തിയതാണെന്ന് ഓരോ ചുവട് വെപ്പിലും നമുക്ക് ബോധ്യമാകും.

9 എന്ന അക്കം ചൈനയിൽ ശുഭ സൂചകമാണ്. അത് അമരത്വത്തെ പ്രതിനിധാനം ചെയ്യുന്നു. ക്ഷേത്രത്തിലെ മൌണ്ട് അൾട്ടാറിലെ മാർബിൾ തട്ടുകൾ ഒൻപതിന്റെ ഗുണിതങ്ങളാണ്. പ്രാർത്ഥനാ മന്ദിരത്തിലെ മൂന്ന് തട്ടുകളിൽ മൂന്നാമത്തെ തട്ടിൽ 9 വലിയ ശിലാ വളയങ്ങൾ കാണാം. 28 സ്തംഭങ്ങളിൽ, 4 നടു സ്തംഭങ്ങൾ നാല് ഋതുക്കളെയും, 12 ഉൾ സ്തംഭങ്ങൾ പന്ത്രണ്ട് മാസങ്ങളെയും, 12 പുറം സ്തംഭങ്ങൾ ദിനത്തിലെ രണ്ട് മണിക്കൂർ സമയഖണ്ഡങ്ങളെയും സൂചിപ്പിക്കുന്നു.

» ടെംപിൾ ഓഫ് ഹെവൻ

1988 ൽ ക്ഷേത്രവും ക്ഷേത്രത്തിന് ചുറ്റുമുള്ള അതിവിശാലമായ പാർക്കും സന്ദർശകർക്കായി തുറന്നു കൊടുത്തു. പാർക്കിലെ ആയിരക്കണക്കിന് മരങ്ങളും, പുൽത്തകിടിയും, മന്ദിരങ്ങളും, ഇടനാഴിയും, കളിസ്ഥലവുമൊക്കെ ഏത് പ്രായക്കാർക്കും അനുയോജ്യമായ വിശ്രമ വിനോദ കേന്ദ്രമാണിന്ന്. ഇടനാഴികളിൽ സ്വസ്ഥരായി കൂട്ടം കൂടി വിനോദങ്ങളിലേർപ്പെട്ട് സമയം ചെലവഴിക്കുന്ന വയോധികർ കൗതുകകരമായ കാഴ്ചയത്രേ.

'ലോകത്തിലെ തന്നെ ഒരു മഹത്തായ മാനവ സംസ്കാരത്തിന്റെ ഉദ്ഭവത്തെ വിവരിക്കുന്ന ഏറ്റവും ശ്രേഷ്ഠമായ കൃതി ' എന്ന് യുനെസ്കോ വിശേഷിപ്പിച്ച സ്വർഗ്ഗ ക്ഷേത്രം പ്രപഞ്ചവും മനുഷ്യനും തമ്മിലുള്ള അഭേദ്യ ബന്ധത്തിന്റെ അതിസുന്ദരമായ സാക്ഷാത്കാരമായി സന്ദർശകരുടെ മനസ്സിൽ നിറഞ്ഞു നിൽക്കും.

ഷോപ്പിങ്ങിനും പേരുകേട്ട നഗരമാണ് ബീജിംഗ്. ചൈനയുടെ ഇലക്ട്രോണിക് ഉത്പന്നങ്ങൾ ലോക പ്രശസ്തമാണല്ലോ. പക്ഷേ ബ്രാൻഡഡ് ഇനങ്ങൾ വാങ്ങണം. ഇല്ലെങ്കിൽ ഖേദിക്കേണ്ടി വരും. കരകൗശല വസ്തുക്കളും, ബാഗും, തുണിത്തരങ്ങളുമൊക്കെ ആദായവിലയിൽ കിട്ടുന്ന മാർക്കറ്റുകൾ ധാരാളമുണ്ട്.

മൂന്ന് നാളുകൾ ബീജിങ്ങിലെ കാഴ്ചകളിൽ അഭിരമിക്കുകയായിരുന്നു. ചൈനീസ് ഭക്ഷണവും പ്രത്യേകതയാർന്നതത്രെ. പൊതുവെ സ്പൈസി അല്ലാത്ത ഭക്ഷണമാണ് ചൈനയിൽ. മാംസാഹാരത്തിന്റെ

ധാരാളിത്തവും, വൈചിത്ര്യവും നമ്മെ അമ്പരപ്പിക്കും. സൂപ്പും സാലഡുമൊക്കെ അതീവ സമ്പന്നമാണ്. സസ്യാഹാരികൾ പക്ഷേ പെട്ടുപോകും. ഈ ഗണത്തിൽപ്പെടുന്ന വിഭവങ്ങൾ കുറവെന്ന് മാത്രവുമല്ല, അവയുടെ നിറവും രുചിയും അത്ര ആകർഷകവുമല്ല. ഇന്ത്യൻ റെസ്റ്റോറന്റുകൾ തേടിപ്പിടിച്ച് പോയാൽ വയർ നിറച്ച് കഴിക്കാം. പക്ഷേ ബീജിങ്ങിലെ ട്രാഫിക് നമ്മുടെ വിശപ്പിന്റെ വിളിയുമായി പൊരുത്തപ്പെട്ട് പോകണമെന്നില്ല. താമസിക്കുന്ന ഹോട്ടലിലെ പ്രഭാത ഭക്ഷണം ഏതു തരക്കാർക്കും ഹൃദ്യമായിരിക്കും. അതിൽ മുറുകെ പിടിക്കുക എന്നതാണ് പ്രായോഗികമായ കാര്യം.

സൈക്കിൾ യാത്ര ബീജിങ്ങിൽ ഏറെ പ്രോത്സാഹിപ്പിക്കപ്പെടുന്നു. വ്യക്തിഗത ആരോഗ്യത്തിനും, ട്രാഫിക് പ്രശ്നങ്ങൾ ലഘൂകരിക്കാനും ഇത് സഹായകകരമാണല്ലോ. സൈക്കിൾ സൂക്ഷിക്കാനും, വാടകയ്ക്ക് നല്കാനും വിപുലമായ സൗകര്യങ്ങളുണ്ട് നഗരത്തിലെവിടെയും.

ബീജിംഗ് സ്വസ്ഥമായ താമസത്തിന് യോഗ്യമായ നഗരമാണ്. പച്ചപ്പിനെ പ്രണയിക്കുകയും പരിപാലിക്കുകയും ചെയ്യുന്ന നഗരം. വ്യവസായശാലകളൊക്കെ നഗരത്തിനു പുറത്താണ്. അന്തരീക്ഷ മലിനീകരണമെന്ന ഭീഷണിയുമില്ല. പക്ഷേ ജീവിതച്ചെലവ് വളരേ കൂടുതലാണ്. അത് താങ്ങാവുന്നവർക്ക് ബീജിംഗ് പ്രിയപ്പെട്ട നഗരമാണ്. ലോക രാഷ്ട്രങ്ങൾ ഉറ്റുനോക്കുന്ന ചൈനയുടെ തലയെടുപ്പുള്ള തലസ്ഥാന നഗരിയോട് വിട.

ഇനി ഷാംങ്ഹെയിലേക്ക്.

2019 സെപ്റ്റംബർ

ഷാംങ്ഹെ-
ആഗോള സാമ്പത്തിക മുന്നേറ്റത്തിന്റെ കാഴ്ചക്കണ്ണാടി

ബീജിങ്ങിൽ നിന്നും ഷാംങ്ഹെയിലേക്കുള്ള യാത്ര അതിവേഗ ബുള്ളറ്റ് ട്രെയിനിലായിരുന്നു. ചെക്ക് ഇൻ, സെക്യൂരിറ്റി ചെക്ക് ഇവയൊക്കെ ഏറെ ലളിതമായിരുന്നു.

കൃത്യതയും, സുഖ സൗകര്യങ്ങളും, ശരവേഗവുമുള്ള ബുള്ളറ്റ് ട്രെയിൻ യാത്രാനുഭവം ഇതാ ആദ്യമായി. ബീജിംഗ് സൗത്ത് ബുള്ളറ്റ് ട്രെയിൻ സ്റ്റേഷൻ അത്ഭുതപൂർവമായ തിരക്കുള്ള സ്റ്റേഷനാണ്.

പക്ഷേ അവിടുത്തെ സൗകര്യങ്ങളും, ക്രമീകരണങ്ങളും സമ്മർദ്ദമേതുമില്ലാത്തൊരു യാത്രയ്ക്ക് മാനസികവും, ശാരീരികവുമായി നമ്മെ തയ്യാറാക്കുന്ന വിധത്തിലാണ്.

മണിക്കൂറിൽ 380 കി. മീറ്റർ സ്പീഡിൽ പായുന്ന ട്രെയിൻ ഷാംങ്ഹെയിലേക്കുള്ള 1318 കി. മീറ്റർ ദൂരം നാല് മണിക്കൂർ കൊണ്ട് ഓടിയെത്തും. മുന്നേ മൂന്ന് സ്റ്റോപ്പുകൾ. 90% ദൂരവും ട്രെയിൻ ഓടുന്നത് പില്ലറുകളിൽ ഉയർത്തിയ പാതയിലൂടെയാണ്. 244 പാലങ്ങൾ. 22 ടണലുകൾ. ഈ റെയിൽ റൂട്ടിലെ 164 കി.മീറ്റർ ദൈർഘ്യമുള്ള ദാൻയാങ് -കൃഷൗ ഗ്രാൻഡ് ബ്രിഡ്ജ് ലോകത്തിലെ ഏറ്റവും നീളം കൂടിയ പാലമത്രെ.

അങ്ങനെ വിശേഷണങ്ങളേറെയുള്ള ബുള്ളറ്റ് ട്രെയിൻ ഷാംങ്ഹെയിൽ എത്തുമ്പോൾ തിരക്കിന്റെ പൊടിപൂരം. പിറ്റേന്നത്തെ മൂൺ ഫെസ്റ്റിവലിൽ പങ്കെടുക്കാനെത്തിയ സ്വദേശികളും വിദേശികളുമായ സന്ദർശകരുടെ ബാഹുല്യം നേരിട്ടറിഞ്ഞു. ഞങ്ങളും ആ ജനസമുദ്രത്തിലലിഞ്ഞുചേർന്നു.

ഷാങ്ഹെ ചൈനയുടെ ഏറ്റവും പ്രധാന തുറമുഖ നഗരമാണ്. വാസ്തവത്തിൽ ചൈനയുടെ സാമ്പത്തിക വാണിജ്യ ഹബ്ബ് ആണ്

ഷാങ്ഹെ. പുഷി എന്ന പഴയ നഗരവും പുഡോങ് എന്ന ആധുനിക നഗരവും ഹ്വാൻങ്പൂ നദിയുടെ ഇരുവശത്തുമായാണ് സ്ഥിതിചെയ്യുന്നത്. നദിക്കടിയിലൂടെ നിർമിച്ച തുരങ്ക പാതയിലൂടെ പുഷിയിൽനിന്നും നമുക്ക് പുഡോങിലെത്താം.

ചൈനയുടെ കുതിച്ചുയരുന്ന സാമ്പത്തിക മുന്നേറ്റത്തിന്റെ 'ഷോ പീസ്' എന്നാണ് ഷാങ്ഹെയെ വിശേഷിപ്പിക്കുന്നത്. നിരവധി ബഹുരാഷ്ട്ര കമ്പനികൾ ഇവിടെ പ്രവൃത്തിക്കുന്നു. സമസ്ത ലോക രാജ്യങ്ങളിൽനിന്നും പതിനായിരക്കണക്കിന് ആളുകൾ ഇവിടെ വന്ന് താമസിക്കുന്നു. രാവും പകലും ജോലിചെയ്യുന്നു. സ്വപ്നങ്ങളുടെ ആകാശക്കോട്ടകൾ ഭൂമിയിൽ പണിയുന്നു.

ആകാശവിതാനത്തിലുയർന്ന് നിൽക്കുന്ന കെട്ടിട സമുച്ചയങ്ങളാണെവിടെയും. അവയുടെ ഔന്നത്യം കാഴ്ചകൾക്കുമതീതമായി അങ്ങനെ നില കൊള്ളുന്നു. ഷാങ്ഹെ നഗരത്തിന്റെ ആകാശ ദൃശ്യം അനുഭവ വേദ്യമാകാൻ സന്ദർശകരെത്തുന്നത് ജിൻമാവോ ടവറിന്റെ എൺപത്തിഎട്ടാം നിലയിലെ വിസ്തൃതമായ കാഴ്ചത്തട്ടിലാണ്. അതൊരു കാഴ്ചാ വിരുന്ന് തന്നെയായിരുന്നു. ഹ്വാൻങ്പൂ നദിയും ഇരുകരയിലായി തിങ്ങി നിറഞ്ഞിരിക്കുന്ന ബഹുനില കെട്ടിടങ്ങളും, വലക്കണ്ണികൾപോലെ റോഡുകളും, അവയിലൂടെ അനർഗളമായി ഒഴുകുന്ന വാഹനങ്ങളുടെ നിരയും, പൊട്ടുപോലെ ചലിക്കുന്ന മനുഷ്യരും എല്ലാം ചേരുന്ന അപൂർവ സുന്ദര ദൃശ്യം രോമാഞ്ചമുണർത്തും. പുറത്തേക്ക് തള്ളിനിൽക്കുന്ന ഗ്ലാസ് തട്ടിലൂടെ ആകാശ നടത്തം അസാധാരണമായ ചങ്കുറപ്പുള്ളവർക്ക് മാത്രം പരീക്ഷിക്കാവുന്ന സാഹസിക വിനോദമത്രെ. ഇത്തരം വിനോദങ്ങളിലേർപ്പെടുന്നതിൽ നല്ലൊരു ശതമാനം യുവതികളാണെന്നത് അത്ഭുതപ്പെടുത്തി. ടവർ നിരവധി ഓഫീസുകളും, ഹോട്ടലും, ബാങ്ക്വറ്റ് ഹാളുകളുമൊക്കെയുള്ള വലിയൊരു കെട്ടിട സമുച്ചയമാണ്.

» ഷാങ്ഹൈയിലേക്കുള്ള യാത്രക്ക് ബുള്ളറ്റ് ട്രെയിൻ സ്റ്റേഷനിൽ

ഹ്വാൻങ്പൂ നദിയിലെ ക്രൂയിസ് ഹൃദ്യമായ ഒരനുഭവമായിരുന്നു. അസ്തമയ ശോഭയുടെ സ്വർണ വെളിച്ചം നദിയിൽ ജീവനുള്ള ചിത്രങ്ങൾ രചിക്കുന്ന മുഹൂർത്തം തന്നെയാണല്ലോ നദീയാത്രക്ക് ഉത്തമം.

» ഷാങ്ഹൈ മ്യൂസിയം

സാവധാനം നീങ്ങുന്ന വലിയ ബോട്ടിൽ പുഡോങ്ങിന്റെ മാസ്മരിക സൗന്ദര്യം നുകർന്ന് രണ്ടു മണിക്കൂർ യാത്ര. വൈദ്യുത വർണരാജികൾ തീർക്കുന്ന ആലക്തിക പ്രഭയിൽ കുളിച്ച് നിൽക്കുന്ന ആകാശചുംബികളായ കെട്ടിടങ്ങൾ. ലേസർ പ്രകാശ രശ്മികൾ തീർക്കുന്ന ചുമർചിത്ര വിസ്മയങ്ങൾ. മിന്നിയും, മാഞ്ഞും, ഒളിഞ്ഞും, തെളിഞ്ഞും പതിയുന്ന ആൾരൂപങ്ങളും, അത്ഭുത രൂപങ്ങളും. രാത്രിയുടെ കാൻവാസിൽ പ്രകാശവിസ്മയങ്ങളുടെ പെരും പൂരം എന്നുവേണം പറയാൻ. ഭക്ഷണവും കഴിച്ച് വൈകി ഹോട്ടൽ മുറിയിലെത്തുമ്പോഴും ഷാങ്ഹെ രാവുകൾക്ക് ഉറക്കച്ചടവിന്റെ ആലസ്യമൊന്നും കണ്ടില്ല.

സാമ്പത്തിക, വ്യാവസായിക വേലിയേറ്റത്തിൽ തുളുമ്പിനിൽക്കുന്ന ഷാങ്ഹെയിലെ വിശ്രാന്തി മന്ദിരമായ ജെയ്ഡ് ബുദ്ധാ ടെംപിൾ സവിശേഷമായ ഒരു കാഴ്ചയാണ്. പതിനെട്ടാം നൂറ്റാണ്ടിന്റെ അവസാനത്തിൽ ബർമ്മയിൽനിന്നും കൊണ്ടുവന്ന രണ്ട് ബുദ്ധപ്രതിമകൾക്കുവേണ്ടി പണിത ക്ഷേത്രം, ക്വിങ് രാജവംശത്തിന്റെ അധഃപതനത്തോടെ ക്ഷയിക്കുകയും പിന്നീട് സമഗ്രമായി പുതുക്കി പണിയുകയുമായിരുന്നു. തൂവെള്ള ജെയ്ഡ് ശിലയിൽ തീർത്ത മനോഹര ബുദ്ധ ശിൽപ്പങ്ങൾ കൂടാതെ സിങ്കപ്പൂരിൽനിന്നും കൊണ്ടുവന്ന വലിയൊരു ശയന ബുദ്ധ

» മ്യൂസിയത്തിനുള്ളിലെ പരസ്പര വിച്ഛേദന കോണിക്കെട്ടുകൾ

» റോഡുകളിൽ മരങ്ങളെ മെരുക്കുന്ന ചൈനീസ് വിദ്യ

ശിൽപ്പവും ഇവിടെ കാണാം. ചിത്രങ്ങളും, സൂക്തങ്ങളും, ബുദ്ധരൂപങ്ങളും നിറഞ്ഞ അറയും, സ്വർഗ്ഗാധിപതികളുടെ വിശുദ്ധ മണ്ഡപവും, കൊത്തു പണികൾ നിറഞ്ഞ മച്ചുകളും, മതിൽക്കെട്ടിനകത്തെ സമൃദ്ധമായ പച്ച പ്പിൽ വേറിട്ട് നിൽക്കുന്ന കടും ചുവപ്പ് പൂക്കളും കടന്ന് പോകുമ്പോൾ ശാന്തിയുടെ തീരഭൂവിലൂടെയുള്ള ഒരു സ്വച്ഛ സഞ്ചാരമായി നമുക്ക് തോന്നും.

മ്യൂസിയങ്ങൾ യാത്രാ പദ്ധതിയിൽ തിടുക്കപ്പെട്ട് കണ്ട് പോകാൻ പറ്റുന്ന ഇടങ്ങളല്ല എന്ന വിശ്വാസത്തോടെതന്നെയാണ് ഷാങ്ഹെ മ്യൂ സിയത്തിലെത്തിയത്. ഒരു രാജ്യത്തിന്റെ മാറ്റത്തിന്റെയും, മുന്നേറ്റത്തി ന്റെയും പ്രതിഫലനങ്ങൾ പേറുന്ന സഞ്ചയികകളാണവ. സമയമെടുത്ത് കണ്ട് മനസ്സിലാക്കി പോവുക ഒരു പാക്കേജ് യാത്രയിൽ അസാദ്ധ്യ മാണെങ്കിലും ഷാങ്ഹെ മ്യൂസിയത്തിൽ മൂന്ന് മണിക്കൂർ സമയം ലഭിച്ചു എന്നത് ആശ്വാസകരമായ കാര്യമായിരുന്നു.

സവിശേഷമായ രൂപഘടനയാണ് ഷാങ്ഹെ മ്യൂസിയത്തിന്. വൃത്താകൃതിയിലുള്ള മകുടവും, ചതുരാകൃതിയിലുള്ള അടിവാരവും യഥാക്രമം സ്വർഗ്ഗത്തെയും ഭൂമിയെയും പ്രതീകവൽക്കരിക്കുന്നു.

11 ഗ്യാലറികളിൽ, 3 പ്രദർശന തളങ്ങളിൽ 1,20,000 പ്രദർശന വസ്തുക്കൾ ക്രമീകരിച്ചിരിക്കുന്ന മ്യൂസിയം ചൈനീസ് കലകളുടെയും, ശില്പ സംസ്കൃതിയുടെയും, ശാസ്ത്രവികാസങ്ങളുടെയും കൃത്യമായ ചിത്രം നൽകാൻ പര്യാപ്തമാണ്.

പച്ചപ്പിനെ നിലനിർത്താനും, പോഷിപ്പിക്കാനും ചൈനക്കാർ പ്രത്യേകമായി താൽപര്യം കാണിക്കുന്നുവെന്ന് യാത്രയിലുടനീളം ബോധ്യപ്പെട്ട ഒരു കാര്യമാണ്. നഗരമധ്യത്തിൽ ധാരാളം പാർക്കുകളും, സാങ് ച്വറികളും കാണായി. ഫ്ലാറ്റ് സമുച്ചയങ്ങൾക്കിടയിലും, പൊതു സ്ഥലങ്ങളിലും, റോഡുകൾക്കിരുവശവും വളരെ ആസൂത്രിതവും ക്രമ ബദ്ധമായും മരങ്ങൾ വെച്ചുപിടിപ്പിച്ചിരിക്കുന്നു. കൗതുകകരമായി കണ്ട മറ്റൊരു കാര്യം വൃക്ഷങ്ങൾ വളരുന്നതനുസരിച്ച് വശങ്ങളിൽ വലിയ കുത്തുകൾ കൊടുത്ത് അവയെ ചിട്ടയായി വിന്യസിപ്പിച്ചിരിക്കുന്നു എന്നതാണ്. റോഡ് വികസനത്തിന്റെ പേരിൽ ശിഖരങ്ങൾപോലും അവധാനതയോടെമാത്രമേ ഒഴിവാക്കുന്നുള്ളൂ. നമ്മൾ കണ്ട് പഠിക്കേണ്ട കാര്യം. ഷാംഗൈയിലെ റോഡുകൾ മിക്കതും ഈ രീതിയിൽ തണൽ മരങ്ങളാൽ അതിരിട്ടവയാണ്.

» പഴയ നഗരമായ പുഷിയിലെ നിർമിതി വൈവിധ്യങ്ങൾ

» പഴയ നഗരത്തിലെ യു യു ആൻ ഗാർഡൻ

» പുഡോങ്ങിലെ ആകാശം മുട്ടുന്ന കെട്ടിട സമുച്ചയങ്ങൾ

മ്യൂസിയം കാഴ്ചകൾ കണ്ട് കഴിഞ്ഞപ്പോൾ നല്ല വിശപ്പ്. ചൈനീസ് ബിരിയാണി തേടിയായി അടുത്ത യാത്ര. പാർക്കിംഗ് പോയിന്റി ൽനിന്നും ഏറെ നടക്കേണ്ടിവന്നു ബിരിയാണിക്കട കണ്ടുപിടിക്കാൻ. എല്ലാവരും നല്ല ആവേശത്തിലായിരുന്നു. കഴിഞ്ഞ ദിവസങ്ങളിലെ ചൈനീസ് ഉച്ച ഭക്ഷണം മിക്കവരേയും നിരാശപ്പെടുത്തിയിരുന്നുവല്ലോ. രസ മുകുളങ്ങളെ തൃപ്തിപ്പെടുത്താൻ പക്ഷേ ബിരിയാണിക്കുമായില്ല. ആശിച്ചതും അലഞ്ഞതും മിച്ചം.

» നിർമിതിയിൽ പഴമയുടെയും പുതുമയുടെയും മോഹന സംഗമം

» യാത്രാ സൗകര്യങ്ങളുടെ സമൃദ്ധി. മാഗ് ലെവ് ട്രെയിൻ

പഴയ നഗരത്തിലെ യുയുആൻ ഗാർഡൻ ഷാങ്ഹെയിലെ അവസാന കാഴ്ചയായിരുന്നു. മിങ് രാജാക്കന്മാരുടെ കാലത്ത് പണിത 'സന്തോഷത്തിന്റെ പൂന്തോട്ടം' 400 വർഷം പഴക്കമുള്ളതും, ചൈനീസ് പഴമ തിരയുന്നവരുടെ സാകല്യ ഭൂമികയുമാണ്. ജെയ്ഡ് പാറക്കെട്ടുകളും, തടാകങ്ങളും, ചൈനീസ് വാസ്തുശൈലിയിൽ പണിത മണ്ഡപങ്ങളും പഗോഡകളും, പവലിയനുകളും നമ്മെ നൂറ്റാണ്ടുകളുടെ അണിയറയിലേക്ക് അനുനയിക്കും.

യു മാർക്കറ്റ് നല്ലൊരു ഷോപ്പിംഗ് കേന്ദ്രവും കൂടിയാണ്. പണസഞ്ചിക്ക് കനമുണ്ടെങ്കിൽ മനം നിറയെ വാങ്ങാം. നല്ലപോലെ വില പേശാൻ വിരുതുണ്ടെങ്കിൽ ഷോപ്പിങ്ങിന് പറ്റിയ ഇടം പുഡോങ്ങിലെ

എ പി മാർക്കറ്റാണ്. നിരവധി വഴിത്താരകളിൽ ആയിരക്കണക്കിന് കടകൾ ഇവിടെ സജ്ജീകരിച്ചിരിക്കുന്നു. എല്ലാം ക്വാളിറ്റി ഉൽപ്പന്നങ്ങളാകണമെന്നില്ല. എങ്കിലും ഏത് രാജ്യക്കാരുടെയും വൈവിധ്യമാർന്ന തൃഷ്ണകളെ തൃപ്തിപ്പെടുത്താൻ എ പി മാർക്കറ്റിന് കഴിയും.

ചൈനയുടെ ത്രസിക്കുന്ന സാമ്പത്തിക തലസ്ഥാന നഗരത്തോട് നാളെ വിട പറയും. സഞ്ചാരികളെ എന്നും മോഹിപ്പിക്കുന്ന ഹോങ്കൊങ്ങിലേക്കാണ് ഇനി യാത്ര. ബീജിങ്ങിലും, ഷാങ്ഹൈയിലും ഗൂഗിൾ ഇന്റർനെറ്റ് സൗകര്യങ്ങൾ ലഭ്യമല്ല. അനഭിലഷണീയമായ സൈറ്റുകളെ തടയാനും, സമൂഹമാധ്യമങ്ങളുടെ ദുസ്വാധീനം നിയന്ത്രിക്കാനുമുള്ള മാർഗമാണിത്. നിയന്ത്രിതമായി സന്ദേശങ്ങളും, വാർത്തകളും കൈമാറാൻ നാട്ടുകാർക്ക് ചൈനയുടെ 'വീ ചാറ്റ്' സൗകര്യം മാത്രമുപയോഗിക്കാം. ഈ അവസ്ഥയിൽ ബീജിങ്ങിൽനിന്നും, ഷാംങ്ഹൈയിൽനിന്നും സന്ദർശകരായ ഞങ്ങൾക്ക് നാട്ടിൽ ആരെയും ബന്ധപ്പെടാനോ, സന്ദേശങ്ങൾ കൈമാറാനോ സാധിച്ചിരുന്നില്ല.

ഹോങ്കോങ്ങിൽ ഇത്തരം നിയന്ത്രണങ്ങളൊന്നുമില്ല. ആശ്വാസം.

ഫെയിസ് ബുക്കിലും, വാട്ട്സ് ആപ്പിലും അഭിരമിക്കുന്നവർക്ക് ആനന്ദലബ്ധിക്കിനിയെന്ത് വേണം.

2019 സെപ്തംബർ

ഷാങ്ഹെയിൽനിന്നും ഹോങ്കോങ്ങിലേക്ക്

ഷാങ്ഹെ നഗരഹൃദയത്തിൽനിന്നും പുഡോങ് അന്താരാഷ്ട്ര വിമാനത്താവളത്തിലേക്കുള്ള ദൂരം 30.5 കി.മീറ്ററാണ്. യാത്രക്ക് വേണ്ട സമയം 7 മിനിറ്റും. അതിശയം തോന്നുന്നുവോ.

മണിക്കൂറിൽ 430 കി.മീറ്റർ വേഗതയിൽ ഓടുന്ന മാഗ് ലെവ് ട്രെയിനിലാണ് യാത്ര. വൈദ്യുത കാന്തികതയിൽ പ്രവൃത്തിക്കുന്ന ഷാങ്ഹെ ട്രാൻസ് റാപിഡ് അഥവാ മാഗ്ലെവ് ട്രെയിനുകൾ ഇന്ന് ചൈനയിലും ജപ്പാനിലുമാണ് വാണിജ്യാടിസ്ഥാനത്തിൽ പ്രയോഗത്തിലുള്ളത്. പാളത്തിലെ ലോഹ കമ്പികളിൽ സൃഷ്ടിക്കപ്പെടുന്ന കാന്തിക മണ്ഡലമാണ് ട്രെയിനിനെ ചലിപ്പിക്കുന്നത്. ഒരു വലിയ വൈദ്യുത ഊർജ്ജ കേന്ദ്രം, ലോഹക്കമ്പികൾ പാകിയ ട്രാക്ക്, ട്രെയിനിന്റെ അടിയിൽ ഘടിപ്പിച്ചിരിക്കുന്ന വലിയ കാന്തങ്ങൾ. ഇവയാണ് പ്രധാന സാങ്കേതിക ഘടകങ്ങൾ.

» വിനോദസഞ്ചാരികളുടെ സ്വപ്നഭൂമിയായ ഹോങ്കോങ് നഗരത്തിലേക്ക്.

» സഞ്ചാരികളുടെ പ്രിയ ഹോങ്കോങ് നഗരം

എൻജിനില്ല. ട്രാക്കിന് തൊട്ട് മുകളിൽ, ട്രാക്കിൽ തൊടാതെയാണ് ഓട്ടം. പാളവുമായുള്ള ഘർഷണം ഒഴിവാകുന്നതിനാൽ നിശബ്ദമായ കുതിപ്പാണ്.

ഇന്ത്യയിലും മാഗ് ലെവ് ട്രെയിനുകൾ പരീക്ഷണത്തിലാണ്. ലക്നൗയിലെ രാജാ രാമണ്ണ സെന്റർ ഫോർ അഡ്വാൻസ്ഡ് ടെക്നോളജിയിൽ മണിക്കൂറിൽ 600 കി.മീറ്റർ വേഗതയിൽ ഓടുന്ന മാഗ് ലെവ് ട്രെയിൻ പ്രോട്ടോ ടൈപ്പ് പൂർത്തീകരിച്ചു കഴിഞ്ഞു എന്നാണ് വാർത്തകൾ. നമുക്കും കാത്തിരിക്കാം ശരവേഗതത്തിൽ കുതിക്കുന്ന ട്രെയിനുകൾക്കായി. അങ്ങനെ വളരെ വേഗം ഞങ്ങൾ പുഡോങ് വിമാനത്താവളത്തിലെത്തി. മൂന്ന് മണിക്കൂർ വിമാന യാത്രയും കഴിഞ്ഞ് സാക്ഷാൽ ഹോങ്കോങ്ങിലെത്തി.

ലോകത്തിലെ ഏറ്റവും പ്രാധാന്യമേറിയ സാമ്പത്തിക വ്യാപാര പ്രദേശങ്ങളിലൊന്നാണ് ഹോംങ്കോങ്ങ്. സന്ദർശകർക്ക് പ്രിയങ്കരമായൊരു വിനോദസഞ്ചാര കേന്ദ്രവും. പച്ച മലനിരകളും അവയോട് കഥകൾ പറയുന്ന നീലക്കടലും ചേർന്ന നാട്. 1842 മുതൽ ഒരു ബ്രിട്ടീഷ് കോളനി ആയിരുന്നു ഈ പ്രദേശം. 1997 ൽ ചൈനക്ക് തിരികെ ലഭിച്ചത് മുതൽ ഒരു പ്രത്യേക ഭരണ മേഖലയായി തുടരുന്നു. ചൈനയും ബ്രിട്ടനും സംയുക്തമായി നടപ്പാക്കിയ പ്രഖ്യാപനമനുസരിച്ച് 2047 വരെ ഹോങ്കോങിന് സ്വയം ഭരണാവകാശമുണ്ടാവും.

തെക്കൻ ചൈനാ കടലിലെ 236 ദ്വീപുകൾ ചേർന്നാണ് ഈ പ്രദേശമുണ്ടായത്. ഹോങ്കോങ്ങ് എന്നാൽ 'സുഗന്ധ തുറമുഖ'മെന്നാണർത്ഥം. ഹോങ്കോങ്ങ് ദ്വീപിനും കോവ്ലൂൺ ഉപ ദ്വീപിനുമിടക്കാണ് ലോകത്തെ ഏറ്റവും ആഴമുള്ള പ്രകൃതിദത്ത തുറമുഖങ്ങളിലൊന്നായ വിക്ടോറിയ ഹാർബർ.

ലോകത്തെ ഏറ്റവും നിയന്ത്രണം കുറഞ്ഞ സമ്പദ്ഘടനയാണ് ഇവിടെ നിലനിൽക്കുന്നത്. ഫലത്തിൽ 'ബൃഹത്തായൊരു ഡ്യൂട്ടി ഫ്രീ ഷോപ്പാണ്' ഹോങ്കോങ്ങ്. അംബരചുംബികളായ കെട്ടിടങ്ങളാണെവിടെയും. ആകാശവിതാനത്തിലേക്കുയർന്നുനിൽക്കുന്ന അവയുടെ നിമ്നോന്നത വിദൂര സൗന്ദര്യം ഒന്ന് വേറെതന്നെയാണ്.

ഞങ്ങൾ ചെല്ലുമ്പോൾ ഒരു ജനകീയ പ്രക്ഷോഭത്തിന്റെ സമ്മർദ്ദത്തിലായിരുന്നു ഹോങ്കോങ്ങ്. കുറ്റവാളികളെ ചൈനയിൽ വിചാരണ ചെയ്യുന്ന ബില്ലിനെതിരെ ജൂൺ മാസം മുതൽ പ്രതിഷേധം കത്തിപ്പടരുകയായിരുന്നു. ഇതിനിടെ ബിൽ പിൻവലിച്ചെങ്കിലും പൂർണ ജനാധിപത്യ അവകാശങ്ങൾക്ക് വേണ്ടിയുള്ള സമരം അപ്പോഴും തുടരുകയായിരുന്നു. റെയിൽവേ സ്റ്റേഷനുകളിലും വിമാനത്താവളത്തിലുമൊക്കെ ഉപരോധം നടക്കുന്നുവെന്ന ആശങ്കാജനകമായ വാർത്തകൾ യാത്ര തുടങ്ങുമ്പോൾ കേട്ടിരുന്നു. സന്ദർശകരെ ബുദ്ധിമുട്ടിക്കുകയില്ലെന്നും, വാഹന ഗതാഗതം സ്തംഭിപ്പിക്കുന്ന സമരമുറകളൊന്നും ഹോങ്കോങ്ങിൽ പതിവില്ലെന്നും, ജനങ്ങളുടെ സ്വാഭാവികമായ പ്രതിഷേധം മാത്രമാണെന്നുമുള്ള വാർത്തകൾ ആശ്വാസം പകർന്നു. എങ്കിലും ടൂറിസത്തെ നന്നായി ബാധിച്ചിരുന്നു ഈ സമരമെന്ന് അനുഭവത്തിൽ ബോധ്യമായി. പൊതുവെ തിരക്ക് കുറവായിരുന്നു എവിടെയും. ഒരർത്ഥത്തിൽ അതൊരനുഗ്രഹവുമായി. പ്രതിഷേധം വ്യാപകമാണെങ്കിലും സമരക്കാരുമായി ഒരു മുഖാമുഖം ഒരിക്കലും ഉണ്ടായില്ല. സത്യത്തിൽ ആഗ്രഹിച്ചിരുന്നു ജനകീയ പ്രക്ഷോഭകരെ നേരിൽ കാണാൻ. സമരവീര്യവും രീതികളുമൊക്കെ ഒന്നറിയാമല്ലോ. പൊതുമുതൽ നശിപ്പിച്ച്, കാണുന്നതെല്ലാം തച്ചുടച്ച്, ക്യാമറ കാണുമ്പോൾ വിറളികൊള്ളുന്ന നാട്ടിലെ സമരശൈലിയൊന്നും ഇവിടെ നടപ്പില്ലെന്ന് കേട്ടു. മാന്യമായി

» വിക്ടോറിയ പീക്കിലെ സുന്ദര സായാഹ്നം

» മാഡം തുസാഡ്സിൽ എയ്ൻസ്റ്റീൻ മെഴക് ശിൽപ്പത്തിനരികെ

വിയോജിക്കാനും, അന്തസ്സോടെ പ്രതിഷേധിക്കാനും പലപ്പോഴും നമുക്ക് കഴിയാറില്ലല്ലോ. എല്ലാ നിയമങ്ങളും മര്യാദകളും കാറ്റിൽ പറത്തിയാണല്ലോ പലപ്പോഴും നമ്മുടെ സമരാഭ്യാസങ്ങൾ. ഏതായാലും ഹോങ്കോങ്ങിലെ ജനകീയ പ്രക്ഷോഭം നേരിൽ കാണാൻ അവസരമുണ്ടായില്ല.

ഹോങ്കോങ് പ്രകൃതി ലാവണ്യം വഴിഞ്ഞൊഴുകുന്ന പ്രദേശമാണ്. കുന്നും, മലയും, താഴ്വാരങ്ങളും, പുഴയും, കടലും, കടലോരവും ഭൂപ്രകൃതിക്കനുസരിച്ചുള്ള നിർമിതി വൈവിധ്യങ്ങളും എല്ലാം ചേരുമ്പോൾ സഞ്ചാരികളുടെ ഹൃദയം കവരുന്നു ഈ തുറമുഖ നഗരം. ഹോങ്കോങ്ങിൽ എത്തിയാൽ വിക്ടോറിയ പീക്ക് കാണാതെ ആരും തിരിച്ചുപോകാറില്ല. ഈ ദ്വീപ് സമൂഹത്തിലെ ഏറ്റവും ഉയരം കൂടിയ കൊടുമുടിയാണ് വിക്ടോറിയ പീക്ക് അഥവാ മൌണ്ട് ഓസ്റ്റിൻ. കൊളോണിയൽ കാലം മുതൽ തന്നെ സമ്പന്നരായ ആളുകളുടെ പ്രിയപ്പെട്ട വാസസ്ഥലമായിരുന്നു ഈ പീക്ക്. അതുകൊണ്ട്തന്നെ ഏറ്റവും വില കൂടിയതും, ആഡംബര സമൃദ്ധവുമായ ഫ്ലാറ്റുകളും, ബംഗ്ലാവുകളും നിറഞ്ഞ പീക്ക് ഹോങ്കോങ്ങിലെ 'കണ്ണായ' സ്ഥലമാണ്. ശത കോടീശ്വരന്മാരുടെ വിഹാര കേന്ദ്രം.

പണ്ട് ധനികരെ ചുമന്ന് കൊണ്ടുപോകാനും, താഴെ ഇറക്കാനും സെഡാൻ ചെയറുകളുണ്ടായിരുന്നു. അവ ചുമക്കാൻ തൊഴിലാളികളും. ഇന്ന് ട്രാം സെർവിസുള്ളതിനാൽ ആർക്കും അതുപയോഗിക്കാം. ഹരിത തുരങ്കത്തിലൂടെയുള്ള ട്രാം സഞ്ചാരം മനസ്സിനും, ശരീരത്തിനും ഉന്മേഷം പകരുന്ന അനുഭവം കൂടിയാണ്. അനേകം ജാതി പക്ഷികളെ കാണാനും, ഒളിഞ്ഞിരിക്കുന്നവയുടെ മധുര സംഗീതം കേൾക്കാനും ഈ യാത്ര സഹായിക്കും. മുകളിൽ പൂന്തോട്ടങ്ങളും, പീക്ക് ടവറും, അതിന് മുകളിലെ സ്കൈ ടെറസും, പീക്ക് ഗലേറിയയും, ജീവൻ തുടിക്കുന്ന മെഴക് പ്രതിമകൾ നിറഞ്ഞ മാഡം തുസാഡ്സും നമ്മെ കാത്തിരിക്കുന്നു.

വൈവിധ്യമാർന്ന രുചിക്കൂട്ടുകളുമായി നിരവധി ഭക്ഷണ ശാലകളും പ്രകൃതിയുടെ സ്വച്ഛ സുന്ദരമായ ഈ കൊടുമുടിയിൽ നിരന്നിരിക്കുന്നു. ഹോങ് കോങ്ങ് നഗര കാഴ്ചകളും, വിക്ടോറിയ ഹാർബറിന്റെ ദൂര

കാഴ്ചയും ആവോളം ആസ്വദിക്കാം. സന്ധ്യമയങ്ങിയപ്പോൾ നഗരത്തിന്റെ ഉയരഭേദങ്ങളിൽ തെളിഞ്ഞ പതിനായിരക്കണക്കിന് വൈദ്യുത ദീപ പ്രഭാസഞ്ചയം കൺകുളിർക്കെ കണ്ടതിനു ശേഷം പീക്കിൽ നിന്നും ട്രാം വഴി ഞങ്ങളിറങ്ങി.

പിറ്റേന്നത്തെ പ്രഭാതം ചാറ്റൽ മഴയിലാണ് വിടർന്നത്. റീഗൽ റിവർ സൈഡ് ഹോട്ടലിന്റെ പിറകിലൂടെ ഷിങ് മുൺ നദി പരമശാന്തയായി ഒഴുകുന്നു. തെളിവാർന്ന ജലസ്രോതസ്സ്. വിശാലമായ നദിയുടെ ഇരുവശത്തും റോഡുകളാണ്. റോഡുകൾക്കും നദിക്കുമിടയിൽ മരങ്ങൾ അതിരിട്ട നടപ്പാത.

മഴയുടെ ഒഴിവിൽ നടപ്പാതയിലൂടെ ഒരു മണിക്കൂർ നടന്നു. ശരീരത്തിന് ഉന്മേഷം പകരാനും മനസ്സിനെ വിമലീകരിക്കാനും ഷിങ് മുൺ നദിക്കരയിലൂടെയുള്ള പ്രഭാത സവാരി സഹായിച്ചു. യാത്ര തുടങ്ങിയതിന് ശേഷം ലഘു വ്യായാമങ്ങളൊക്കെ മുടങ്ങിയിരിക്കുകയായിരുന്നു. അത് മാറിക്കിട്ടി.

ഡിസ്നി ലാൻഡിലാണ് ഇന്നത്തെ പകൽ. ആറ് ഡിസ്നി ലാൻഡുകളാണ് ലോകത്തൊട്ടാകെയുള്ളത്. അവയിൽ ഏറ്റവും ചെറുതാണ് ഹോങ്കോങ്ങ് ഡിസ്നി ലാൻഡ്. എന്നാലും 68 ഏക്കറിൽ വ്യാപിച്ചുകിടക്കുന്ന ഈ ഉല്ലാസ വിനോദ ഭൂമി ഹോങ്കോങ്ങിലെത്തുന്ന സഞ്ചാരികളുടെ മുഖ്യ ആകർഷണ കേന്ദ്രം തന്നെയാണ്. ഏതു പ്രായക്കാർക്കും ഉല്ലസിക്കാനുള്ള ഉപാധികൾ നിരവധിയാണിവിടെ. എങ്കിലും ചെറുപ്രായക്കാരുടെ കേളീരംഗമാണ് പൊതുവെ ഡിസ്നി ലാൻഡുകൾ.

» ഷിങ്ങ് മൂൺ നദിക്കരയിലെ കെട്ടിടക്കാഴ്ചകൾ

» ഡിസ്നി ലാൻഡിലെ വർണ്ണശബളമായ സ്ട്രീറ്റ് ഷോ

റൈഡുകൾ, ഗെയിമുകൾ, സാഹസിക വിനോദങ്ങൾ, മനോരഥ വ്യാപാര കളിയിടങ്ങൾ, നാളത്തെ സാങ്കേതികാതിശയങ്ങൾ, കുട്ടികളുടെ കളിയുത്സവത്തട്ടുകൾ, അജ്ഞേയ ഭീതിജനക ഇടങ്ങൾ, ശിൽപ വിസ്മയങ്ങൾ, കച്ചവട കേന്ദ്രങ്ങൾ, ഭക്ഷണ തെരുവുകൾ, അരുവികൾ, ജലപാതങ്ങൾ, മഴക്കാടുകൾ... അങ്ങനെ പോവുന്നു ഡിസ്നി ലാൻഡ് വിശേഷങ്ങൾ.

അവധിക്കാലം ആസ്വദിക്കാൻ ജനസഞ്ചയം ഒഴുകിയെത്തുന്ന ഉല്ലാസഭ്രമികതന്നെയാണ് ഡിസ്നി ലാൻഡുകൾ. വെയിലത്ത് മാറി നിൽക്കാൻ, മഴയത്ത് കയറിനിൽക്കാൻ പക്ഷേ ഇടങ്ങളൊന്നുമില്ല. അതും ആസൂത്രിതമായി ചെയ്തതാവും. സന്ദർശകർ റൈഡുകളിലും, ഗെയിമുകളിലും തീറ്റക്കടകളിലും ഒക്കെയായി സമയം ചെലവഴിക്കണം ഇവിടെ. സക്രിയ വിനോദത്തിന്റെ സാകല്യഭ്രമിക.

ബാഹ്യലോകത്ത് നിന്നും തീർത്തും വിച്ഛേദിതനായി, ചിലപ്പോൾ കാഴ്ചക്കാരനും ചിലപ്പോൾ പങ്കാളിയുമായി, വിസ്മയങ്ങൾക്കിടയിലൂടെ, വെയിലും ചൂടും തണുപ്പുമേറ്റ് നടക്കുമ്പോൾ വാൾട്ടർ ഏലിയാസ് ഡിസ്നി എന്ന ഭാവനാസമ്പന്നനായ അമേരിക്കക്കാരനെ മനസ്സാൽ സ്തുതിച്ചുപോയി.

രണ്ട് പെൺമക്കളോടോപ്പം ഉല്ലാസയാത്ര പോയ ഡിസ്നിയുടെ ചിന്തയിലുദിച്ച ആശയമാണ് ലോകത്താകമാനമുള്ള ആളുകളെ ത്രസിപ്പിക്കാനും, പ്രചോദിപ്പിക്കാനും പിന്നീട് നിമിത്തമായത്.

1930-40 കാലത്ത് ഒരു ചെറു കാർട്ടൂൺ സ്റ്റുഡിയോ ഉടമയായിരുന്ന വാൾട്ടർ വിവിധ രാജ്യങ്ങളിൽ ഡിസ്നി പാർക്കുകളും. ഡിസ്നി ലാൻഡുകളും സ്ഥാപിച്ച് കോടിക്കണക്കിന് ആളുകളുടെ വിനോദ തൃഷ്ണകളെ ശമിപ്പിച്ച ഭീമൻ വാൾട്ട് ഡിസ്നി കമ്പനിയുടെ സാരഥിയായ ചരിത്രം ഒരു കഥ പോലെ വിസ്മയാവഹം. ഡിസ്നി ലാൻഡുകൾക്കും പാർക്കുകൾക്കും വേണ്ടത് ചിന്തിക്കാൻ പോലും ഭയം തോന്നുന്ന മുതൽമുടക്കുകളായിരുന്നു. അവ സ്വരൂപിക്കാൻ ഡിസ്നിയും കൂട്ടരും നടത്തിയ സാഹസിക ശ്രമങ്ങൾ ആരിലും രോമാഞ്ചമുണർത്തും.

വൈകുന്നേരത്തെ വർണശബളമായ 'സ്ട്രീറ്റ് ഷോ'യും കണ്ട് ഡിസ്നി ലാൻഡിൽ നിന്ന് പുറത്തിറങ്ങുമ്പോൾ ഹോങ്കോങ്ങ് വിസ്മയങ്ങൾ അവസാനിക്കുന്നില്ലെന്ന് നന്നായി അറിയാമായിരുന്നു.

മനോഹരമായി രൂപകൽപന ചെയ്തിരിക്കുന്ന നഗരവീഥികളിലൂടെ, ആകാശം മുട്ടെ ഉയർന്നുനിൽക്കുന്ന കെട്ടിട സമുച്ചയങ്ങൾക്കിടയിലൂടെ, മലയോരങ്ങളിലൂടെ, ഇരുട്ടും വെളിച്ചവും ഒളിച്ചുകളി നടത്തുന്ന താഴ്വാരങ്ങളിലൂടെ, ശാന്തമായ കടൽ തീരങ്ങളിലൂടെ കാഴ്ചകളും കണ്ട് സ്വസ്ഥമായി നടന്ന് പോകാനുള്ള കൊതി തീർന്നില്ല.

പക്ഷേ സമയവും, സാവകാശവുമില്ലാതായിപ്പോയി. സുനിശ്ചിതമായ പദ്ധതികളില്ലാതെ, അലക്ഷ്യമായി, സ്വതന്ത്രമായി യാത്രചെയ്യാനുള്ള മോഹം ബാക്കി നിൽക്കുന്നു. ആരോഗ്യവും സാഹചര്യവും അനുകൂലമായി വരുമോ, ആവോ. പ്രതീക്ഷയാണല്ലോ ജീവിതം ചലിപ്പിക്കുന്നത്. ഇവിടെയല്ലെങ്കിൽ മറ്റൊരിടത്ത് അത് സാധിച്ചുകൂടെന്നില്ല. കാത്തിരിക്കാം.

നാളെ ഫെറിബോട്ട് വഴി മെക്കാവോയിലേക്ക്. കാസിനോകളുടെ കളിത്തട്ടിലേക്ക്.

2019 സെപ്തമ്പർ

കാസിനോകളുടെ സാമ്രാജ്യത്തിൽ

ചൂതാട്ടക്കാരുടെ സ്വപ്നഭൂമിയായ മെക്കാവോയിലേക്കാണ് യാത്ര.

ഹോങ്കോങ്ങിനെ മെക്കാവോയുമായി ബന്ധിപ്പിക്കുന്ന മൂന്ന് സഞ്ചാരപാതകൾ നിലവിലുണ്ട്. പണവും, തിരക്കുമുള്ളവർക്ക് ഹെലികോപ്റ്റർ സർവീസ് ഉപയോഗിക്കാം. രണ്ടാമത്തേത് കടൽ റോഡ് പാതയാണ്.55 കിലോ മീറ്റർ ദൂരമുള്ള ഹോങ്കോങ്ങ് സുഹൈ മെക്കാവോ പാത ലോകത്തിലെ ഏറ്റവും ദൈർഘ്യമേറിയ കടൽ പാതയാണ്. മൂന്ന് കേബിൾ ബ്രിഡ്ജുകളും, കടലിലൂടെയുള്ള അടിപ്പാതയും, നാല് കൃത്രിമ ദ്വീപുകളും ചേരുന്ന ഈ സാങ്കേതിക വിസ്മയം 18.5 ബില്യൺ യു എസ് ഡോളർ ചെലവഴിച്ചാണ് പൂർത്തീകരിച്ചത്.

മൂന്നാമത്തെ യാത്രാ മാർഗ്ഗം ഫെറി ബോട്ടുകളാണ് കോട്ടൈ വാട്ടർ ജെറ്റ് സെർവീസും, ടർബോ ജെറ്റ് സെർവീസും നിലവിലുണ്ട്.

കോട്ടൈ വാട്ടർ ജെറ്റിലാണ് ഞങ്ങൾ പോയത്. ഫെറി പോർട്ട് അത്യാധുനിക സൗകര്യങ്ങളാൽ സമ്പുഷ്ടമാണ്. ക്രമീകരണങ്ങളൊക്കെ അതി ഗംഭീരം. 400 പേർക്ക് രാജകീയമായി യാത്ര ചെയ്യാവുന്ന വാട്ടർ ജെറ്റിന് സാമാന്യം നല്ല വേഗതയുണ്ട് 42 നോട്സ് (knots). അതായത് റോഡിലാണെങ്കിൽ മണിക്കൂറിൽ 77-78 കി.മീറ്റർ. മെക്കാവോയിലെത്താൻ 50 മിനുട്ട് മതി. സുഖമുള്ള യാത്ര. സൗകര്യപ്രദമായ ഇരിപ്പിടങ്ങൾ. നീലക്കടലിന്റെ അനന്ത വിശാലതയിൽ, ശക്തിയേറിയ തിരയിലും ചെറിയ കുലുക്കത്തോടെയുള്ള കുതിപ്പിൽ, ഒരു പ്രത്യേക രസമുണ്ടായിരുന്നു യാത്രക്ക്. അങ്ങ് ദൂരെ ഒരു നീളൻ വില്ല് പോലെ കടൽപ്പാലവും കാണാൻ കഴിഞ്ഞു. ആവിപറക്കുന്ന മധുരമില്ലാത്തൊരു ചായയും കൂടിയായപ്പോൾ എല്ലാം തികഞ്ഞു. 125 വിനാഴികകൾ പോയതറിഞ്ഞതേയില്ല. ഞങ്ങൾ തായ്പ്പാ ഫെറി ടെർമിനലിലെത്തി.

മെക്കാവോ ലോകത്തിലെ ഏറ്റവും ജനബാഹുല്യമുള്ള പ്രദേശമാണ്. പതിനാറാം ശതകം മുതൽ 400 വർഷം പോർച്ചുഗീസ് അധീനതയിലായിരുന്നതിനാൽ തദനുസാരിയായ സാംസ്കാരിക സവിശേഷതകൾ ധാരാളമാണിവിടെ. ഭക്ഷണരീതിയിൽപോലും പോർച്ചുഗീസ് സ്വാധീനം പ്രകടമാണ്. ടൂറിസമാണ് സാമ്പത്തിക ഭദ്രതയുടെ അടിസ്ഥാനം. ചൂതാട്ട കേന്ദ്രങ്ങളുടെ വിഹാരഭൂമിയാണ് മക്കാവോ. ചൈനയിലും, ഹോങ്കോങ്ങിലും അനുവദനീയമല്ലാത്ത കാസിനോകൾ ഇവിടെ നിയമപരമായി പ്രവൃത്തിക്കുന്നു. വിദേശികൾക്ക് പോലും കാസിനോ തുടങ്ങാൻ ലൈസെൻസ് കിട്ടും.

മെക്കാവോയിൽ പകുതി ദിനവും, ഒരു മുഴു രാത്രിയും മാത്രമേ ഞങ്ങൾക്ക് സ്വന്തമായുള്ളൂ. ഉള്ള സമയംകൊണ്ടുവേണം ഒരോട്ടപ്രദക്ഷിണം നടത്താൻ. ആദ്യം പോയത് പുരാതനമായൊരു കത്തോലിക്ക് പള്ളിയുടെ കാലം ബാക്കിവെച്ച ശിഷ്ട സൗഭഗം കാണാനായിരുന്നു. സെന്റ് പോൾസ് ചർച്ച്. ഏഷ്യയിലെ ക്രിസ്റ്റിയാനിറ്റിയുടെ ഏറ്റവും വലിയ കീർത്തി സ്തംഭം. 'കിഴക്കിന്റെ വത്തിക്കാൻ' എന്ന് പുകൾപെറ്റ പള്ളി. കാർലോ സ്പിനോല എന്ന ജസ്യൂട്ട് പുരോഹിതന്റെ നേതൃത്വത്തിൽ, അഭയാർത്ഥികളായി വന്ന ജാപ്പനീസ് ശില്പികളുടെയും, ചൈനീസ്

» മേക്കാവോയിലെ സെന്റ് പോൾസ് ചർച്ച്. 'കിഴക്കിന്റെ വത്തിക്കാൻ'

കലാകാരന്മാരുടെയും അശ്രാന്ത പരിശ്രമത്തിൽ രൂപം കൊണ്ടതായിരുന്നു പള്ളിയും സെന്റ് പോൾസ് കോളേജും. പൂർണമായും മരം കൊണ്ട് പണിത പള്ളി 1835 ലെ വൻ അഗ്നിബാധയിൽ കത്തി നശിച്ചുപോവുകയും, തെക്ക് ഭാഗത്തെ കരിങ്കൽ മുഖപ്പും, നാശഗ്രസ്ഥമായ ചുമരുകളിലെ ജെസ്യൂട്ട് ലിഖിതങ്ങളും, പള്ളിയിലേക്കുള്ള 68 കൽപടവുകളും മാത്രം ബാക്കിയാവുകയും ചെയ്തു. പിൽക്കാലത്തെ പുനരുദ്ധാരണത്തിന്റെ ഭാഗമായി മതപരമായ ചിഹ്നങ്ങളും, അടയാളങ്ങളും, പെയിന്റിങ്ങുകളുമൊക്കെയായി ചരിത്രം സ്പന്ദിക്കുന്നൊരു മ്യൂസിയവും സജ്ജീകരിക്കപ്പെട്ടു. യുനെസ്കോ ലോക പൈതൃക പട്ടികയിൽ ഇടം പിടിച്ച പള്ളി മക്കാവോയിലെത്തുന്ന സഞ്ചാരികൾ ഒഴുകിയെത്തുന്ന ഇടമാണ്.

» കരുണയുടെയും അനുതാപത്തിന്റെയും ദേവത- ക്വാൺ ആം -തായ്പാ ഫെറി ടെർമിനലിനടുത്തുള്ള മെക്കാവോ സ്വാഗത ശിൽപ്പം

മെക്കാവോ ടവർ ഏതൊരു സന്ദർശകനെയും ഉയരക്കാഴ്ചയുടെ അപൂർവ സൗന്ദര്യം അനുഭവിപ്പിക്കും. 338 മീറ്റർ ഉയരമുള്ള ടവർ വളരെ ദൂരെ നിന്ന് തന്നെ കാണാം. 360 ഡിഗ്രി ആംഗിളിലുള്ള മക്കാവോ നഗര ദൃശ്യം ടവറിൽനിന്ന് മാത്രം സാധ്യമാകുന്ന കാര്യമാണ്. വിപുലമായ സൗകര്യമുള്ള ഒരു കൺവെൻഷൻ സെന്റർ കൂടി ടവറിന്റെ ഭാഗമാണ്. രുചിഭേദങ്ങളുടെ താവളമായ നല്ല റെസ്റ്റോറണ്ടുകളും ടവറിൽ നമ്മെ കാത്തിരിക്കുന്നു. കൂടാതെ ബംഗീ ജമ്പിങ്, സ്കൈ ഡ്രോപ്പ്, സ്കൈ വാക് എന്നീ സാഹസിക വിനോദങ്ങൾക്കുള്ള സൗകര്യങ്ങളും ഇവിടെ ഒരുക്കിയിരിക്കുന്നു, ഉൾധൈര്യമുള്ളവർക്കായിമാത്രം.

കാസിനോകളുടെ സാക്ഷാൽ കളിത്തൊട്ടിലാണല്ലോ മെക്കാവോ. 38 കാസിനോകളാണ് ഇവിടെ പ്രവൃത്തിക്കുന്നത്.

ഓരോ കാസിനോയും ഒരത്ഭുത ലോകമാണ്. വിവിധയിനം ചൂതാട്ട സംവിധാനങ്ങളും, ആവേശത്തോടെ അവിടങ്ങളിൽ അഭിരമിക്കുന്ന ആയിരണക്കിന് ഭാഗ്യാന്വേഷികളും, കളികൾ കാണാനെത്തുന്നവരും, സഞ്ചാരികളുമൊക്കെയായി രാത്രിയുടെ അവസാന യാമങ്ങളിൽപ്പോലും സജീവമായി നിൽക്കുന്ന വിശാല ഭൂമിക.

ഹരം പകരുന്ന കളിയാട്ടങ്ങൾ മാത്രമല്ല, ഹോട്ടലുകളും, ബാറുകളും, റെസ്റ്റോറന്റുകളും, ഷോപ്പിംഗ് സെന്ററുകളും, ഇതര വിനോദോപാധി കളുമെല്ലാം ചേരുന്ന കാസിനോകൾ എല്ലാവരുടെയും മനം കവരും. ലോകത്തിലെ ഏറ്റവും വലിയ കാസിനോ ആയ വെനീഷ്യൻ കാസിനോയിൽ ഞങ്ങളെത്തുമ്പോൾ അങ്കത്തട്ടുകൾ സക്രിയമായി തുടങ്ങുകയായിരുന്നു. വെനീസിനെ പൂർണമായും പുനസൃഷ്ടിച്ച് വെച്ചി രിക്കുന്ന കാസിനോയുടെ വിസ്തൃതി 546000 ചതുരശ്ര അടിയാണെന്നറിയു മ്പോൾ ഊഹിക്കാമല്ലോ ഇതിന്റെ മഹത്വം. വെനീസ് കാണാത്തവർക്ക് ഈ കാസിനോ കണ്ടാൽ മതി.

ഘടനാപരമായ മനോഹാരിതയോടെ 'ജലത്തിന്റെ നഗരമായ' വെനീസിലെ ദ്വീപുകളും, കായലുകളും, പാലങ്ങളും, നഗരവീഥികളുമൊ ക്കെ കാണുമ്പോൾ വെനീസ് കണ്ടവരും അതിശയിച്ചുപോകും. 175 ഓളം ബ്രാൻഡഡ് ഷോപ്പുകൾ കാസിനോയിലുണ്ടെന്ന് പറയുന്നു.

ചൂത് കളിച്ച് പണം കൊയ്യുന്നവരെ പ്രലോഭിപ്പിക്കാൻ ലോകോത്തര വസ്ത്രങ്ങളും, ആഭരണങ്ങളും, കര കൗശല വസ്തുക്കളും നിരന്ന് നിൽക്കുണ മല്ലോ. വേഗത്തിൽ സമാർജിക്കുന്ന പണം ചെലവഴിക്കാൻ മടിയേതുമി ല്ലാത്ത മാനസികാവസ്ഥയെ നന്നായി ചൂഷണം ചെയ്യാൻ അറിയുന്ന അഭിനവ വ്യാപാര തന്ത്രങ്ങൾ. കാസിനോയുടെ സെയിന്റ് പീറ്റേഴ്സ് സ്ക്വയറിൽ നിന്ന് മുകളിലേക്ക് നോക്കിയാൽ കാണുന്നത് കൃത്രിമമായി നിർമിച്ച നക്ഷത്രാങ്കിത നീലാകാശം.

ലാസ് വീഗാസ് സാൻഡ്സ് കോർപറേഷൻ എന്ന അമേരിക്കൻ കമ്പനിയുടെ ഉടമസ്ഥതയിലാണ് കാസിനോ പ്രവൃത്തിക്കുന്നത്. 39 നില കളുള്ള ഒരു ഹോട്ടലും ഇതിനകത്തുണ്ട്. ചൂതാട്ടങ്ങളിൽ പങ്കെടുക്കാൻ

» മെക്കാവൊ ടവറിൽ നിന്നുള്ള നഗര ദൃശ്യം

» വെനീഷ്യൻ കാസിനോയിലെ പുനർനിർമിക്കപ്പെട്ട വെനിഷ്യൻ ജല പാതകൾ.

» കാസിനോ

» മെക്കാവോ നഗരം

ധൈര്യമില്ലെങ്കിലും, കളിത്തട്ടുകൾക്ക് സമീപം നിന്ന് കളികളുടെ രീതിയും, കളിക്കാരുടെ ഭാവഹാവങ്ങളും, ശരീര ഭാഷയുമൊക്കെ നിരീക്ഷിക്കുന്നതും ഒരു രസമാണ്. ചൈനയിൽനിന്നും, ഹോങ്കോങ്ങിൽനിന്നും നിയമവിധേയമായും, അല്ലാതെയും മെക്കാവോയിലെത്തി ചൂത് കളിച്ച് ലക്ഷാധിപതികളായി മടങ്ങിപോകുന്നവരുടെ ആഹ്ലാദാരവങ്ങളും, സർവവും നഷ്ടപ്പെട്ട് ഹതാശയരായി തിരിച്ചുപോകുന്ന ഭാഗ്യദ്രോഷികളുടെ തപ്ത നിശ്വാസങ്ങളും സംഗമിക്കുന്ന കാസിനോയുടെ വെള്ളിവെളിച്ചത്തിൽനിന്നും പുറത്ത് കടക്കുമ്പോൾ മനുഷ്യൻ വ്യാപരിക്കുന്ന വിചിത്ര മേഖലകളുടെ സാധ്യതകളോർത്ത് അതിശയം കൊള്ളുകയായിരുന്നു മനസ്സ്. നേടിയവർക്ക് കൂടുതൽ നേടാനും, നഷ്ടപ്പെട്ടവർക്ക് പോയത് തിരിച്ചുപിടാക്കാനുമുള്ള മോഹത്തിൽ ആയിരങ്ങൾ എന്നുമൊഴുകിയെത്തുന്ന ഈ കളിത്തട്ടുകളിൽ.

സന്ധ്യയോടെ ഞങ്ങൾ ഹോട്ടലിലെത്തി. യാത്രയിലെ അവസാന രാവാണ്. 'ബഡാ ഖാന'യും കഴിഞ്ഞ് ഒരു സംഘമായി ഞങ്ങളിറങ്ങി. മെക്കാവോനഗരത്തിന്റെ നിശാ സൗന്ദര്യം ആസ്വദിക്കാനായി.

നടന്നു കാണാനായിരുന്നു ആദ്യം തീരുമാനിച്ചത്. സിറ്റി സെന്ററിലേക്കാണ് പോകേണ്ടത്. പക്ഷേ വഴി തെറ്റി. പകുതി കാലിയായൊരു ബസ്സ് കണ്ടപ്പോൾ കൈ കാട്ടി. പോകേണ്ട സ്ഥലം പറഞ്ഞപ്പോൾ

കയറിക്കൊള്ളാനും പറഞ്ഞു. കയറിയപ്പോഴാണ് ഞങ്ങളെല്ലാം വിദേശികളാണെന്ന് സാരഥി അറിയുന്നത്. കാർഡ് ഉരച്ച് വേണം ചാർജ് കൊടുക്കാൻ. ഞങ്ങളുടെ കയ്യിൽ അകെയുള്ളത് ഹോങ്കോങ് ഡോളറും, ചൈനീസ് യുവാനും. ഒരു മനക്കണക്ക് വെച്ച് കുറച്ച് ഡോളർ ഡ്രൈവർക്ക് കൊടുത്തു. പ്രശ്നം തീരട്ടെ എന്ന് കരുതിയാവാം ഡ്രൈവർ എതിർപ്പൊന്നും പറഞ്ഞില്ല. അങ്ങനെ ഞങ്ങൾ സിറ്റി സെന്ററിലെത്തി. വൈദ്യുത വർണ്ണ ദീപ്തിയിൽ കുളിച്ചുനിൽക്കുന്ന മക്കാവോയുടെ ഹൃദയം നിശ്ശബ്ദം മിടിക്കുന്നത് ഞങ്ങളറിഞ്ഞു. മിനി ഈഫൽ ടവർ നീല വെളിച്ചത്തിൽ കുളിച്ച് നിൽക്കുന്നു. കാസിനോകൾ അപ്പോഴും സജീവമായിരുന്നു. സഞ്ചാരിക്കൂട്ടങ്ങൾ കാഴ്ചകളും കണ്ട് അലസ ഗമനം ചെയ്യുന്നു.

നേരം അർധരാത്രിയോടടുത്തപ്പോൾ മടങ്ങാമെന്ന് വെച്ചു. ഇങ്ങോട്ട് വന്ന പരിചയവും, പദ്ധതിയുമുണ്ടല്ലോ. വഴി ചോദിച്ചൊരു ബസ്സിൽ കയറി.

പക്ഷേ ഡ്രൈവർ അത്ര അനുകൂലമായിരുന്നില്ല. എങ്കിലും ഇറക്കി വിട്ടില്ല. ഉള്ള ഡോളറൊക്കെ കൊടുത്ത് ഹോട്ടൽ സ്റ്റോപ്പിൽ ഇറങ്ങി. അങ്ങനെ അനേകായിരം നാഴികക്കപ്പുറത്ത് നിന്ന് വന്ന്, വഴി തെറ്റി, എങ്കിലും മലയാളിയുടെ സ്വതസ്സിദ്ധമായ മെയ്‌വഴക്കത്തോടെ ലക്ഷ്യ

» കാസിനോകൾക്ക് ചുറ്റും ഉണർന്നിരിക്കുന്ന മേക്കാവോ രാത്രി യാമങ്ങൾ

» ചൂതാട്ടക്കാരെ കാത്തിരിക്കുന്ന കളിത്തട്ടുകൾ

സ്ഥാനത്തെത്തി കാര്യം സാധിച്ച വിജയ സ്മേരത്തോടെ ഉറങ്ങാൻ കിടന്നു.

പണ്ട് പണ്ട്, വളരെ പണ്ട് കടലും കരയും താണ്ടി നീളുന്ന ഒരു പട്ടു പാത... അഥവാ സിൽക്ക് റൂട്ട് ഉണ്ടായിരുന്നു. നൂറ്റാണ്ടുകളായി പിന്തുടർന്നു വന്ന വിവിധ പാതകളുടെ ഒരു സമുച്ചയം. ചൈന, ജപ്പാൻ, ഈജിപ്റ്റ്, പേർഷ്യ, ഇന്ത്യ, യൂറോപ്പ് തുടങ്ങിയ രാജ്യങ്ങൾ തമ്മിൽ വാണിജ്യവും, വ്യാപാരവും, സാംസ്കാരിക വിനിമയവും നടന്നിരുന്ന ഒരു ദീർഘ പാത. യാത്രാ സൗകര്യങ്ങളൊക്കെ പരിമിതമായിരുന്ന പഴയ കാലത്ത് നിശ്ചയ ദാർഢ്യവും, സാഹസികതയും മാത്രം കൈമുതലായി ആയിരങ്ങൾ ഈ വഴികളിലൂടെ കടന്നുപോയിരിക്കും. നടന്നും, ഒട്ടകങ്ങളും, കുതിരകളും വലിച്ച കാരവനുകളിലും, പായക്കപ്പലുകളിലുമൊക്കെയായി വഴിയമ്പലങ്ങളിലും, അതിഥി മന്ദിരങ്ങളിലും, തുറമുഖങ്ങളിലുമൊക്കെ തങ്ങി നമ്മുടെ പൂർവ്വികർ സഞ്ചരിച്ച വഴികൾ. വില കൂടിയ തുണിത്തരങ്ങളും, സുഗന്ധ ദ്രവ്യങ്ങളും, ധാന്യങ്ങളും, പഴങ്ങളും, പച്ചക്കറികളും, കരകൗശല ഉൽപ്പന്നങ്ങളും, കല്ലുകളും, രത്നങ്ങളുമൊക്കെ വ്യാപാരം ചെയ്യപ്പെട്ട പൗരാണിക വിനിമയ പാത. അവയിലൂടെ കടന്നുപോയ മനുഷ്യരുടെ കുതിപ്പും കിതപ്പും സംഭാവനയും ചരിത്ര ഗതിയെ തന്നെ

മാറ്റി മറിച്ചതാണല്ലോ. 'മെയ്ഡ് ഇൻ ചൈന' എന്ന് കേൾക്കുമ്പോൾ സാധാരണക്കാരുടെ മനസ്സിൽ വലിയ മതിപ്പില്ലാതിരുന്ന അവസ്ഥയൊക്കെ മാറി 'വാട്ട് നോട്ട് ഇൻ ചൈന' എന്ന അവസ്ഥയിലെത്തി ലോക വിപണി കീഴടക്കാൻ കുതിക്കുന്ന ചൈന ഈ സിൽക്ക് റൂട്ട് പുനരുജ്ജീവിപ്പിക്കാൻ ആസൂത്രിതമായ ശ്രമം തുടങ്ങിയിരിക്കുന്നു. ഏത് രാജ്യത്തും എന്തും ലഭ്യമാക്കുന്ന ചൈനയുടെ ഊർജ്ജിത വ്യാപാര തന്ത്രം. നാം പലതും കണ്ടു പഠിക്കേണ്ടിയിരിക്കുന്നു. ചിന്താ ശകലങ്ങൾ മയക്കത്തിന്റെ താഴ്വാരങ്ങളിലേക്ക് പതിയെ വഴി മാറുന്നു. ഒടുവിൽസുഖ സുഷുപ്തിയുടെ അറിയാക്കയങ്ങളിലേക്കും.

നാളെ രാവിലെ മടക്ക യാത്ര. മെക്കാവോയിൽനിന്നും ഫെറി വഴി നേരെ ഹോങ്കോങ് വിമാനത്താവളത്തിലേക്ക്. ഫെറിയിൽ തന്നെ ചെക്ക് ഇൻ ചെയ്യാം. ലഗേജുകളെല്ലാം കൈവിട്ട്, ഭാരമേതുമില്ലാതെ, പക്ഷേ പതിനൊന്ന് ദിനരാത്രങ്ങളുടെ സമ്പന്നമായ ഓർമ്മകളുമായി നാട്ടിലേക്ക്. ആധുനിക വികസനത്തിന്റെ പുതിയ പരിപ്രേക്ഷ്യങ്ങൾ എഴുതി ചേർക്കുന്ന ചൈനയെന്ന മഹാരാജ്യത്തോട് വിട.

2019 സെപ്റ്റംബർ

www.ingramcontent.com/pod-product-compliance
Lightning Source LLC
LaVergne TN
LVHW100834051026
849519LV00006B/2293
9789390535484